ಜೀವನ ಜೋಕಾಲಿ

ಕಾದಂಬರಿ

ಶ್ರೀಮತಿ ಲತಾ ಜೋಶಿ

ಹೆಚ್. ಎಸ್. ಆರ್. ಎ. ಪ್ರಕಾಶನ
#2, ಶ್ರೀ ಅನ್ನಪೂರ್ಣೇಶ್ವರಿ ನಿಲಯ, 1ನೇ ಮುಖ್ಯ ರಸ್ತೆ,
ಭೈರವೇಶ್ವರನಗರ, ಲಗ್ಗೆರೆ, ಬೆಂಗಳೂರು– 560058
ಫೋ : 7892793054,
Gmail- hsrapublications@gmail. com
www. hsrapublications. com

ಜೀವನ ಜೋಕಾಲಿ

ಶ್ರೀಮತಿ ಲತಾ ಪ್ರಕಾಶ್ ಜೋಶಿ
ನೆಹರು ನಗರ, ಎಲೆಕ್ಟ್ರಿಕ್ ಗ್ರಿಡ್ ಹತ್ತಿರ
ರೈಲ್ವೆ ಸ್ಟೇಷನ್ ರೋಡ್, ಬ್ಯಾಡಗಿ– 581106
ph- 9591005550
Email- joshilata65@gmail. com

ಪ್ರಥಮ ಮುದ್ರಣ : 2020

ಪ್ರತಿಗಳು : 1000

ಹಕ್ಕುಗಳು : ಲೇಖಕರದ್ದು

ಬೆಲೆ : 100/–

ಪುಟ : 80

ಆಕಾರ : 1/8" ಡೆಮಿ

ಬಳಸಿದ ಕಾಗದ : 70 GSM NS MAPLITO

ಪ್ರಕಾಶಕರು : ಹೆಚ್. ಎಸ್. ಆರ್. ಎ. ಪ್ರಕಾಶನ

ಮುಖ ಪುಟ : ಹೆಚ್. ಎಸ್. ಆರ್. ಎ. ಪ್ರಕಾಶನ

ISBN : "978-93-88729-70-3"

Published by

HSRA PUBLICATIONS
#02, Sri Annaporrneshwari Nilaya, 1st Main,
Byraveshwara Nagar, Laggere, Bangalore- 560058
Ph- 7892793054, hsrapublications@gmail. com
www. hsrapublications. com

ಅರ್ಪಣೆ

ನನ್ನ ಪ್ರೀತಿಯ ಕನ್ನಡ ಕಥಾಗುಚ್ಛಕ್ಕೆ ಮತ್ತು ಕಥಾಗುಚ್ಛದ ಸರ್ವ ಸದಸ್ಯರಿಗೆ ಪ್ರೀತಿಯಿಂದ ಅರ್ಪಿಸುತ್ತಿದ್ದೇನೆ.

॥ ಶ್ರೀ ॥

ಜೀವನ ಜೋಕಾಲಿಗೆ ನಲ್ಮೆಯ ಮುನ್ನುಡಿ

ಹವ್ಯಾಸಿ ಓದುಗಳಾಗಿ ಶ್ರೀಮತಿ ಲತಾ ಜೋಶಿಯವರ "ಜೀವನ ಜೋಕಾಲಿ"ಯನ್ನು ಓದಿದಾಗ, ಕಥೆಯನ್ನು ಮನಸ್ಸಿನ ಭಾವನೆಯಿಂದ ಆಸ್ವಾದಿಸಿದ್ದೆ ಹಾಗೂ ಪ್ರತಿಕ್ರಿಯಿಸಿದ್ದೆ. ಆದರೆ ಲತಾ ಭಗಿನಿ ಮುನ್ನುಡಿ ಬರೆಯಬೇಕೆಂದು ಆದೇಶಿಸಿದ್ದು, ಆಶ್ಚರ್ಯ ಹಾಗೂ ವಿಚಿತ್ರವೇ ಸೈ. ಏಕೆಂದರೆ, ಕರುನಾಡಿನ ಹೆಸರಾಂತ, ಜನಪ್ರಿಯ ಸಾಹಿತಿಗಳಿಂದ ಮುನ್ನುಡಿ ಬರೆಸುವುದು ವಾಡಿಕೆ ಹಾಗೂ ಹೆಮ್ಮೆ. ಹೀಗಿರುವಾಗ ಇಂತಹ ಒಂದು ಸುವರ್ಣಾವಕಾಶ ನನಗೆ ದೊರೆತದ್ದು. ನನ್ನ ಭಾಗ್ಯ ಹಾಗೂ ಗರಿಮೆ ಎಂದು ಭಾವಿಸುವೆ. ಏನೇ ಆಗಲಿ ಇಂದಿನ ಡಿಜಿಟಲ್ ಯುಗದ ಭರಾಟೆಯ ತೆರೆಗಳಲ್ಲಿ ಸಾಹಿತ್ಯ ಮುಳಿಗೇಳುತ್ತಿರುವ, ಕನ್ನಡ ಕೊಚ್ಚಿಹೋಗುತ್ತಿರುವ ವಿಷಮ ಸಂದರ್ಭದಲ್ಲಿ, ತನ್ನದೇ ಆದ ಸ್ತ್ರೀಶಕ್ತಿಸಂಘಟನೆಯೊಂದಿಗೆ "ಕನ್ನಡ ಕಥಾಗುಚ್ಛ" ಎಂಬ ವಿನೂತನ ಡಿಜಿಟಲ್ ಸಾಹಿತ್ಯ ಸಂಘವನ್ನು ಹುಟ್ಟುಹಾಕಿರುವುದು ಅವರ ಸಾಹಿತ್ಯಪ್ರೇಮ ಮತ್ತು ನವ್ಯತೆಗೆ ಸಾಕ್ಷಿಯಾಗಿದೆ. , ೧೪೦ ಅಕ್ಷರಗಳಲ್ಲಿ ವಿಚಾರವನ್ನು ಅಭಿವ್ಯಕ್ತಿಸಬೇಕಾದ ಟ್ವಿಟ್ಟರ್, ಅರ್ಕುಟ್, ಫೇಸಬುಕ್‌ಗಳ ನವೀನಯುಗದಲ್ಲಿ ಸಾಹಿತ್ಯವನ್ನು ಉಳಿಸಿಕೊಳ್ಳುವುದಕ್ಕಾಗಿಯೇ ನೂತನವಿಧಾನಗಳನ್ನು ಕಲಿತಿಕೊಂಡು, ಯುಗಕ್ಕೆ ತಕ್ಕಂತೆ ಪರಿವರ್ತಿಸುವ ಪರಿ, ಸಾಹಿತ್ಯದ ವಾಸ್ತವಿಕ ತುಡಿತದ ವೇಗವನ್ನು ತೋರಿಸುತ್ತದೆ. ಇದು ಇಂದಿನ ಸಾಹಿತಿಯಲ್ಲಿ ಇರಲೇಬೇಕಾದ ಕೌಶಲ. ಈ ಕುಶಲತೆಯನ್ನು ಲತಾ ಭಗಿನಿ ತಮ್ಮಲ್ಲಿ ಮೈಗೂಡಿಸಿಕೊಂಡು ಸಾಹಿತ್ಯ ಕ್ಷೇತ್ರದಲ್ಲಿ ಕ್ರಾಂತಿಯನ್ನೇ ಸೃಷ್ಟಿಸಿದ್ದಾರೆ ಎಂಬುದು ಅತಿಶಯೋಕ್ತಿಯಲ್ಲ. ತೊಟ್ಟಿಲು ತೂಗುವ ಪಾಣಿ, ಸಾಹಿತ್ಯನೌಕೆಯ ಚುಕ್ಕಾಣಿಯನ್ನು ಸಮರ್ಥವಾಗಿ ನಡೆಸಬಲ್ಲಳು ಎಂಬುದನ್ನು ಸಾಬೀತು ಪಡಿಸಿರುವ ಆಧುನಿಕತೆಯನ್ನು ಮೈಗೂಡಿಕೊಂಡಿರುವ ಸುಸಂಕೃತ ಮಹಿಳೆ.

ಜೀವನ-ಜೋಕಾಲಿ ನಿಜಜೀವನಕ್ಕೆ ಹತ್ತಿರವಾಗಿದೆ. ಕಥೆಯಲ್ಲಿ ಸರಿ-ತಪ್ಪುಗಳ ತುಲನೆ, ಪ್ರಚಲಿತ ಮನಸ್ಥಿತಿಯು ಬದುಕಿನ ಮೇಲೆ ಬೀರುವ ಪ್ರಭಾವ, ಉಂಟಾಗುವ ದುರಂತ, ಭವಿಷ್ಯದ ಆಶಯ ಇವೆಲ್ಲವನ್ನೂ ಒಗ್ಗೂಡಿಸಲಾಗಿದೆ. ಪ್ರತಿ ಪಾತ್ರವೂ ತನ್ನತನವನ್ನು ಯಥಾವತ್ತಾಗಿ

ಬಿಂಬಿಸುತ್ತಿವೆ. ಸಾಹಿತ್ಯ ಸಾಹಿತಿಯ ಮನದ ಕನ್ನಡಿ. ಸಾಹಿತಿಯ ವ್ಯಕ್ತಿತ್ವದ ಬಿಂಬ. ಸಾಹಿತ್ಯ. ತಮ್ಮ ಮನದ ಇಂಗಿತವನ್ನು ಕಥೆಯ ರೂಪದಲ್ಲಿ ಪಾತ್ರಗಳ ಬಾಯಿಂದ ವ್ಯಕ್ತವಾಗುವುದೇ ನೈಜಸಾಹಿತ್ಯ. ಜೀವನ-ಜೋಕಾಲಿಯಲ್ಲಿ ಸಾಹಿತಿ ಲತಾ ಭಗಿನಿಯೇ ವ್ಯಕ್ತವಾಗಿದ್ದಾರೆ. ಭಾಷೆಯ ಹಿಡಿತ, ಕುತೂಹಲವನ್ನು ಕೆರಳಿಸುವ ಶೈಲಿ, ಪಾತ್ರದಿಂದ ಪಾತ್ರಕ್ಕೆ ಬೆಸೆಯುವ ನೈಜ ಕೊಂಡಿ, ಇವೆಲ್ಲವನ್ನು ಈ ಕಿರು ಕಾದಂಬರಿಯಲ್ಲಿ ನಾವು ಕಾಣುತ್ತೇವೆ. ಸಮೂಹ ಮಾಧ್ಯಮಗಳಲ್ಲಿ ದರ್ಶಿಸುವ ಮನ ಹಾಗೂ ಮನೆಮುರುಕು ಧಾರಾವಾಹಿಗಳನ್ನು ವೀಕ್ಷೀಸಿ, ತಮ್ಮ ಮನಸ್ಸನ್ನು ಕೆಡೆಸಿಕೊಳ್ಳುವ ಲಲನೆಯರು ಇಂತಹ ಆದರ್ಶ ಕಥೆಗಳನ್ನು ಓದಲೇಬೇಕು. ಮನೆಕಡೆ ಗಮನ, ಹಣದ ಮೇಲೆ ಹಿಡಿತ ಹಾಗೂ ಮಕ್ಕಳ ಬಗ್ಗೆ ನಿಗಾವಹಿಸುವ ಸಕಾರಾತ್ಮಕ ಸಂದೇಶವನ್ನು, ತನ್ನ ನಿಷ್ಠೆ, ಆತ್ಮವಿಶ್ವಾಸ ಹಾಗೂ ಪರಿಶ್ರಮದಿಂದ ಸುಖ-ಸವಲತ್ತುಗಳನ್ನು ಪಡೆಯುವ ಮಹಿಳೆ ಮಾಧವಿ ಎಂಬ ಗೃಹಿಣಿ (ಗರತಿ)ಯ ಪಾತ್ರದ ಮೂಲಕ ಬಿಂಬಿಸುವ ಈ ಕಥೆ ಸಕಾಲಿಕ ಹಾಗೂ ಸಾರ್ವತ್ರಿಕವಾಗಿದೆ. ಮಾಧವಿ ಅಂದರೆ ವಸಂತಕಾಲದಲ್ಲಿ ಅರಳುವ ಒಂದು ಸುಂದರ ಸುವಾಸನೆಯುಳ್ಳ ಪುಷ್ಪ.. ಹೀಗೆ ಪಾತ್ರಗಳ ಹೆಸರುಗಳು ಕೂಡ ಅರ್ಥವತ್ತಾಗಿವೆ. "ಕಾದಂಬರೀ ರಸಜ್ಞಾನಾಮ್ ಆಹಾರೋಪಿ ನ ರೋಚತೆ" ಎಂದು ಸಂಸ್ಕೃತ ಗದ್ಯಕಾವ್ಯದ ಅಪ್ರತಿಮ ಕವಿ ಬಾಣಭಟ್ಟನ ಕಾದಂಬರೀಯ ಬಗ್ಗೆ ಪ್ರಸಿದ್ಧ ಉಕ್ತಿ ಇದೆ. ಅರ್ಥಾತ್ ಬಾಣಭಟ್ಟನ ಕಾದಂಬರೀಯನ್ನು ಓದುವ ರಸಿಕನಿಗೆ ಆಹಾರ ಕೂಡ ರುಚಿಸಲಾರದು, ಹೌದು, ಉತ್ತಮ ಕಥೆ-ಕಾದಂಬರಿಗಳು ನೀಡುವ ರಸದೂಟದಿಂದಲೇ ತೃಪ್ತರಾದಾಗ, ಅನ್ನದೂಟ ರುಚಿಸಲಾರದು.

ಈ ಉಕ್ತಿಗೆ ಲತಾ ಭಗಿನಿಯ "ಜೀವನ-ಜೋಕಾಲಿ" ಯು ಸಾಕ್ಷಿಯಾಗಿದೆ ಎಂದು ಹೇಳಲು ಹೆಮ್ಮೆ ಎನಿಸುತ್ತದೆ. ಹೀಗೆಯೇ ಸಮಾಜದ ಸಮಸ್ಯೆಗಳಿಗೆ ಪರಿಹಾರವನ್ನು ನೀಡುವ ಓದುಗರ ಮನಸ್ಸನ್ನು ರಂಜಿಸುವ ಉತ್ತಮೋತ್ತಮ ಕಥೆ-ಕಾದಂಬರಿಗಳ ಸಂಖ್ಯೆ ಉತ್ತರೋತ್ತರವಾಗಿ ವರ್ಧಿಸಲಿ, ಆಯುರಾರೋಗ್ಯ ಇಮ್ಮಡಿಸಲಿ ಎಂದು ಹಾರೈಸುತ್ತ ಲತಾ ಭಗಿನಿಗೆ ಅಭಿನಂದನೆಗಳು, ಅಭಿವಂದನೆಗಳು.

ಸುಮಂಗಲಾ ದಾಂಡೇವಾಲೆ
ಸಂಸ್ಥಾಪಿಕಾ
ಕರ್ಷ್ ಜ್ಞಾನ ಫೌಂಡೇಶನ
ಧಾರವಾಡ

ನನ್ನ ಮಾತುಗಳು

"ಜೀವನ ಜೋಕಾಲಿ" ಎಂಬ ಶೀರ್ಷಿಕೆಯಡಿಯಲ್ಲಿ ಪ್ರಕಟವಾಗುತ್ತಿರುವ ಈ ಪುಸ್ತಕವು ನನ್ನ ಪ್ರಪ್ರಥಮ ಪುಟ್ಟ ಕಾದಂಬರಿಯಾಗಿದೆ. ಕಥೆಯನ್ನು ಬರೆಯಲೇಬೇಕು ಎಂದು ಮಾನಸಿಕವಾಗಿ ತಯಾರಾಗಿ ಬರೆದ ಕಥೆ ಇದಲ್ಲ. ಆಕಸ್ಮಿಕವಾಗಿ ನನ್ನಿಂದ ಈ ಕಾದಂಬರಿ ಬರೆಯಲ್ಪಟ್ಟಿತು ಎಂದರೆ ನನಗೇ ಆಶ್ಚರ್ಯವಾಗುತ್ತಿದೆ.

ಚಿಕ್ಕಂದಿನಿಂದಲೂ ಓದುವ ಹವ್ಯಾಸ ಅಪಾರ. ಅಂಗಡಿಯ ಫಲಕಗಳ ಮೇಲೆ ಬರೆದದ್ದನ್ನು ಓದುತ್ತಾ ನಿಂತುಬಿಡುತ್ತಿದ್ದ ನೆನಪು. ಮನೆಗೇ ಬರುತ್ತಿದ್ದ ಭಾರತ – ಭಾರತಿ, ಸುಧಾ, ಪ್ರಜಾಮತ ಮತ್ತು ವನಿತಾ ಪುಸ್ತಕಗಳ ಬಹುದೊಡ್ಡ ಅಭಿಮಾನಿ. ಪುಸ್ತಕ ಮನೆಗೆ ತಂದು ಕೊಡುವವರೆಗೂ ತಾಳ್ಮೆ ಇರದೇ ಪತ್ರಿಕೆ ಹಂಚುವವರ ಮನೆಗೇ ಹೋಗಿ ತರುತ್ತಿದ್ದ ನೆನಪು ಹಸಿರಾಗಿದೆ. ಕ್ರಮೇಣ ಕಾದಂಬರಿಗಳತ್ತ ಒಲವು ಮೂಡಿದಾಗ ನನಗೆ ಕೇವಲ ೧೧ ವರ್ಷ ವಯಸ್ಸು. ವಾಚನಾಲಯದ ಸದಸ್ಯೆಯಾಗಿ ದಿನಕ್ಕೊಂದರಂತೆ ಕಾದಂಬರಿ ತಂದು ಓದಿ ಮುಗಿಸುತ್ತಿದ್ದೆ. ಅಮ್ಮನ ಗೊಣಗಾಟ, ಬೈಗುಳ ಕೂಡ ಆ ಸಮಯದಲ್ಲಿ ಗಮನಕ್ಕೇ ಬರುತ್ತಿರಲಿಲ್ಲ.

ಓದಿನ ಆಸಕ್ತಿ ನನ್ನ ವಯಸ್ಸಿನೊಂದಿಗೆ ಹೆಚ್ಚುತ್ತಲೇ ಹೋಯಿತು. ಕಾಲೇಜು ದಿನಗಳಲ್ಲಿ ಮ್ಯಾಗಝಿನ್ ಗಾಗಿ ಬರೆದ ಕಥೆ ಗುರುವೃಂದದವರು ಮತ್ತು ಸ್ನೇಹಿತೆಯರೆಲ್ಲರ ಅಪಾರ ಮೆಚ್ಚುಗೆ ಪಡೆದಿತ್ತು. ಆಕಸ್ಮಿಕವಾಗಿ ಒಬ್ಬರಿಂದ ಆ ಕಥೆಯ ಬಗ್ಗೆ ಟೀಕೆ ಕೇಳಿದಾಗ ನನ್ನ ಬರೆಯಬೇಕೆನ್ನುವ ಆಸಕ್ತಿ ಮುರುಟಿ ಹೋಯ್ತು. ಬರೆಯುವ ಆಶೆ ಮನದಲ್ಲಿ ಪುಟಿದೆದ್ದಾಗ ಆ ಕಟುನುಡಿ ನೆನಪಿಸಿಕೊಂಡು ನನ್ನ ಲೇಖನಿಯಲ್ಲಿಯ ಶಾಯಿ ಒಣಗುತ್ತಾ ಬಂತು. ಮುಂದೆ ಮದುವೆಯಾಗಿ ಸಂಸಾರದ ನೊಗ ಹೊತ್ತಾಗ ಓದುವ ಹವ್ಯಾಸವೂ ಸುಮಾರು ವರ್ಷಗಳ ಕಾಲ ಸ್ಥಗಿತವಾಯಿತು.

ಮೂರು ವರ್ಷಗಳ ಹಿಂದೆ ಮುಖಪುಟದ 'ಪ್ರತಿಲಿಪಿ' ಎಂಬ ಬ್ಲಾಗ್ ಪರಿಚಯವಾಗಿ ನನ್ನ ಓದುವ ಆಸಕ್ತಿ ಮತ್ತೆ ಕೆರಳಿತು. ಅದರ ಸಂಪಾದಕರಾಗಿದ್ದ ಶ್ರೀ ಅರುಣ್ ಬನ್ನೂರ್ ಅವರ ಮಾತುಗಳು ಮತ್ತೆ ಸಾಹಿತ್ಯದತ್ತ ಮುಖ ಮಾಡಲು ಪ್ರೇರೇಪಿಸಿದವು. ಪ್ರತಿಲಿಪಿಯಲ್ಲಿಯೇ ನನಗೆ ಆತ್ಮೀಯ ಗೆಳತಿ ಶ್ರೀಮತಿ ಸುಮಾ ಕಳಸಾಪುರ ಅವರು ಸ್ನೇಹಿತೆಯಾಗಿ

ಸಿಕ್ಕರು. ಮುಖಪುಟದಿಂದಲೇ ಸಿಕ್ಕ ಇನ್ನೊಬ್ಬ ಆಪ್ತ ಗೆಳತಿ ಶ್ರೀಮತಿ ಶೋಭಾ ಪಾಟೀಲ್.

ಸಾಹಿತ್ಯದೆಡೆಗೆ ಒಲವು ಹೆಚ್ಚಾದಂತೆ ಇಬ್ಬರೂ ಆತ್ಮೀಯ ಸ್ನೇಹಿತೆಯರೊಂದಿಗೆ ಪ್ರಾರಂಭ ಮಾಡಿದ್ದೇ "ಕನ್ನಡ ಕಥಾಗುಚ್ಛ". ನನ್ನ ಪಾಲಿನ ಸಂಜೀವಿನಿ ಅಂದರೆ ತಪ್ಪಾಗಲಾರದು. ಕಥಾಗುಚ್ಛದಲ್ಲಿ ಬರುವ ಉತ್ಕೃಷ್ಟವಾದ ಬರಹಗಳನ್ನು ಓದುವುದೇ ಸೌಭಾಗ್ಯ !! ನನ್ನ ಇಬ್ಬರೂ ಆತ್ಮೀಯ ಗೆಳತಿಯರ ಒತ್ತಾಸೆಯ ಮೇರೆಗೆ ಮತ್ತೆ ಬರೆಯಲು ಪ್ರಾರಂಭಿಸಿದ ಆ ಶುಭದಿನ ಅವಿಸ್ಮರಣೀಯ!! ಬತ್ತುತ್ತಿದ್ದ ಲತೆಗೆ ಪ್ರೋತ್ಸಾಹದ ನೀರುಣಿಸಿ, ಸುಮಗಳಿಂದ ಶೋಭಿಸುವ ತೆರದಲ್ಲಿ ನನ್ನ ಬರಹಗಳಿಗೆ "ಓಂ" ಕಾರ ಬರೆದವರು ಇವರುಗಳೇ. ನನ್ನ ಪ್ರೀತಿಯ ತಂಗಿಯಾದ ಶ್ರೀಮತಿ ವೀಣಾ ದೇವಗಿರಿ ಇವಳನ್ನು ಕೂಡ ಈ ಹೊತ್ತಿನಲ್ಲಿ ಸ್ಮರಿಸಲೇಬೇಕು. ನಿನ್ನಲ್ಲಿ ಬರೆಯುವ ಕಲೆಯಿದೆ, ಬರೆಯಲೇಬೇಕು ಎಂದು ಒತ್ತಾಯಪೂರ್ವಕವಾಗಿ ಲೇಖನಿ ಹಿಡಿಸಿದಳು. ನನ್ನ ಪ್ರೀತಿಯ ಸಹೋದರಿಯರಾದ ಕಥಾಗುಚ್ಛದ ನಿರ್ವಾಹಕಿಯರು ಶ್ರೀಮತಿಯರಾದ ಸಂಧ್ಯಾ ಬದಾಮಿ, ನಾಗಲಕ್ಷ್ಮಿ ಪ್ರಸನ್ನಕುಮಾರ್, ಉಮಾ ಲೋಕೇಶ್, ಗಿರಿಜಾ ಭೂರಡ್ಡಿ, ವಿಜಯಾ ರಬನಾಳ್, ಲಕ್ಷ್ಮಿ ಸೀನು ಮತ್ತು ಪದ್ಮಾ ಶಾನಭಾಗ್ ಇವರೆಲ್ಲರೂ ನನಗೆ ನೀಡಿದ ಸಹಕಾರಕ್ಕೆ ಅವರೆಲ್ಲರಿಗೂ ಅಭಾರಿಯಾಗಿದ್ದೇನೆ.

ಕಥಾಗುಚ್ಛದಲ್ಲಿ ಕ್ರಮೇಣವಾಗಿ ನನ್ನ ಹಾಸ್ಯ ಬರಹಗಳನ್ನು ಬರೆಯಲು ಪ್ರಾರಂಭಿಸಿದೆ. ಕವನಗಳನ್ನು ಬರೆಯುವತ್ತಲೂ ಮನವು ವಾಲಿದಾಗ ಅಂತರಂಗದ ತುಡಿತಕ್ಕೆ ಸ್ಪಂದಿಸಿ ಕವನಗಳನ್ನೂ ಬರೆಯತೊಡಗಿದೆ. ಇತ್ತೀಚಿಗೆ ಮಂಗಳ ಮತ್ತು ಉದಯವಾಣಿ ಪತ್ರಿಕೆಗಳಿಗೆ ನನ್ನ ಇಬ್ಬರೂ ಗೆಳತಿಯರ ಒತ್ತಾಸೆಯ ಮೇರೆಗೆ ಕಳಿಸಿದ ಬರಹಗಳು ಪ್ರಕಟವಾದಾಗ ನನ್ನ ಮನಸ್ಸು ಗರಿಬಿಚ್ಚಿ ನಲಿಯಿತು !!

ಜೀವನ ಜೋಕಾಲಿಯನ್ನು ಬರೆಯಲು ಪ್ರಾರಂಭಿಸಿದ್ದೇ ನಮ್ಮ ಕಥಾಗುಚ್ಛದಲ್ಲಿ. ಪ್ರತಿದಿನವೂ ಒಂದೊಂದು ಭಾಗದಂತೆ ಹದಿನೆಂಟು ದಿನಗಳವರೆಗೆ ಮೂಡಿಬಂದ ಈ ಧಾರಾವಾಹಿಗೆ ಬಂದ ಕಥಾಗುಚ್ಛದ ಸದಸ್ಯರ ಸ್ಪಂದನೆ ಅಭೂತಪೂರ್ವವಾಗಿತ್ತು. ಪ್ರತಿಯೊಂದು ಭಾಗಗಳನ್ನೂ ತುಂಬಾ ಆಸಕ್ತಿಯಿಂದ ಓದಿ, ಸುಂದರವಾದ ಪ್ರತಿಕ್ರಿಯೆಗಳನ್ನು ನೀಡುತ್ತಿದ್ದ ಅವರೆಲ್ಲರ ಪ್ರೋತ್ಸಾಹ ನಿಜಕ್ಕೂ ಹೃದಯ ತುಂಬಿ ಬರುವಂತಿತ್ತು. ಜೀವನ ಜೋಕಾಲಿ ಚೆನ್ನಾಗಿ ಮೂಡಿ ಬಂದಿದೆ ಎಂದರೆ ಆ ಕೀರ್ತಿ ಅವರುಗಳಿಗೇ ಸಲ್ಲಬೇಕು. ಪ್ರತಿಕ್ರಿಯೆಗಳಲ್ಲಿ ಅನೇಕರು 'ಈ ಕಥೆಯನ್ನು ಪುಸ್ತಕ ಮಾಡಿಸಲೇ ಬೇಕು' ಎಂದು ಆಗ್ರಹಿಸಿದಾಗ 'ಈ ಕಥೆ ನಿಜಕ್ಕೂ ಪುಸ್ತಕ

ಮಾಡಿಸುವಂತಿದೆಯೇ?' ಎಂದು ನನ್ನ ಅಂತರಂಗವನ್ನೇ ನಾನು ಪ್ರಶ್ನಿಸಿಕೊಂಡದ್ದು ಸುಳ್ಳಲ್ಲ.

ಸಾಯಿಸುತೆ, ಅನಕೃ, ತ್ರಿವೇಣಿ, ಅಶ್ವಿನಿ ಮತ್ತು ಹೆಚ್ ಜಿ ರಾಧಾದೇವಿ ಮುಂತಾದ ದೊಡ್ಡ ಬರಹಗಾರ್ತಿಯರ ಅಭಿಮಾನಿ ನಾನು. ಹುಡುಕಾಡಿ ತಂದು ಅವರ ಕಾದಂಬರಿಗಳನ್ನು ಓದುತ್ತಿದ್ದೆ. ಕಥಾಗುಚ್ಛ ಪ್ರಾರಂಭವಾದ ಕೆಲವೇ ತಿಂಗಳುಗಳಲ್ಲಿ ಹೆಚ್ ಜಿ ರಾಧಾದೇವಿಯವರ ಪತಿ ಶ್ರೀಯುತ ಜಿ ಸುದರ್ಶನ್ ಭಟ್ (ಹಾಸ್ಯ ಬರಹಗಾರರು) ಅವರು ನಮ್ಮ ಕಥಾಗುಚ್ಛದಲ್ಲಿರುವ ವಿಷಯ ಗೊತ್ತಾಗಿ ತುಂಬಾ ಸಂತೋಷವಾಯ್ತು. ಹಾಸ್ಯಮಯವಾಗಿ ಎಲ್ಲರ ಬರಹಗಳಿಗೂ ಪ್ರತಿಕ್ರಯಿಸುತ್ತಿದ್ದರು. ಕಾಲನ ಕರೆಗೆ ಓಗೊಟ್ಟು ಅವರು ನಮ್ಮೆಲ್ಲರನ್ನು ಬಿಟ್ಟು ನಿರ್ಗಮಿಸಿದ ದಿನ ನಿಜಕ್ಕೂ ನಮ್ಮ ಕಥಾಗುಚ್ಛದ ಪಾಲಿಗೆ ಕರಾಳ ದಿನ. ತಂದೆಯ ಕೊನೆಯಾಶೆಯನ್ನು ಈಡೇರಿಸಲು ಅವರ ಮಗಳಾದ ಶ್ರೀಮತಿ ಶ್ರೀಲಕ್ಷ್ಮೀ ಭಟ್ ಅವರು ಕಥಾಗುಚ್ಛದ 'ಹಸಿರು ಗಾಜಿನ ಬಳೆಗಳೇ' ಕವನಕ್ಕೆ ಪ್ರಾಯೋಜಿಸಿದ್ದಲ್ಲದೇ ಪುಸ್ತಕ ಬಿಡುಗಡೆಗೆ ಉಪಸ್ಥಿತರಿದ್ದು, ಕಾರ್ಯಕ್ರಮವನ್ನು ನೋಡಿ ಹರ್ಷಿಸಿದರು. ವಿನಯವಂತಿಕೆ ಮತ್ತು ಧಾರಾಳ ಗುಣಗಳನ್ನು ಹೊಂದಿರುವ ಸಹೋದರಿ ತಾಯಿಗೆ ತಕ್ಕ ಮಗಳು. ಅನೇಕ ಕಾದಂಬರಿಗಳನ್ನು ಬರೆದಿದ್ದಾರೆ. ಮತ್ತು ಇವರೊಬ್ಬ ಪ್ರಸಿದ್ಧ ಅನುವಾದಕಿ. ಕಥಾಗುಚ್ಛದಲ್ಲಿ ಪ್ರತಿ ತಿಂಗಳೂ ತಮ್ಮ ತಂದೆ – ತಾಯಿಯವರ ಹೆಸರಿನಲ್ಲಿ ಸ್ಪರ್ಧೆಗಳನ್ನು ಏರ್ಪಡಿಸಿ ವಿಜೇತರಿಗೆ ಪುಸ್ತಕ ಬಹುಮಾನಗಳನ್ನು ಮತ್ತು ಗೌರವ ಕಾಣಿಕೆಗಳನ್ನು ಕೊಟ್ಟು ಬರಹಗಾರರನ್ನು ಪ್ರೋತ್ಸಾಹಿಸುತ್ತಿದ್ದಾರೆ. ಜೀವನ ಜೋಕಾಲಿ ಕಥೆಯನ್ನು ಪ್ರತಿದಿನವೂ ಓದಿ ಪ್ರತಿಕ್ರಿಯಿಸಿದ್ದಾರೆ. ಪುಸ್ತಕಕ್ಕೆ ಬೆನ್ನುಡಿ ಬರೆದುಕೊಡಲು ಕೇಳಿಕೊಂಡಾಗ ಮನಃಪೂರ್ವಕವಾಗಿ ಸಮ್ಮತಿಸಿದರು. ನನ್ನ ನೆಚ್ಚಿನ ಕಾದಂಬರಿಗಾರ್ತಿ ಶ್ರೀಮತಿ ಹೆಚ್.ಜಿ ರಾಧಾದೇವಿ ಅವರ ಮಗಳಿಂದ ನನ್ನ ಪುಸ್ತಕಕ್ಕೆ ಬೆನ್ನುಡಿ ದೊರೆತದ್ದು ನನ್ನ ಭಾಗ್ಯ !! ಶ್ರೀಲಕ್ಷ್ಮೀ ಭಟ್ ಅವರಿಗೆ ನನ್ನ ಕೃತಜ್ಞತೆಗಳನ್ನು ಸಲ್ಲಿಸುತ್ತೇನೆ.

ಶಿಕ್ಷಣ ಕಾಶಿ ಧಾರವಾಡದಲ್ಲಿ ಯಾರದ್ದೇ ಮನೆಯ ಬಾಗಿಲು ತಟ್ಟಿದರೂ ಅದು ಒಬ್ಬ ಸಾಹಿತಿಯ ಮನೆಯೇ ಆಗಿರುತ್ತದೆ ಎಂಬ ಮಾತಿಗೆ ಪುಷ್ಟಿ ಕೊಡುವಂತೆ ನಮ್ಮ ಹಿರಿಯ ಸಹೋದರಿಯಾದ ಶ್ರೀಮತಿ ಸುಮಂಗಲಾ ದಾಂಡೇವಾಲೆ ಅವರ ಬಗ್ಗೆ ಧಾರವಾಡದಲ್ಲಿ ಗೊತ್ತಿಲ್ಲದವರೇ ಇಲ್ಲ. ಅವರ ಬಗ್ಗೆ ಬರೆಯಲು ನಿಜಕ್ಕೂ ಪದಗಳ ಕೊರತೆ ಕಾಣುತ್ತದೆ. ಅಪಾರ ಪಾಂಡಿತ್ಯವನ್ನು ಹೊಂದಿದ ಸರಳ ಸದ್ಗುಣಿ ಮತ್ತು ಜ್ಞಾನದ ಭಂಡಾರವನ್ನೇ ತಮ್ಮ ಮಸ್ತಿಷ್ಕದಲ್ಲಿರಿಸಿಕೊಂಡ ಮಹಾನ್ ಪ್ರತಿಭಾವಂತರು ಶ್ರೀಮತಿ ಸುಮಂಗಲಾ ದಾಂಡೇವಾಲೆಯವರು. ಸಂಸ್ಕೃತದಲ್ಲಿ ಮಾಸ್ಟರ್ ಡಿಗ್ರಿ

ಪಡೆದಿದ್ದಾರೆ. ಧಾರವಾಡ ಮತ್ತು ಬೆಂಗಳೂರು ಆಕಾಶವಾಣಿಯಲ್ಲಿ ಇವರ ಶಿಕ್ಷಣಕ್ಕೆ ಸಂಭಂದಿಸಿದ ಪಾಠಗಳು ಬಿತ್ತರಗೊಂಡಿವೆ. ಸಂಸ್ಕೃತದಲ್ಲಿ ಮತ್ತು ಕನ್ನಡದಲ್ಲಿ ಅನೇಕ ಜನಪ್ರಿಯ ನಾಟಕಗಳು ಲೋಕಾರ್ಪಣೆಗೊಂಡಿವೆ. ಶಿಕ್ಷಣಕ್ಕೆ ಸಂಭಂದಿಸಿದ ಹಲವಾರು ಬರಹಗಳು ಪತ್ರಿಕೆಗಳಲ್ಲಿ ಪ್ರಕಟವಾಗಿವೆ. ಕರ್ನಾಟಕದ ಹಲವೆಡೆ ಶೈಕ್ಷಣಿಕ ಕಾರ್ಯಕ್ರಮಗಳಲ್ಲಿ ಭಾಗವಹಿಸಿದ್ದಾರೆ. ಅಲ್ಲದೇ ಹೊರ ರಾಜ್ಯಗಳಲ್ಲೂ ಅನೇಕ ಸಮ್ಮೇಳನಗಳಲ್ಲಿ ಭಾಗವಹಿಸಿದ ಹಿರಿಮೆ ನಮ್ಮ ಸಹೋದರಿಯವರದ್ದು.

ಪ್ರತಿಷ್ಠಿತ ಕರ್ನಾಟಕ ಎಜುಕೇಶನ್ ಬೋರ್ಡ್ ನಲ್ಲಿ ಸುಮಾರು ನಲವತ್ತು ವರ್ಷಗಳವರೆಗೆ ಶಿಕ್ಷಕಿಯಾಗಿ ಸೇವೆ ಸಲ್ಲಿಸಿದ್ದು ಮಹತ್ವದ ವಿಷಯವಾಗಿದೆ. ಬೆಂಗಳೂರಿನ ಡಿ. ಎಸ್. ಆರ್. ಟಿ ಯಲ್ಲಿ ಸ್ಕ್ರಿಪ್ಟ್ ರೈಟರ್ ಎಂದು ಆಯ್ಕೆ ಆಗಿದ್ದು, ಟೆಕ್ಸ್ಟ್ ಬುಕ್ ಕಮಿಟಿಯಲ್ಲಿ ಸದಸ್ಯೆ ಕೂಡ ಆಗಿದ್ದು ಗಮನಾರ್ಹ ಸಂಗತಿಯಾಗಿದೆ. ಕರ್ಷ್ ಜ್ಞಾನ ಫೌಂಡೇಶನ್' ಈ ಸಂಸ್ಥೆಯ ಸಂಸ್ಥಾಪಕಿಯಾಗಿರುವವರು ಶ್ರೀಮತಿ ಸುಮಂಗಲಾ ದಾಂಡೇವಾಲೆ ಅವರು. ಇದು ಮಕ್ಕಳ ಬುದ್ಧಿಮತ್ತೆ ಹೆಚ್ಚಿಸಲು ಗಣಿತದ ಸರಳ ಉಪಾಯಗಳನ್ನು ಬಳಸಿ ವೇದಿಕ್ ಗಣಿತ ಭೋದಿಸುವ ಏಕೈಕ ಸಂಸ್ಥೆಯಾಗಿದೆ.

ಜೀವನ ಜೋಕಾಲಿಗೆ ಮುನ್ನುಡಿಯನ್ನು ಬರೆದುಕೊಡಲು ವಿನಂತಿಸಿಕೊಂಡಾಗ ತುಂಬು ಹೃದಯದಿಂದ ಹಾರೈಸಿ ಬರೆದುಕೊಟ್ಟರು. ಸಹೋದರಿಯವರಿಗೆ ಅಭಾರಿಯಾಗಿದ್ದೇನೆ.

ಪತ್ರಿಕೆಗಳಲ್ಲಿ ಬಂದ ನನ್ನ ಬರಹಗಳನ್ನು ಓದಿ 'ನಿಂಗೆ ಹೀಗೆಲ್ಲಾ ಬರೆಯೋಕೂ ಬರುತ್ತಾ?' ಎಂದು ಆಶ್ಚರ್ಯಪಟ್ಟು, ನನ್ನ ಬರಹಗಳಿಗೆ ಪ್ರೋತ್ಸಾಹಿಸುತ್ತಿರುವ ನನ್ನ ಮನೆಯವರಾದ ಶ್ರೀ ಪ್ರಕಾಶ್ ಜೋಶಿಯವರ ಸಹಕಾರವನ್ನು ಸ್ಮರಿಸುತ್ತೇನೆ. ನನ್ನ ಸ್ನೇಹಿತರಂತಿರುವ ಮುದ್ದು ಮಕ್ಕಳು ಸಂತೋಷ್ ಮತ್ತು ಶ್ರೀಮತಿ ಪವಿತ್ರಾ, ನನ್ನ ಮಗಳಂತೇ ನನ್ನನ್ನು ಪ್ರೀತಿಸುವ ನನ್ನ ಸೊಸೆ ಶ್ರೀಮತಿ ಮಾಧುರಿ ಮತ್ತು ನನ್ನ ಅಳಿಯ ಶ್ರೀ ಪ್ರವೀಣ್ ಅವರೆಲ್ಲರ ಸಹಕಾರವನ್ನು ಮನಃಪೂರ್ವಕವಾಗಿ ಸ್ಮರಿಸುತ್ತೇನೆ. ನನ್ನ ಮಗ ಸಂತೋಷನ ಅತೀವ ಒತ್ತಾಯದ ಮೇರೆಗೆ ಈ ಪುಸ್ತಕ ಪ್ರಕಟವಾಗುತ್ತಿದೆ. ನಿಜಕ್ಕೂ ಇದು ನನ್ನ ಭಾಗ್ಯ !!

ನನ್ನ ಬರಹಕ್ಕೆ ಪ್ರೋತ್ಸಾಹ ನೀಡಿದ ನನ್ನ ತಾಯಿ, ಅತ್ತಿಗೆಯಂದಿರು, ನಾದಿನಿಯರು, ತಮ್ಮ, ನಾದಿನಿ ಅಲ್ಲದೇ ನನ್ನ ಬಂಧುಗಳಿಗೂ ಧನ್ಯವಾದಗಳನ್ನು ಅರ್ಪಿಸುವೆ.

ನನ್ನ ಕಾದಂಬರಿಯಲ್ಲಿಯ ತಪ್ಪುಗಳನ್ನು ತಿದ್ದಿ, ಅಂದವಾದ ಚಿತ್ರದ ಹೊದಿಕೆ ಕೊಟ್ಟು, ಸಕಾಲದಲ್ಲಿ ಮುದ್ರಿಸಿಕೊಟ್ಟ ಆತ್ಮೀಯರಾದ ಶ್ರೀ ಅಜಯ್ ಕುಮಾರ್ H S R A publications ಇವರಿಗೂ ಅಭಾರಿಯಾಗಿರುತ್ತೇನೆ.

ಕಥಾಗುಚ್ಚವನ್ನು ಪ್ರಾರಂಭಿಸುತ್ತಿದ್ದೇನೆ ಎನ್ನುವ ವಿಷಯ ತಿಳಿಸಿದಾಗ, ಮನದುಂಬಿ ಹರಸಿದ, ಪ್ರೀತಿಯಿಂದ 'ಅಮ್ಮಾ' ಎಂದು ಸಂಭೋದಿಸುವ, ಪ್ರತಿಲಿಪಿ ಸಂಪಾದಕರಾದ ಶ್ರೀಯುತ ಅಕ್ಷಯ್ ಬಾಳೆಗೆರೆ ಅವರಿಗೂ ಧನ್ಯವಾದಗಳನ್ನು ತಿಳಿಸುತ್ತೇನೆ.

ದುಬೈಯಲ್ಲಿ ನೆಲೆಸಿರುವ ನನ್ನ ತಂಗಿ ಶ್ರೀಮತಿ ವೀಣಾ ದೇವಗಿರಿ ಇವರು ಅದ್ಭುತವಾದ ಚಿತ್ರ ಕಲಾವಿದೆ. ದುಬೈಯಲ್ಲಿ ೨೦ ವರ್ಷ ಆರ್ಟ್ ಟೀಚರ್ ಆಗಿ ಸೇವೆ ಸಲ್ಲಿಸಿದ್ದಾರೆ. ದುಬೈಯಲ್ಲಿ ಮಾತ್ರವಲ್ಲದೇ ಬೇರೆ ಬೇರೆ ದೇಶಗಳಲ್ಲಿ ಮತ್ತು ಭಾರತದಲ್ಲಿಯೂ ಅನೇಕ ಕಡೆ ಅವರ ಚಿತ್ರಗಳು ಪ್ರದರ್ಶಿಸಲ್ಪಟ್ಟಿವೆ. ನನ್ನ ಬೇಡಿಕೆಗೆ ತುಂಬಾ ಖುಷಿಯಿಂದ "ಜೀವನ ಜೋಕಾಲಿ" ಪುಸ್ತಕದ ರಕ್ಷಾಪುಟಕ್ಕೆ ತಾವೇ ಚಿತ್ರಿಸಿದ ಸುಂದರವಾದ ಪೇಂಟಿಂಗ್ ಕೊಟ್ಟು ಕಥೆಯ ಹೆಸರಿಗೆ ಮೆರುಗು ನೀಡಿದ್ದಾರೆ. ಅವರಿಗೆ ನಾನು ಅಭಾರಿಯಾಗಿರುತ್ತೇನೆ.

ಇದು ನನ್ನ ಮೊದಲ ಕಿರು ಕಾದಂಬರಿ. ಓದುಗರ ಸಲಹೆಗಳಿಗೆ ಸದಾ ಸ್ವಾಗತವಿದೆ. ನಿಮ್ಮೆಲ್ಲರ ಹಾರೈಕೆಯಿರಲಿ.

ಧನ್ಯವಾದಗಳು
೧೦ – ೧೨– ೨೦೧೯

ಶ್ರೀಮತಿ ಲತಾ ಜೋಶಿ
ನೆಹರು ನಗರ
ಎಲೆಕ್ಟ್ರಿಕ್ ಗ್ರಿಡ್ ಹತ್ತಿರ
ರೈಲ್ವೆ ಸ್ಟೇಷನ್ ರೋಡ್
ಬ್ಯಾಡಗಿ – ೫೮೧೧೦೬
ಮೊ : ೭೮೯೨೧೫೬೩೫೬

ಆಶಯ ನುಡಿಗಳು

ಅಮ್ಮಾ, ಹೀಗೇ ಬರೀತಾ ಇರಿ

ಜೀವನ ಜೋಕಾಲಿ ತುಂಬಾ ಚೆನ್ನಾಗಿ ಮೂಡಿ ಬಂದಿದೆ. ನಾನು ಲತಾ ಜೋಶಿಯವರ ಮಗನಾದರೂ, ಹವ್ಯಾಸಗಳ ವಿಷಯಕ್ಕೆ ಬಂದಾಗ ಅವರ ತದ್ವಿರುದ್ಧ. ಅವರಿಗೋ ಓದುವ ಹವ್ಯಾಸ ಅಪಾರ. ಕಥಾಗುಚ್ಛವನ್ನು ಶುರು ಮಾಡಿದ ಮೇಲೆ ಅವರ ಓದಿನ ಜೊತೆಗೆ ಬರಹವೂ ಪ್ರಾರಂಭವಾಯ್ತು. ಯಾವುದೇ ಪುಸ್ತಕ ಸಿಕ್ಕರೂ ಓದುವ ಆಸಕ್ತಿ ನಮ್ಮ ಅಮ್ಮನಿಗೆ. ಕೆಲವು ದಿನಗಳ ಹಿಂದೆ ಒಂದು ಕಥೆ ಬರೀತಾ ಇದ್ದೀನಿ ಅಂದರು. ನಾನು ಹೆಚ್ಚು ಆಸಕ್ತಿ ತೋರಿಸಲಿಲ್ಲಾ. ಪ್ರತಿದಿನ ಬರೆದ ಜೀವನ ಜೋಕಾಲಿಯ ಭಾಗವನ್ನು ಓದಲು ಹೇಳಿದಾಗಲೂ, 'ಹುಂ ಓದಿದೆ. ಚೆನ್ನಾಗಿ ಬರೆದಿದ್ದೀರಿ' ಅಂತಿದ್ದೆ. ಕೆಲವು ಭಾಗಗಳವರೆಗೂ ಸುಳ್ಳು ಹೇಳುತ್ತಲೇ ಬಂದೆ. ಕ್ರಮೇಣ ಕಥಾಗುಚ್ಛದಲ್ಲಿ ಅಮ್ಮ ಬರೆದ ಕಥೆಗೆ ಬರುತ್ತಿರುವ ಅದ್ಭುತವಾದ ಪ್ರತಿಕ್ರಿಯೆಗಳನ್ನು ನೋಡಿ ನನ್ನಷ್ಟಕ್ಕೆ ನಾನೇ ಪ್ರತಿಯೊಂದು ಭಾಗವನ್ನೂ ಓದಲು ಪ್ರಾರಂಭಿಸಿದೆ. ಹೇಗೆ ಓದಿ ಮುಗಿಸಿದೆ ಅನ್ನುವುದೇ ಗೊತ್ತಾಗಲಿಲ್ಲ. ಅಷ್ಟೊಂದು ಕುತೂಹಲ ಮತ್ತು ಆಕರ್ಷಣೆ ಈ ಕಥೆಯಲ್ಲಿದೆ.

ಈಗಿನ ಮಕ್ಕಳ ಮನೋಭಾವ, ವಯೋಸಹಜ ಆಶೆಗಳು, ಅದರಿಂದ ಆಗುವ ತೊಂದರೆಗಳು ಮತ್ತು ಆ ಸಮಸ್ಯೆಗಳಿಂದ ಹೇಗೆ ಹೊರಬಂದರು ಅನ್ನುವುದನ್ನು ತುಂಬಾ ಚೆನ್ನಾಗಿ ಬರೆದಿದ್ದಾರೆ. ಜೀವನ ಜೋಕಾಲಿ ಕಥೆಯನ್ನು ಓದಿ ನಾನೇ ಅಮ್ಮನಿಗೆ ಪುಸ್ತಕ ಮಾಡಿಸಲು ಒತ್ತಾಯಪಡಿಸಿದೆ. ಜೀವನ ಜೋಕಾಲಿ ಪ್ರಕಟವಾಗುತ್ತಿರುವುದು ನಮಗೆ ಹೆಮ್ಮೆಯ ವಿಷಯ.

'ಅಮ್ಮಾ, ಹೀಗೇ ಬರೀತಾ ಇರಿ. ನೂರಾರು ಕಾದಂಬರಿಗಳು ನಿಮ್ಮಿಂದ ಹೊರಬರಲಿ. ಆ ಶುಭಘಳಿಗೆಯನ್ನು ಎದುರು ನೋಡುತ್ತೇವೆ.'

ಸಂತೋಷ್ ಜೋಶಿ

ನಮ್ಮ ಅಮ್ಮ, ನಮ್ಮ ಹೆಮ್ಮೆ

ನನ್ನ ಅಮ್ಮ ಶ್ರೀಮತಿ ಲತಾ ಜೋಶಿ ಅವರು ಬರೆದಿರುವ ಮೊಟ್ಟ ಮೊದಲ ಕಾದಂಬರಿ ತುಂಬಾ ಸುಂದರವಾಗಿ ಮೂಡಿಬಂದಿದೆ. ಅಮ್ಮ ಬರೆದ ಕಾದಂಬರಿಗೆ ಆಶಯ ನುಡಿ ಬರೆಯಲು ಸಿಕ್ಕಿದ್ದು ನನಗೆ ತುಂಬಾ ಸಂತೋಷವೆನಿಸುತ್ತಿದ್ದೆ. ಪಾತ್ರಧಾರಿ ಮಾಧವಿ ಸ್ವಭಾವದವಳಾದ ನನ್ನ ಅಮ್ಮ, ತನ್ನ ಆದರ್ಶ ಸ್ವಭಾವವನ್ನೇ ಎರಕ ಹೊಯ್ದು ಕಾದಂಬರಿಯನ್ನು ಅಷ್ಟೇ ಅಚ್ಚುಕಟ್ಟಾಗಿ ಬರೆದಿದ್ದಾರೆ. ಕೂಡು ಕುಟುಂಬದ ಅನೇಕ ಸಮಸ್ಯೆಗಳನ್ನು ಬಗೆಹರಿಸುವ ಪರಿ, ಗಂಡ ಮತ್ತು ಮಕ್ಕಳನ್ನು ನಿಭಾಯಿಸಿಕೊಂಡು ಹೋಗುವ ರೀತಿ ಜೊತೆಗೆ ಹಿರಿಯರಿಗೆ ಗೌರವ ಕೊಡುತ್ತ ಅವರಿಗೆ ಮನೆಯ ಯಾವುದೇ ಸಮಸ್ಯೆಯನ್ನು ತಿಳಿಸದೇ, ಅವರ ಮನಸ್ಸಿಗೆ ನೋವು ಕೊಡದಂತೆ ಸರಿಪಡಿಸುವ ರೀತಿ ಎಲ್ಲವೂ ತುಂಬಾ ಸುಂದರವಾಗಿ ಮೂಡಿಬಂದಿದೆ. ಸಂಸಾರವನ್ನು ಅಚ್ಚುಕಟ್ಟಾಗಿ ನಡೆಸಿಕೊಂಡು ಹೋಗುವಂತೆ ತಮ್ಮ ಬರಹವನ್ನು ಕೂಡಾ ಎಲ್ಲಿಯೂ ಸಿಕ್ಕಾಗದಂತೆ ಕುತೂಹಲಕಾರಿಯಾಗಿ ಬರೆದಿದ್ದಾರೆ. ಇದೇ ರೀತಿ ನಮ್ಮ ಅಮ್ಮ ಇನ್ನೂ ಹೆಚ್ಚಿನ ಯಶಸ್ಸನ್ನು ಪಡೆಯಲಿ. ಇನ್ನೂ ಹೆಚ್ಚಿನ ಸಂಖ್ಯೆಯಲ್ಲಿ ಕಾದಂಬರಿ, ಕಥೆಗಳು ಪುಸ್ತಕರೂಪದಲ್ಲಿ ಪ್ರಕಟಗೊಳ್ಳಲಿ ಎಂದು ತುಂಬು ಹೃದಯದಿಂದ ಹಾರೈಸುತ್ತೇನೆ.

ಪವಿತ್ರಾ ಪ್ರವೀಣ್
(ಪವಿತ್ರಾ ಜೋಶಿ)

ಒಂದು ಒಳ್ಳೆಯ ಕಾದಂಬರಿ

ಜೀವನ ಜೋಕಾಲಿ ಒಂದು ಒಳ್ಳೆಯ ಕಾದಂಬರಿ. ನನ್ನ ಅಮ್ಮ ಚಿಕ್ಕ ಪುಟ್ಟ ಬರಹ ಮಾತ್ರ ಬರೀತಿದ್ರು. ಈಗ ಅವರ ಮೊದಲನೇ ಕಾದಂಬರಿ ಆಶ್ಚರ್ಯ ಆಗುವ ರೀತಿಯಲ್ಲಿ ಮೂಡಿ ಬಂದಿದೆ. ಅಮ್ಮಾ ಈ ಮಟ್ಟಕ್ಕೆ ಬರಲು ಬರವಣಿಗೆಯಲ್ಲಿರುವ ಅವರ ಶ್ರದ್ಧೆಯೇ ಕಾರಣ. ಅವರಲ್ಲಿ ಇರುವ ಮಮತೆ, ತಾಳ್ಮೆ ಮತ್ತು ಸಹನೆಯ ಗುಣಗಳೇ ಮಾಧವಿ ಪಾತ್ರದ ಮೂಲಕ ಹೊರಬಂದಿವೆ. ಈ ಕಾದಂಬರಿಯಲ್ಲಿ ತಲೆಮಾರುಗಳಲ್ಲಿನ ಅಂತರ ತುಂಬಾ ಚೆನ್ನಾಗಿ ಕಂಡುಬರುತ್ತದೆ. ಟಿಕ್ ಟಾಕ್ ಮತ್ತು ಸೆಲ್ಫಿಗಳು ಮಕ್ಕಳನ್ನು ಯಾವ ರೀತಿಯಲ್ಲಿ ದಾರಿ ತಪ್ಪಿಸುತ್ತವೆ ಅನ್ನುವದನ್ನು ಗುರಿಯಾಗಿಟ್ಟುಕೊಂಡು

ಮಕ್ಕಳನ್ನು ಸರಿಯಾದ ಮಾರ್ಗದಲ್ಲಿ ಬೆಳೆಸುವ ಸಂದೇಶ ಕೊಟ್ಟು ತುಂಬಾ ಚೆನ್ನಾಗಿ ಬಿಂಬಿಸಿದ್ದಾರೆ. ಮಕ್ಕಳ ಮನಸ್ಸು ಮೃದುವಾದ ಮೇಣದಂತೆ. ನಯವಾಗಿ ತಿಳಿಹೇಳಿ ದಾರಿಗೆ ತರಬೇಕು ಎನ್ನುವುದನ್ನು ಮಾರ್ಮಿಕವಾಗಿ ಬರೆದಿದ್ದಾರೆ. ಒಳ್ಳೆಯತನವೇ ಗೆಲ್ಲುವುದು ಎನ್ನುವುದನ್ನು ಈ ಕಥೆಯ ಮೂಲಕ ತಿಳಿಯಬಹುದಾಗಿದೆ. ಮುಂದೆ ಏನಾಗುತ್ತೋ ಎನ್ನುವ ಕುತೂಹಲ ಕೊನೆಯವರೆಗೂ ಕಾಯ್ದುಕೊಂಡಿದ್ದಾರೆ. ನಮ್ಮ ಅಮ್ಮ ಕಾದಂಬರಿಗಾರ್ತಿಯಾಗಿ ಗುರುತಿಸಿಕೊಳ್ಳುತ್ತಿರುವುದು ಹೆಮ್ಮೆ ಅನಿಸುತ್ತಿದೆ. ಯಾವುದೇ ಸಮಸ್ಯೆಯನ್ನು ನಗು ನಗುತ್ತಾ ನಿಭಾಯಿಸುವ ನನ್ನಮ್ಮ ತುಂಬಾ ಚತುರೆ. ಅಮ್ಮ ಇನ್ನೂ ಹೆಚ್ಚು ಕಾದಂಬರಿಗಳನ್ನು ಬರೆಯಬೇಕು ಅನ್ನುವುದೇ ನನ್ನ ಮಹದಾಶೆ.

ಮಾಧುರಿ ಸಂತೋಷ್ ಜೋಶಿ
(ಮಾಧುರಿ ಅಡಿಗ)

ಒಂದು ಸುಂದರ ಸಾಂಸಾರಿಕ ಕತೆ

ಗೆಳತಿ ಲತಾ ಜೋಶಿ ಯಾವಾಗಲೂ ಆಡುತ್ತಿದ್ದ ಮಾತು "ನಾನು ಓದುಗಳು, ಬರಹಗಾರಳಲ್ಲ. ಬರೆಯುವವರಿಗೆ ಬೆಂಬಲ ಕೊಡ್ತಿನಿ" ಎಂದು. ಬಹುಶಃ ಆ ಕಾರಣದಿಂದಾಗಿಯೇ ನನ್ನ ಅವರ ನಡುವಿನ ಸ್ನೇಹ ಭದ್ರವಾಯಿತೇನೋ.. !! ಓದು ಜ್ಞಾನವನ್ನು ವಿಸ್ತರಿಸುತ್ತದೆ, ವಾದ ಅಂತರವನ್ನು ವಿಸ್ತರಿಸುತ್ತದೆ" ಅವರಲ್ಲಿ ಓದಿನ ಹಸಿವು ಎಷ್ಟಿದೆ ಎಂದರೆ, ಮಿರ್ಚಿ ಮಂಡಕ್ಕಿ ಪೊಟ್ಟಣವನ್ನು ತಿಂದ ನಂತರ ಕೈ ಒರೆಸಿ ಎಸೆಯದೆ ಅದರ ಮೇಲೊಮ್ಮೆ ಕಣ್ಣು ಹಾಯಿಸುವ ಚಟ ಅವರದ್ದು. ಸತತ ಓದಿನ ಫಲ ಮತ್ತು ಒಂದು 'ಸುಸಂದರ್ಭದಲ್ಲಿ ಬೇಸರವಾದಾಗ' ಉಂಟಾದ ಛಲದ ಫಲವೇ ಜೀವನ ಜೋಕಾಲಿ. ಇದೊಂದು ಅಮೂಲ್ಯ ಕೃತಿ. ಒಂದು ಸುಂದರ ಸಾಂಸಾರಿಕ ಕತೆ. ಕಥಾಗುಚ್ಛದಲ್ಲಿ ಪ್ರಕಟವಾಗಿ ಅತ್ಯಧಿಕ ಪ್ರತಿಕ್ರಿಯೆ ಪಡೆದು, ತನ್ನದೇ ಆದ ಅಭಿಮಾನಿ ವಲಯವನ್ನು ಸೃಷ್ಟಿಸಿಕೊಂಡ ಕಿರು ಕಾದಂಬರಿ. ನನ್ನ ಗೆಳತಿಯ ಚೊಚ್ಚಲ ಕೃತಿ ಸಾಹಿತ್ಯಾಭಿಮಾನಿಗಳ ಮನಸೆಳೆಯುವುದರಲ್ಲಿ ಸಂಶಯವಿಲ್ಲ. ಶುಭವಾಗಲಿ.

ಸುಮಾ ಕಳಸಾಪುರ.
ಶಿವಮೊಗ್ಗ

ಚೆಂದದ ಧಾರಾವಾಹಿ

ಇಂದಿನ ದಿನಗಳಲ್ಲಿ ಒಟ್ಟು ಕುಟುಂಬ ಎನ್ನುವುದು ವಿರಳವಾಗಿದೆ ಇದ್ದರೂ ಅಪರೂಪ. ಕೂಡಿ ಬಾಳಿದರು ಮನಸ್ತಾಪ ಅದನ್ನು ತಿದ್ದಿ ತೀಡುವ ಪಾತ್ರಗಳನ್ನು ತುಂಬಾ ಚೆನ್ನಾಗಿ ಸೃಷ್ಟಿಸಿದ್ದೀರಿ. ಹಳ್ಳಿಯ ವರ್ಣನೆ. ಮನೆಯಲ್ಲಿ ಗೃಹಿಣಿ ಹೇಗೆ ಸಂಸಾರದ ರಥ ಎಳೆಯಬೇಕು, ಮಕ್ಕಳನ್ನು ಬೆಳೆಸುವ ಬಗೆ, ಗಂಡನ ಜವಾಬ್ದಾರಿ. ಓದುತ್ತಾ ಕ್ಷಣ ಕ್ಷಣವೂ ಕಾತುರ ಮೂಡಿಸಿ ಕೊನೆಯವರೆಗೂ ಕುತೂಹಲ ಕೆರಳಿಸಿದ ಚೆಂದದ ಧಾರಾವಾಹಿ. ಮೊದಲ ಪ್ರಯತ್ನವೇ ಆದರೂ ಓದಲು ಮುದನೀಡಿತು ಹೀಗೆ ಓದುಗರಿಗೆ ನಿಮ್ಮ ಧಾರಾವಾಹಿಗಳು ಸತತವಾಗಿ ರಸದೌತಣ ಉಣಬಡಿಸಲಿ ಅಕ್ಕ.

ಉಮಾ ಲೋಕೇಶ್

ಹೆಣ್ಣು ಸಂಸಾರದ ಕಣ್ಣು

ಎಲ್ಲರ ಜೀವನವೂ ಜೋಕಾಲಿನೇ ಅಲ್ಲವೇ, ಇಂತಹ ಒಂದು ಸವಿಯಾದ ಮೊದಲ ಕಿರುಕಾದಂಬರಿಯನ್ನು, ನನ್ನ ಮೆಚ್ಚಿನ ಸಹೃದಯಿ ಸೋದರಿ ಸಮಾನರಾದ ಶ್ರೀಮತಿ ಲತಾ ಜೋಶಿಯವರು ಪುಸ್ತಕ ರೂಪದಲ್ಲಿ ಬಿಡುಗಡೆ ಮಾಡುತ್ತಿರುವುದು ತುಂಬಾ ಸಂತೋಷದ ವಿಷಯ.

ಲತಾ ಜೋಶಿಯವರು ಎಂದರೆ ಬರಿ ಕಥಾಗುಚ್ಛಕ್ಕೆ ಅಷ್ಟಕ್ಕೆ ಮೀಸಲಾಗಿಲ್ಲ, ಈ ಸ್ನೇಹಮಯಿ ಸಹೋದರಿ ಯಾರೇ ಎರೆಡು ಸಾಲು ಬರೆದರೂ, ಅಂತಹವರನ್ನು ಪ್ರೋತ್ಸಾಹಿಸಿ, ಒಳ್ಳೆಯ ಬರಹಗಾರರನ್ನಾಗಿ ಮಾಡಿದ್ದಾರೆ.

"ಜೀವನ ಜೋಕಾಲಿ" ಇದೊಂದು ಅಮೂಲ್ಯ ಕೃತಿ, "ಹೆಣ್ಣು ಸಂಸಾರದ ಕಣ್ಣು" ಎಂಬಂತೆ ಮಾಧವಿಯ ಪಾತ್ರ ನನ್ನ ಅಚ್ಚು ಮೆಚ್ಚಿನ ಪಾತ್ರ, ಕಾದಂಬರಿ ಓದುವಾಗಲೂ ಮುಂದಿನ ಸಂಚಿಕೆಯನ್ನು ಕಾತರದಿಂದ ಕಾಯೋಹಾಗೆ ಮಾಡುತ್ತದೆ. ತುಂಬಾ ಒಳ್ಳೆಯ ಸಂಸಾರಿಕ ಕಾದಂಬರಿ. ಇದಕ್ಕೆ ನಾನು ಆಶಯನುಡಿ ಬರೆಯುವ ಅವಕಾಶ ಬಂದಿರುವುದು ನನ್ನ ಪೂರ್ವಜನ್ಮದ ಪುಣ್ಯವೇ ಸರಿ.

ಶ್ರೀಮತಿ ವಿಜಯಾ ರಬನಾಳ್

ಒಂದು ಉತ್ಕೃಷ್ಟ ಸಾಂಸಾರಿಕ ಕಥೆ

'ಜೀವನ ಜೋಕಾಲಿ' ಒಂದು ಉತ್ಕೃಷ್ಟ ಸಾಂಸಾರಿಕ ಕಥೆಯನ್ನೊಳಗೊಂಡ ಸಣ್ಣ ಕಾದಂಬರಿ. ನನ್ನ ಪ್ರೀತಿಯ ಅಕ್ಕ ಶ್ರೀಮತಿ ಲತಾ ಜೋಷಿಯವರ ಕನಸಿನ ಪಾತ್ರಗಳು ಅವರ ಮನದ ಮಾತುಗಳೊಂದಿಗೆ ನರ್ತನಗೈದು ಓದುಗರ ಮನಸೂರೆಗೊಂಡಿವೆ. ಶ್ರೀಯುತರ ಮೊದಲ ಕಾದಂಬರಿ ಇದಾಗಿದ್ದು, ಅವರ ನಿರುಪಣಾ ಶೈಲಿ ಅದ್ಭುತವಾದ ಸೆಳೆತ ಹೊಂದಿರುವುದು ಗಮನಾರ್ಹ. ಕಥೆಯ ಓಘ ಸರಾಗವಾಗಿ ಹಾಗೂ ಕುತೂಹಲಕಾರಿಯಾಗಿ ಮುಂದುವರೆಯೋದು ಓದುಗನಿಗೆ ಅಷ್ಟೇ ಸಂತಸ ಕೊಡುತ್ತದೆ.

ಇವರಿಂದ ಇಂತಹಾ ಹಲವಾರು ಅತ್ಯುತ್ತಮ ಕಥೆಗಳು, ಕಾದಂಬರಿಗಳು ಮೂಡಿಬರಲಿ, ಅಂತಹಾ ಶಕ್ತಿಯನ್ನು ಅವರಿಗೆ ನೀಡೆಂದು ದೇವರಲ್ಲಿ ಪ್ರಾರ್ಥನೆ ಮಾಡುತ್ತಾ ಈ ಮೂಲಕ ಶುಭ ಕೋರುವೆ.

ನಾಗಲಕ್ಷ್ಮಿ ಪ್ರಸನ್ನಕುಮಾರ್
ಬೆಂಗಳೂರು

ನಾ ಓದುಗಳಷ್ಟೇ...

ನಾ ಓದುಗಳಷ್ಟೇ... ಬರಹಗಾರಳಲ್ಲವೆನ್ನುತ್ತಿದ್ದ ಕಥಾಗುಚ್ಛದ ನಿರ್ಮಾತೃ ಲತಾವ್ರು ತಮ್ಮ ಕಲ್ಪನೆಯಲ್ಲಿ ಮೂಡಿದ ಪಾತ್ರಗಳಿಗೆ ಜೀವವಿತ್ತು ತಮ್ಮದೇ ಆದ ಕತೆಯೊಂದನ್ನು ಬರೆದೇ ಬಿಟ್ಟದ್ದು ಸಂತೋಷದ ವಿಷಯ.

ಒಂದು ಉತ್ತಮ ಕುಟುಂಬದಲ್ಲಿ ಉಂಟಾಗಿದ್ದ ಸಣ್ಣ ಪುಟ್ಟ ಸಮಸ್ಯೆಗಳನ್ನು, ಏರು-ಪೇರುಗಳನ್ನು ಸರಳವಾಗಿ, ಯಾರಿಗೂ ನೋವಾಗದಂತೆ ನಿವಾರಿಸಿ, ಒಟ್ಟು ಕುಟುಂಬವೆಂದರೆ ಹೀಗಿರಬೇಕೆಂದು ಮಾಧವಿಯ ಪಾತ್ರದ ಮೂಲಕ ತಿಳಿಸಲು "ಜೀವನ ಜೋಕಾಲಿ" ಎಂಬ ಸಾಂಸಾರಿಕ ಕತೆಯನ್ನು ಬರೆದು ಕಥಾಗುಚ್ಛದಲ್ಲಿ ಯಶಸ್ಸು ಗಳಿಸಿದ್ದಾರೆ. ಹಾಗೆ ಪುಸ್ತಕ ರೂಪದಲ್ಲೂ ಪ್ರಕಟಿಸಿ ಯಶಸ್ವಿಯಾಗಲಿ ಎಂದು ತುಂಬು ಹೃದಯದಿಂದ ಹಾರೈಸುತ್ತೇನೆ.

ಲಕ್ಷ್ಮೀ ಸೀನು.

ಉತ್ತಮವಾದ ಕಾದಂಬರಿ

ಜೀವನ ಜೋಕಾಲಿ ಒಂದು ಅತ್ಯಂತ ಉತ್ತಮವಾದ ಕಾದಂಬರಿ. ಇದರಲ್ಲಿ ಕೂಡುಕುಟುಂಬದ ಮಹತ್ವವನ್ನು ಹಾಗೂ ಸಂಸಾರದಲ್ಲಿ ಬರುವ ಸಮಸ್ಯೆಗಳನ್ನು ಬಗೆಹರಿಸುವ ರೀತಿಯನ್ನು ನಮ್ಮ ಲತಕ್ಕ ತುಂಬಾ ಚೆನ್ನಾಗಿ ತಿಳಿಸಿದ್ದಾರೆ. ಇದು ನನ್ನ ಪ್ರೀತಿಯ ಸಹೋದರಿ ಶ್ರೀಮತಿ ಲತಾಜೋಶಿಯವರ (ಲತಕ್ಕರವರ) ಮೊದಲ ಕಾದಂಬರಿ ಎಂಬುದು ಗೊತ್ತಿಲ್ಲದವರಿಗೆ ತಿಳಿಯುವುದೇ ಇಲ್ಲ. ಏಕೆಂದರೆ ಈ ಕಥೆಯ ಪಾತ್ರಗಳನ್ನು ಪ್ರಕೃತಿಯನ್ನು ಅಷ್ಟು ಚೆನ್ನಾಗಿ ವರ್ಣಿಸಿದ್ದಾರೆ ನಮ್ಮ ಲತಕ್ಕ ಈ ಕಾದಂಬರಿ ಓದುತ್ತಾ ಓದುತ್ತಾ ಕುತೂಹಲ ಮೂಡಿಸುವುದರಲ್ಲಿ ಎರಡು ಮಾತಿಲ್ಲ.

ಇಂತಹ ಮಹತ್ವಪೂರ್ಣ ಕಾದಂಬರಿಯನ್ನು ಲೋಕಾರ್ಪಣೆ ಮಾಡುತ್ತಿರುವುದು ತುಂಬಾ ಸಂತೋಷದ ವಿಷಯ. ಇಂತಹ ಹತ್ತು ಹಲವು ಕಾದಂಬರಿಗಳು ನಮ್ಮ ಲತಕ್ಕನಿಂದ ಮೂಡಿಬರಲಿ ಎಂದು ಆ ಶ್ರೀಕೃಷ್ಣ ಪರಮಾತ್ಮನಲ್ಲಿ ಬೇಡುತ್ತಾ ಈ ಕಾದಂಬರಿ ಇನ್ನೂ ಹೆಚ್ಚು ಹೆಚ್ಚು ಜನಪ್ರಿಯವಾಗಲಿ ಎಂದು ಹೃದಯತುಂಬಿ ಹಾರೈಸುತ್ತೇನೆ.

ಪದ್ಮ ಶಾನುಭೋಗ್
ಶಿವಮೊಗ್ಗ.

ಸಾಂಸಾರಿಕ ಮಜಲುಗಳು

ಜೀವನ ಜೋಕಾಲಿ ಎಂಬುದು ಒಂದು ಸಾಂಸಾರಿಕ ಮಜಲುಗಳನ್ನು ಒಳಗೊಂಡ ಲತಾ ಜೋಶಿ ಅಮ್ಮನ ಸುಂದರ ಮತ್ತು ಮೊದಲ ಕಾದಂಬರಿ. ಲತಾ ಜೋಷಿಯವರ ಈ ಕಾದಂಬರಿ ಸಂಸಾರದಲ್ಲಿನ ಏರಿಳಿತಗಳನ್ನು ಒಳಗೊಂಡು ಅದನ್ನು ನಿಭಾಯಿಸುವಲ್ಲಿ ಒಂದು ಹೆಣ್ಣಿನ ಪಾತ್ರ ಎಷ್ಟು ಮುಖ್ಯ ಎಂಬುದು ಇಲ್ಲಿ ಸ್ಪಷ್ಟವಾಗಿ ತಿಳಿಸಲಾಗಿದೆ. ಈ ಕಾದಂಬರಿ ಓದುಗರ ಮನಸ್ಸಲ್ಲಿ ಅಚ್ಚಳಿಯದೆ ಉಳಿಯುವುದರಲ್ಲಿ ಎರಡು ಮಾತಿಲ್ಲ. ಇವರಿಂದ ಇನ್ನೂ ಉತ್ತಮ ಕಾದಂಬರಿಗಳು ಮೂಡಿ ಬರಲೆಂದು ಆಶಿಸುತ್ತೇನೆ.

ಗಿರಿಜಾ ಭೂರಡ್ಡಿ

ಹೆಣ್ಣು ಸಂಸಾರದ ಕಣ್ಣು

ನಾನು ಬರಹಗಾರ್ತಿಯಲ್ಲ, ನಾವು ಒಂಬತ್ತು ಜನ ನಿರ್ವಾಹಕಿಯರು ಒಂದು ಖೊ ಕತೆ ಮಾದರಿ ದೀಪಾವಳಿ ವಿಶೇಷಾಂಕ ಬರೆಯೋಣ.. ಅನ್ನುವ ಮಾತುಕತೆಗಳು ನಡೆದವು..

ನಾವು ಮೂವರು ಎಡ್ಮಿನ್ಸ್ ಲತ ವೈನಿ ಜೊತೆಗೆ ೪ ಭಾಗಗಳನ್ನು ಬರೆದೆವು.. ಹಬ್ಬದ ಗಡಿಬಿಡಿಯಲ್ಲಿರುವ ಉಳಿದ ಎಡ್ಮಿನ್ಸಗೆ ಕತೆ ಮುಂದುವರೆಸಲು ಅಸಾಧ್ಯವಾಯಿತು... ಅವತ್ತು ಅಲ್ಲಿಗೆ ಕತೆ ಬರೆಯುವ ಕಾರ್ಯಕ್ರಮಕ್ಕೆ ಪೂರ್ಣವಿರಾಮವು ಬಿದ್ದಿತು...

ಕಥೆಯ ಮೊದಲ ಭಾಗ ಪ್ರಾರಂಭಿಸಿದ ಲತಾ ವೈನಿಯಲ್ಲಿರುವ ಮಾಧವಿ ಸುಮ್ಮನೆ ಕೂರಲಿಲ್ಲ.. ತಮ್ಮ ಕನಸಿನ ಕೂಸಿಗೆ ಒಂದು ಆಕಾರ ಕೊಡಲು ನಿರ್ಧರಿಸಿದ್ದು

"ಜೀವನ ಜೋಕಾಲಿ"ಯಂತಹ ಅಪ್ರತಿಮ ಕಿರುಕಾದಂಬರಿಯ ಉದಯಕ್ಕೆ ಕಾರಣವಾಯಿತು.

ಒಂದು "ಹೆಣ್ಣು ಸಂಸಾರದ ಕಣ್ಣು" ಎಂತಹ ಕಠಿಣ ಪರಿಸ್ಥಿತಿಯನ್ನೂ ಕಡ್ಡಿಯೆತ್ತಿದಂತೆ ಸರಾಗವಾಗಿ ನಿಭಾಯಿಸಬಲ್ಲಳು.

ಅನ್ನುವ ತತ್ವ ಸಾರುವ ಸರಳ ಕಥಾ ಹಂದರವನ್ನು ಹೆಣೆದು ಲೋಕಾರ್ಪಣೆ ಮಾಡುತ್ತಿರುವ ಲತಾ ಜೋಷಿಯವರಿಂದ ಹತ್ತು ಹಲವು ಬರಹಗಳು ಪುಸ್ತಕ ರೂಪದಲ್ಲಿ ಬರಲಿ ಎಂದು ತುಂಬು ಹೃದಯದಿಂದ ಹಾರೈಸುವೆ..

ಸಂಧ್ಯಾ ಬದಾಮಿ

ಸೆನ್ಸ್ ಆಫ್ ಟೈಮ್ ಮ್ಯಾನೇಜ್ಮೆಂಟ್

ಓದೋದೆ ನನ್ನ ಹವ್ಯಾಸ್ರಿ ಎಂದು ಹೇಳುತ್ತಿದ್ದ ಗೆಳತಿ ಲತಾ ಜೋಷಿ, ನಾ ಕಾದಂಬರಿ ಬರೆದೇನ್ರಿ ಅಂದಾಗ ಗಾಬರಿ ಜೊತೆ ಜೊತೆಗೆ ಆಶ್ಚರ್ಯವೂ ಆಯಿತು.

ನನಗೆ ಸಮಯವೇ ಸಿಗುವದಿಲ್ಲ ಎನ್ನುವದನ್ನೇ ಒಂದು ಸ್ಟೈಲ್ ಮಾಡಿಕೊಂಡ ಜನರ ನಡುವೆ, ಸಂಸಾರದಲ್ಲಿ ಮುಳಗಿದ್ದು ಕೊಂಡು ಸಾವಿರ

ಸಾವಿರ ಸದಸ್ಯರುಳ್ಳ 'ಕನ್ನಡ ಕಥಾ ಗುಚ್ಛ'ದ ಚುಕ್ಕಾಣಿ ಹಿಡಿದು ನಡೆಸುತ್ತಲೇ ಕಾದಂಬರಿಯನ್ನು ಬರೆದಿರುವದು ಅವರ 'ಸೆನ್ಸ್ ಆಫ್ ಟೈಮ್ ಮ್ಯಾನೇಜ್ಮೆಂಟ್'ಗೆ ಸಾಕ್ಷಿ.

ಹಾಸ್ಯ ಮಾತುಗಾತಿ, ಹಾಸ್ಯ ಬರಹಗಾರ್ತಿ ಆದ ಲತಾ ಅವರ ಕಾದಂಬರಿ 'ಜೀವನ ಜೋಕಾಲಿ' ಸಹಜವಾಗಿ ಸಾಗುತ್ತ ಮುಂದೇನು ಎಂಬ ಕುತೂಹಲವನ್ನು ಕೆರಳಿಸುತ್ತ ತುಂಬು ಕುಟುಂಬದ ಆತ್ಮೀಯತೆ, ಪ್ರೀತಿ ಅಲ್ಲಲ್ಲಿ ಇಣುಕುವ ಸಮಸ್ಯೆ ಗಳು ಅಷ್ಟೇ ಸೂಕ್ಷವಾಗಿ ಬಗೆಹರಿಸುವ ರೀತಿ ನೋಡಿದರೆ, ಮನೆಯನ್ನು ನಂದನವನವನ್ನಾಗಿ ಮಾಡುವಲ್ಲಿ ಹೆಣ್ಣಿನ ಪಾತ್ರ ಎಷ್ಟು ಮಹತ್ವದ್ದು ಎನ್ನುವದನ್ನು ತಿಳಿಸುತ್ತಾ ಸಾಗುವುದು. ಮಾದರಿ ವ್ಯವಸಾಯದ ಒಂದು ಕುಟುಂಬದ ಚಿತ್ರಣವನ್ನು ಯಶಸ್ವಿಯಾಗಿ ಮೂಡಿಸುತ್ತ, ನುರಿತ ಲೇಖಕಿಯರಿಗಿಂತ ತಾವೇನು ಕಡಿಮೆಯೇನಿಲ್ಲ ಎಂದು ತೋರಿಸಿದ್ದಾರೆ.

ಸಾವಿರಾರು ಜನರ ಬರಹಗಳಿಗೆ ನೆಲೆ ನೀಡಿ, ಸ್ಫೂರ್ತಿ ತುಂಬಿದ ಲತಾ ಮೇಡಮ್ ನಿಮ್ಮಿಂದ ಇನ್ನು ಹೆಚ್ಚು ಹೆಚ್ಚು ಸಾಹಿತ್ಯಕ ಕೃತಿಗಳು ಹೊರ ಬರಲಿ ಎಂದು ಆಶಿಸುತ್ತೇನೆ.

ಶೋಭಾ ದೇಸಾಯಿ.

ಹುಟ್ಟು ಕಥೆಗಾರ್ತಿ ಲತಾ ಜೋಷಿ

ಲತಾ ಜೋಷಿ ಅನನ್ಯ ಕತೆಗಾರ್ತಿ ಹಾಗೂ ಕವಯತ್ರಿ. ಅವರು ಕತೆ ಹೇಳಲಾರಂಭಿಸಿದರೆ ಆ ಭಾಷೆಗೆ ಲಾಲಿತ್ಯ, ಉತ್ಸಾಹ ಕಸುವು ಹೆಚ್ಚಾಗುತ್ತದೆ.

ಅಡುಗೆಮನೆ, ಹೆರಿಗೆಮನೆ, ಕೊಳ್ಳುಬಾಕ ಸಂಸ್ಕೃತಿಗಷ್ಟೇ ಮೀಸಲಾಗದೆ, ಅದರಾಚೆಯೂ ಬದುಕನ್ನು ಕಂಡುಕೊಂಡ ಧೀಮಂತೆ ಶ್ರೀಮತಿ ಲತಾ ಜೋಷಿ. ಅವರ ಮೊದಲ ಸಾಮಾಜಿಕ, ಕೌಟುಂಬಿಕ ಕಿರು ಕಾದಂಬರಿ 'ಜೀವನ ಜೋಕಾಲಿ'. ಮುಖಪುಟದ ಜಗಲಿಯಲ್ಲಿ ಅಪಾರ ಜನ ಮನ್ನಣೆ, ಮೆಚ್ಚುಗೆ ಗಳಿಸಿರುವಂತಹದು....

ಮೊದಲ ಕಾದಂಬರಿಯಾದರೂ ಬದುಕಿನ ಗರಡಿಯಲ್ಲಿ ಪಳಗಿದ ಅನುಭವದ ಬರಹ. ಹೆಣ್ಣಿನ ಧೀ ಶಕ್ತಿಯನ್ನು ಎತ್ತಿ ಹಿಡಿಯುವ ಹಾಗೂ ಬದುಕನ್ನು ಶುಭ್ರಗೊಳಿಸುವ ಕಳಕಳಿಯೇ ಅವರ ಕೃತಿಯ ಮೂಲ ದ್ರವ್ಯ... ಅದಕ್ಕೆ ಅವರು ಆರಿಸಿಕೊಂಡಿರುವ ಕಥಾವಸ್ತು, ವಸ್ತುವನ್ನು ಬೆಳೆಸಿರುವ ರೀತಿ, ಏಕತಾನತೆ ಇಲ್ಲದ ಆಶ್ಚರ್ಯಕರ ತಿರುವುಗಳೂ ಬೆಂಬಲಿಸುತ್ತವೆ.. ಅದಕ್ಕೆ ಪೂರಕವಾಗಿ ಸನ್ನಿವೇಶಗಳನ್ನು ಕಣ್ಣಿಗೆ ಕಟ್ಟುವಂತೆ ಚಿತ್ರಿಸುವ ಕಲೆಗಾರಿಕೆಯೂ ಲೇಖಕಿಗಿದೆ.

ಕಾದಂಬರಿಗಾರ್ತಿ ಜೀವನವನ್ನು, ಜನರನ್ನು ತನ್ನ ಅನುಭವದಲ್ಲಿ ಪುನರ್ ಸೃಷ್ಟಿಸಿಕೊಳ್ಳುವ ರೀತಿಯನ್ನು, ಪಾತ್ರಗಳ, ಘಟನೆಗಳ ಮೂಲಕ ನಮ್ಮ ಅನುಭವಕ್ಕೆ ತಂದು ಕೊಡುತ್ತಾರೆ.... ಕೌಟುಂಬಿಕ ಸಮಸ್ಯೆಗಳಿಗಷ್ಟೇ ಸೀಮಿತವಾಗದೆ ವರ್ತಮಾನದ ಯುವಜನರ ತವಕ ತಲ್ಲಣಗಳಿಗೂ ದನಿಯಾಗುತ್ತಾರೆ.

ಈ ಕೃತಿಯಲ್ಲಿ ಸುಮಾರು ಇಪ್ಪತ್ತಕ್ಕೂ ಹೆಚ್ಚು ಪಾತ್ರಗಳಿದ್ದಾಗ್ಯೂ, ಮನೆ ಬೆಳಗುವ ಹಿರಿಯ ಸೊಸೆ ಮಾಧವಿಯ ಪಾತ್ರ ಗಟ್ಟಿಯಾಗಿ ನಿಲ್ಲುತ್ತದೆ.

ಕಥೆಗಾತಿಯ ಸದಾಶಯ, ಅಂತಃಕರಣ, ಹೊಂದಾಣಿಕೆ ಜೀವನದ ಶ್ರೀಮಂತಿಕೆ ಈ ಕಾದಂಬರಿಯಲ್ಲಿ ಅನಾವರಣಗೊಂಡಿದೆ. ಕೃತಿಯ ಮೂಲಕ ತ್ರಿವೇಣಿ, ವಾಣಿ, ಹೆಚ್. ಜಿ. ರಾಧಾದೇವಿಯವರೂ ಮತ್ತೆ ಮತ್ತೆ ನೆನಪಾದರು.

ಶ್ರೀಮತಿ ಲತಾ ಜೋಷಿ ಇನ್ನಷ್ಟು ಗಟ್ಟಿ ಕೃತಿಗಳನ್ನು ರಚಿಸಲಿ ಮತ್ತು ಸಾರಸ್ವತ ಪ್ರಪಂಚದಲ್ಲಿ ಹೆಸರಾಗಲಿ ಎಂದು ಆಶಿಸುತ್ತೇನೆ.

ಸಿ. ಬಿ. ಶೈಲಾ ಜಯಕುಮಾರ್.

ನೆಚ್ಚಿನ ಗೆಳತಿಗೆ ಮೆಚ್ಚಿನ ಆಶಯನುಡಿ

ಶ್ರೀಮತಿ ಲತಾ ಜೋಶಿಯವರು ಉತ್ತರ ಕರ್ನಾಟಕದ ಧೀಮಂತ ದಿಟ್ಟ ಮಹಿಳೆ. ಪ್ರತಿಭಾವಂತರು ಹಾಗು ಪ್ರಬುದ್ಧ ಬರಹಗಾರ್ತಿ. ಕಥಾಗುಚ್ಛದ ಪ್ರಾರಂಭದಿಂದಲೆ ನಮ್ಮ ಸ್ನೇಹ ಚಿಗುರೊಡೆದು ಲತೆಯಲ್ಲಿ ಬಂಧಿಸಿದೆ.

ನಾ ಕಂಡಂತೆ ಲತಾರವರು ನೋಡಲು ಮಾತ್ರ ಸರಳವಲ್ಲ, ವ್ಯಕ್ತಿತ್ವದಲ್ಲೂ ಸರಳತೆ.

ಸಾಮಾಜಿಕ ಜಾಲತಾಣ ಸಾಹಿತ್ಯಿಕ ಗುಂಪು 'ಕನ್ನಡ ಕಥಾಗುಚ್ಛದ' ಸಂಸ್ಥಾಪಕಿಯಾಗಿ ಲತಾರವರು ಎಲ್ಲರ ಮನ ಗೆದ್ದಿದ್ದಾರೆ. ಇಲ್ಲಿ ನನಗೆ ಸಹಕಾರ ಪ್ರೋತ್ಸಾಹವನಿತ್ತು ಗೌರವದ ಸ್ಥಾನ ಕೊಟ್ಟಿದ್ದಾರೆ. ಹೆಣ್ಣು ಮಕ್ಕಳಿಗೆ ತೌರು ಮನೆಯಂತಿರುವ 'ಕನ್ನಡ ಕಥಾಗುಚ್ಛ ' ಮಹಿಳೆಯರಿಗೊಂದು ವರದಾನವಾಗಿದೆ ಎನ್ನಬಹುದು.

ಕಥಾಗುಚ್ಛದಲ್ಲಿ ದೈನಂದಿನ ಧಾರಾವಾಹಿಯಾಗಿ ಬಂದ ಇವರ ಕಥೆ "ಜೀವನ ಜೋಕಾಲಿ" ಯನ್ನು ಓದುಗರು ಮೆಚ್ಚಿ ಓದಿ ಆದರಿಸಿದ್ದಾರೆ. ಅವರಲ್ಲಿ ನಾನೂ ಒಬ್ಬಳು. ನಾಲ್ಕಾರು ಎಪಿಸೋಡ್ ಓದಿದಾಗಲೆ ಕಥೆ ಕುತೂಹಲದಿಂದ ಓದಿಸಿಕೊಂಡು ಹೋಗುವಂತೆ ಮೂಡಿ ಬಂತು.

ಕಾಮೆಂಟ್ ನಲ್ಲಿ ಒಮ್ಮೆ ಇದನ್ನ ಪುಸ್ತಕ ಮಾಡಿ ಲತಾರವರೆ ಅಂತ ಹೇಳಿದ್ದೆ.. ಎಲ್ಲರ ಅಪೇಕ್ಷೆಯಂತೆ ಈಗ ಪುಸ್ತಕ ಬಿಡುಗಡೆ ಆಗುತ್ತಿರುವುದು ಸಂತೋಷದ ವಿಷಯ.

ಜೀವನವೇ ಒಂದು ತೂಗಾಡುವ ಜೋಕಾಲಿಯಂತೆ. "ಜೀವನ ಜೋಕಾಲಿ" ಎಂಬ ಆಕರ್ಷಕವಾದ ಶೀರ್ಷಿಕೆಯಿಂದ ಲತಾರವರು ತಮ್ಮ ಸ್ವಂತ ಕಿರು ಕಾದಂಬರಿಯನ್ನು ಲೋಕಾರ್ಪಣೆ ಮಾಡುತ್ತಿರುವುದು ಅತ್ಯಂತ ಸಂತೋಷ ಹಾಗು ಹೆಮ್ಮೆಯ ವಿಚಾರ.

ನನ್ನ ಆತ್ಮೀಯ ಗೆಳತಿ ಲತಾರವರು ಇನ್ನು ಹೆಚ್ಚು ಹೆಚ್ಚು ಪುಸ್ತಕವನ್ನು ಅನಾವರಣಗೊಳಿಸಿ ಅಭಿಮಾನಿಗಳಿಗೆ ಓದುವ ಅವಕಾಶ ಕಲ್ಪಿಸಿಕೊಡಲಿ. ಅವರ ಸಾಹಿತ್ಯ ಸೇವೆ ಕನ್ನಡಮ್ಮನ ಮಡಿಲು ತುಂಬಲಿ ಎಂದು ಮನಃಪೂರ್ವಕವಾಗಿ ಹಾರೈಸುತ್ತೇನೆ.. ಶುಭವಾಗಲಿ !

ಲಲಿತಾ ಬೆಳವಾಡಿ.

ಅಖಿಲ ಭಾರತ ಅಂತರರಾಷ್ಟ್ರೀಯ ಕವಯತ್ರಿ ಸಮ್ಮೇಳನ ಬೆಂಗಳೂರು ಘಟಕದ ಅಧ್ಯಕ್ಷೆ...

ಸಾಗರವನ್ನು ಗಿಂಡಿಯಲ್ಲಿ ತುಂಬುವ ಜಾಣ್ಮೆ

ಶ್ರೀಮತಿ ಲತಾ ಜೋಶಿಯವರು ಕಥಾಗುಚ್ಛದ ಮೂಲಕ ಎಲ್ಲರಿಗೂ ಪರಿಚಿತರು. ಅನೇಕ ಸುಂದರ ಸಣ್ಣ ಕತೆಗಳನ್ನು, ಮನಮುಟ್ಟುವಂತೆ ಲೇಖನಗಳನ್ನೂ ಬರೆದಿರುವ ಇವರು ಈಗ ಇನ್ನೂ ಒಂದು ಹೆಜ್ಜೆ ಮುಂದೆ ಇರಿಸಿ, ಓದುಗರೆದುರು ಸುಂದರವಾದ ನೀಳ್ಗತೆಯನ್ನು ಇಟ್ಟಿದ್ದಾರೆ.

ಕಿರು ಕಾದಂಬರಿ ಅಥವಾ ನೀಳ್ಗತೆ ಬರೆಯುವುದು ಬಹಳ ಕಷ್ಟದ ಕೆಲಸ. ಲೇಖಕ ಹೇಳಬೇಕೆಂದುಕೊಂಡದ್ದನ್ನು ಪೂರ್ಣವಾಗಿ ಹೇಳಲು ಇಲ್ಲಿರುವ ಸ್ಥಳಾವಕಾಶ ಅತ್ಯಂತ ಕಿರಿದು. ಸಾಗರವನ್ನು ಗಿಂಡಿಯಲ್ಲಿ ತುಂಬುವ ಜಾಣ್ಮೆ ಆತನಲ್ಲಿ ಇದ್ದರೇ ಕಥೆ ಆಕರ್ಷಕವಾಗುತ್ತದೆ. ಈ ಜಾಣ್ಮೆ ಇವರಲ್ಲಿ ಇರುವುದು ಈ ಕಥೆಯಿಂದ ಸಾಬೀತಾಗಿದೆ.

ಎರಡು ಸಂಸಾರಗಳು. ಆದರ್ಶ ಸಂಸಾರವು ಮಾಧವನದಾದರೆ ಕೆಲವು ಸಮಸ್ಯೆಗಳಿಂದ ತುಂಬಿದ ಸಂಸಾರ ಅನಂತನದು. ಮಾಧವ ಸುಶಿಕ್ಷಿತ. ಅವನ ಹೆಂಡತಿ ಮಾಧವಿ ಅವನಿಗೆ ಅನುರೂಪಳು. ಸದ್ಗುಣಿಯಾದರೂ ಕೆಲವು ಸಮಯಗಳಲ್ಲಿ ದಿಟ್ಟ ಹೆಜ್ಜೆಯನ್ನು ಅನುಸರಿಸಿದ್ದರ ಫಲವಾಗಿಯೇ

ಮೈದುನ ಅನಂತನ ಸಂಸಾರ ಅಡ್ಡದಾರಿಯ ಒಂದು ಕವಲಿನಿಂದ ನೇರದಾರಿಗೆ ಸರಿಯುತ್ತದೆ.

ಅನಂತನ ಹೆಂಡತಿ ರಜನಿಗೆ ಪತಿಯಾದವನು ಅವಳ ಖರ್ಚಿಗೆಂದು ಹಣ ಕೊಡದೆಹೋದಾಗ ಹೆಚ್ಚು ಕಲಿಯದ ಅವಳು ಕಳ್ಳದಾರಿ ಹಿಡಿದು, ಆಳಿನ ಹತ್ತಿರ ತೋಟದ ಕಾಯಿ, ಹಣ್ಣುಗಳನ್ನು ಮಾರಿ ಚಿನ್ನ, ಸೀರೆ, ಮಕ್ಕಳಿಗೆ ಮೊಬೈಲ್ ಎಲ್ಲವನ್ನೂ ಕೊಡಿಸುತ್ತಿರುತ್ತಾಳೆ.

ಹಳ್ಳಿಯ ವಾತಾವರಣದಲ್ಲಿ ಸಹಜಸುಂದರ ಸರಳತೆಯಿದ್ದರೂ ಅಲ್ಲಿಯೂ ಆಧುನಿಕ ಜಗತ್ತಿನ ಸೆಳೆತದಿಂದಾಗಿ ಟಿಕ್ ಟ್ಯಾಕ್, ಮೊಬೈಲ್ ಮೋಹ ಇವುಗಳಿಂದಾಗಿ ಹದಿವಯಸ್ಸಿನ ಮಕ್ಕಳು ದಾರಿ ತಪ್ಪುತ್ತಿರುವುದಕ್ಕೆ ಉದಾಹರಣೆ ಅನಂತನ ಮಗಳು ಚಂದನಾ. ಅವಳಿಗೆ ಶಹರದಲ್ಲಿ ಇದೇ ಟಿಕ್ ಟ್ಯಾಕ್ ಚಟದಿಂದಾಗಿ ಜೀವ ಕಳೆದುಕೊಂಡ ಉದಾಹರಣೆ ಯನ್ನು ಹೇಳಿ, ಅವಳನ್ನು ತಿದ್ದುವವಳು ದೀಪ್ತಿ. ಅಂದರೆ ಮಾಧವನ ಮಗಳು. ಚಂದನ ಜಾಣೆಯಾದರೂ ಗಣಿತದ ಶಿಕ್ಷಕನ ಮೋಸದ ಬಲೆಯಲ್ಲಿ ಜಾರುತ್ತಿರುವುದನ್ನು ಅರಿತ ಮಾಧವಿ ಉಪಾಯವಾಗಿ ಕೇಶವನಿಂದ ಆ ಶಿಕ್ಷಕನನ್ನು ಬೆದರಿಸಿ ದಾರಿಗೆ ತರುತ್ತಾಳೆ.

ಇನ್ನುಳಿದಂತೆ ನಗರಗಳಲ್ಲಿರುವಂತೆ ಹಳ್ಳಿಗಳಲ್ಲೂ ಗುಂಪುಗಾರಿಕೆಯಿದೆ, ಮೋಸಗಳಿವೆ, ರೌಡಿಸಂ ಇದೆ. ಕಾಮುಕ ತರುಣರ ಅಟ್ಟಹಾಸವಿದೆ. ವಯಸ್ಸಾದರೂ ಅಸಹಾಯಕ ಹೆಣ್ಣನ್ನು ಕಂಡರೆ ಜೊಲ್ಲು ಸುರಿಸುವ ಕಾಮುಕರೂ ಇದ್ದಾರೆ. ಪ್ರತ್ಯಕ್ಷ ಕಂಡರೂ ಪ್ರಮಾಣಿಸಿ ನೋಡಬೇಕೆಂಬಂತೆ ಮೊದಲು ಪೋಲಿ ಅಲೆದಿದ್ದ ಭೀಮ ಇಂದು ಹಳೆಯದೆಲ್ಲವನ್ನೂ ಬಿಟ್ಟು ಒಳ್ಳೆಯ ಪ್ರಾಮಾಣಿಕ ಜೀವನವನ್ನು ಸಾಗಿಸುತ್ತಲಿದ್ದರೂ ಅವನ ಮೇಲೆ ಅನುಮಾನ ಪಡುವ ಮಾಧವನಿಗೂ ಕೂಡ ತನ್ನ ತಪ್ಪಿನ ಅರಿವಾಗುವುದು ಕೊನೆಯಲ್ಲಿಯೇ. ಭೀಮನಂಥ ನಿಷ್ಠಾವಂತ ಸೇವಕನ ಜೊತೆಗೆ ಹಣದ ಹಿಂದೆ ಬಿದ್ದಂಥ ಮಲ್ಲೇಶಿ, ಅನ್ನ ಕೊಟ್ಟವರಿಗೆ ಎರಡು ಬಗೆಯದೆ ಒಳ್ಳೆಯ ನಿಯತ್ತಿನಿಂದ ದುಡಿಯುವ ಗಂಗಮ್ಮನ ಸಂಸಾರವಿದೆ.

ಮಾಧವನ ಸಂಸಾರವು ಅನಂತನ ಕುಟುಂಬದ ಕಗ್ಗಂಟುಗಳನ್ನು ಬಿಡಿಸುವ ಪರಿ ಅನನ್ಯ. ಮಾಧವಿ ತನ್ನ ಅಣ್ಣನ ಗೆಳೆಯನಾದ ಕೇಶವನೆಂಬ ಪೋಲಿಸ್ ಆಫೀಸರನನ್ನು ಅಣ್ಣನ ಜೊತೆಗೆ ಕರೆಸಿ ಉಪಾಯದಿಂದ ತನ್ನ ಮೈದುನನ ಸಂಸಾರವನ್ನು ನೇರ್ಪಡಿಸುತ್ತಾಳೆ. ಯಾರನ್ನೂ ಆಕ್ಷೇಪಿಸದೆ ಅವರವರ ತಪ್ಪುಗಳನ್ನು ಅರಿತು ಅವರೇ ತಿದ್ದಿಕೊಳ್ಳುವಂತೆ ಮಾಡುತ್ತಾರೆ ಮಾಧವ, ಮಾಧವಿಯರು.

ಮಕ್ಕಳನ್ನು ಪ್ರತಿ ಹೆಜ್ಜೆಯಲ್ಲಿಯೂ ಸೂಕ್ಷ್ಮವಾಗಿ ಗಮನಿಸುತ್ತ ಸರಿ ತಪ್ಪುಗಳ ಬಗ್ಗೆ ತಿಳಿಹೇಳುತ್ತ, ಬೆಳೆದ ಮಕ್ಕಳೊಂದಿಗೆ ಸ್ನೇಹಿತರಂತೆ ಇರುವ ಮಾಧವ ದಂಪತಿಗಳಿಗೂ ಮಕ್ಕಳನ್ನು ಹೋದ ದಾರಿಗೆ ಬಿಟ್ಟು ತಮ್ಮ ಸುಖದಲ್ಲೇ ಲೋಲುಪ್ತರಾಗಿರುವ ಅನಂತ ದಂಪತಿಗಳಿಗೂ ಇಲ್ಲಿ ಲೇಖಕಿ ಹೋಲಿಸುತ್ತಾರೆ. ಅವರ ಜೀವನದ ಪರಿಯಿಂದಾಗಿ ಅವರು ಎದುರಿಸುವಂಥ ಸಂಕಷ್ಟಗಳನ್ನು ವಿವರಿಸುವ ರೀತಿ ಕೂಡ ಸುಂದರ.

ಮಕ್ಕಳ ಮನಸ್ಸು ಜೇಡಿ ಮಣ್ಣಿನಂತೆ. ಅದಕ್ಕೆ ಬೇಕಾದ ರೂಪವನ್ನು ಕೊಡಬಹುದಾದ ಜಾಗರೂಕತೆ ಮಾತ್ರ ತಂದೆ ತಾಯಿಯರಲ್ಲಿರಬೇಕು ಎಂಬುದೇ ಲೇಖಕಿಯ ಮೂಲ ಆಶಯ. ಅವರೇ ಅವರತ್ತ ಗಮನ ಕೊಡದೆ ತಮ್ಮ ಸುಖದ ಮಾರ್ಗ ಅರಸಿಕೊಂಡು ಹೋದರೆ ಆಗುವ ಪರಿಣಾಮಗಳನ್ನು ಈ ಕಥಾಹಂದರದಲ್ಲಿ ಹೇಳಿರುವ ಲೇಖಕಿಗೆ ಇಂದಿನ ತಲೆಮಾರು ಅನುಸರಿಸುತ್ತ ಹೊರಟಿರುವ ಮಾರ್ಗದ ಬಗ್ಗೆ ಕಳಕಳಿಯಿದೆ. ಇಲ್ಲಿ ಕೇವಲ ಸಾಂಸಾರಿಕ ಜೀವನದ ಸಮಸ್ಯೆಗಳಿಗಷ್ಟೇ ಅಲ್ಲ, ಸಾವಯವ ಕೃಷಿಯ ಮಹತ್ವದ ಬಗ್ಗೆ ಕೂಡ ಮಹತ್ವವನ್ನಿತ್ತಿದ್ದಾರೆ.

ಕೊನೆಗೆ ಎಲ್ಲವೂ ಸುಖಾಂತ್ಯವಾಗಿ ಎಲ್ಲರ ಸಮಸ್ಯೆಗಳಿಗೂ ಪರಿಹಾರ ಸಿಕ್ಕುತ್ತದೆ.

'ಜೀವನಜೋಕಾಲಿ' ಎಂಬ ಈ ಶೀರ್ಷಿಕೆ ಹೊತ್ತ ಈ ಕಿರು ಕಾದಂಬರಿಯು ಸಾರ್ಥಕತೆ ಪಡೆದಿದ್ದುದು, ಈ ಜೋಕಾಲಿಯನ್ನು ಜೀಕಬೇಕಾದವರು ತಮ್ಮ ಜೀವನದಲ್ಲಿ ಅಳವಡಿಸಿಕೊಳ್ಳಬಹುದಾದ ಪಾಠಗಳಿಗೆ ಮಹತ್ವವನ್ನೀಯುವ ರೀತಿಯಿಂದಾಗಿ. ಕಷ್ಟ ನಷ್ಟಗಳಿಗೆ ಹಿಗ್ಗದೆ ಕುಗ್ಗದೆ ಸಮಚಿತ್ತದಿಂದ ಈ ಜೀಕನ್ನು ನಿಭಾಯಿಸಿದರೇ ಛಂದ ಎಂದು ಹೇಳುವ ಲೇಖಕಿಯ ನುರಿತ ಪ್ರಜ್ಞಾವಂತಿಕೆಯ ಅನುಭವವಾಗುವುದು, 'ಸಂಸಾರದಲ್ಲಿ ಸಮತೋಲನವನ್ನು ಕಾಪಾಡುವಲ್ಲಿ ಮನೆಯ ಹೆಂಗಸರ ಪಾತ್ರ ಹಿರಿದಾಗಿದ್ದು,' ಕಾರ್ಯೇಷು ದಾಸಿ, ಕರಣೇಷು ಮಂತ್ರಿ ಜೊತೆಗೇ ಕ್ಷಮಯಾಧರಿತ್ರಿ ಆದಾಗಲೇ ಜೀವನದ ಜೋಕಾಲಿ ಹಗ್ಗ ತುಂಡಾಗದೆ ಸಿಕ್ಕು ಬೀಳದೆ ಸುಗಮವಾಗಿ ಸಾಗಬಹುದಾಗಿದೆ' ಎಂಬ ಅವರ ಶರಾ ಓದಿದಾಗ!

ಒಟ್ಟಿನಲ್ಲಿ ಇದೊಂದು ಸುಂದರ ಕಥಾನಕ. ಶೈಲಿ ಕೂಡ ಸರಳವಾಗಿದ್ದು, ಕುತೂಹಲವನ್ನು ಕಾಯ್ದುಕೊಂಡು ಹೋಗುವ ರೀತಿ ಕೂಡ ಅನನ್ಯ. ಇವರು ಕಾದಂಬರಿ ಲೋಕದಲ್ಲಿ ಇನ್ನೂ ಹೆಚ್ಚು ನುರಿತ ಅನುಭವಗಳನ್ನು ಮೊಗೆದು ಓದುಗನಿಗೆ ಉಣಿಸಲಿ ಎಂಬುದೇ ನನ್ನ ಆಶಯ.

ಮಾಲತಿ ಮುದಕವಿ.

ಧಾರವಾಡ

ಜೀವನ ಜೋಕಾಲಿ

ಜೀವನ ಅನ್ನುವುದೇ ಒಂದು ಜೋಕಾಲಿ. ಮೇಲೆ ಇದ್ದವರು ಕೆಳಗೆ ಬರ್ಬೇಕು, ಕೆಳಗೆ ಇದ್ದವರು ಮೇಲೆ ಹೋಗಲೇಬೇಕು.

ಅದಕ್ಕ ಸರಿಯಾದ ಉದಾಹರಣೆ ಅಂದರೆ ನಮ್ಮ ಅತ್ತೆ (ಶ್ರೀಮತಿ ಲತಾ ಜೋಶಿ). ಇವರು ಕಾದಂಬರಿ ಬರೆಯೋಕೆ ಶುರು ಮಾಡಿದಾಗ ಓದಲು ಮನೆ ಜನಕ್ಕೆ ಕೊಟ್ಟರು, ಆದರೆ ಅದರ ಗಂಧ ಗಾಳಿ ಗೊತ್ತಿಲ್ಲದ ನಂಗೆ (ನಮಗೆ) ಓದುವ ಆಸಕ್ತಿ ಇರ್ಲಿಲ್ಲ.

ಆದರೆ ಅವರು ಬರೆದ ಕಥೆಯ ಬಗ್ಗೆ ಬೇರೆಯವರಿಂದ ತಿಳಿದು ಓದಲು ನಮಗೆ ಉತ್ಸಾಹ ಹೆಚ್ಚಾಯ್ತು. ಹಾಗೆ ಓದಲು ಶುರು ಮಾಡಿದ ನನಗೆ ತುಂಬಾ ಖುಷಿ ಆಯ್ತು, ಏಕೆಂದರೆ ಅವರು ಬರೆದ ಕಥೆ ಒಬ್ಬ ದಕ್ಷ ಬರಹಗಾರರಂತೆ ಇರುವುದು ಸತ್ಯ. ತುಂಬಾ ಸುಂದರವಾಗಿ ಮೂಡಿ ಬಂದಂತಹ ಈ ಕಾದಂಬರಿ ಬೆಳ್ಳಿ ತೆರೆ ಕಂಡರೂ ಆಶ್ಚರ್ಯವಿಲ್ಲ. ಇವರ ಈ ಉತ್ಸಾಹ ಇನ್ನೂ ಹಲವು ಕಾದಂಬರಿ ರೂಪದಲ್ಲಿ ಹೊರಬರಬೇಕು ಇದು ನಮ್ಮ ಆಶಯ. ಇವರ ಯಶಸ್ಸು ಬಾನೆತ್ತರಕ್ಕೆ ಬೆಳೆಯಲಿ ಎನ್ನುವುದು ನಮ್ಮೆಲ್ಲರ ಆಸೆ. ಇವರ ಯಶಸ್ಸಿಗೆ ನಾವು ಜೊತೆಯಲಿ ಜೊತೆ ಜೊತೆಯಲಿ ಇರುವೆವು.

ಪ್ರವೀಣ್ ಕೆ ಎನ್
ಬೆಂಗಳೂರು

ಜೀವನ ಜೋಕಾಲಿ

ಅಂದು ಬೇಗನೇ ಹಾಸಿಗೆಯಿಂದೆದ್ದ ಮಾಧವನ ಮನಸ್ಸು ಚೇತೋಹಾರಿಯಾಗಿತ್ತು. ಬೆಳಗಿನ ಒಂದು ಚಿಕ್ಕ ವಾಕಿಂಗ್ ಮುಗಿಸಿ ಬಂದು ಅಂಗಳದಲ್ಲಿ ಬಿದ್ದ ವರ್ತಮಾನ ಪತ್ರಿಕೆಯನ್ನು ಮತ್ತು ಹಾಲಿನ ಪ್ಯಾಕೇಟುಗಳನ್ನು ಕೈಯಲ್ಲಿ ಹಿಡಿದೇ ಮನೆಯೊಳಗೆ ಬರುತ್ತಿದ್ದಂತೆ 'ಮಾಧವಿ, ಒಂದು ಲೋಟ ಬಿಸಿ ಕಾಫಿ ಕೊಡ್ತೀಯಾ'? ಅನ್ನುತ್ತಲೇ, ಅಡುಗೆಮನೆಯಿಂದ ಬಂದ ಮಾಧವಿಯ ಕೈಯಲ್ಲಿ ಕಾಫಿ ಲೋಟ. 'ಏನುಂದ್ರೆ' ಪೀಠಿಕೆಯನ್ನಿಟ್ಟ ಹೆಂಡತಿಯತ್ತ ಒಂದು ಪ್ರಶ್ನಾರ್ಥಕ ನೋಟ ಬೀರಿದ ಮಾಧವ. 'ಏನಿಲ್ಲ, ಹೇಗಿದ್ರೂ ನಿಮ್ಮ ಮಕ್ಕಳಿಗೆ ಒಂದು ವಾರ ರಜೆಯಿದೆ. ಹಳ್ಳಿಗೆ ಹೋಗಿ ಬರೋಣವೇ? ಅತ್ತೆ ಮತ್ತು ಮಾವ ತುಂಬಾ ಸೋತಿದ್ದಾರೆ. ಜೊತೆಗೆ ನಿಮ್ಮ ತಮ್ಮ ಅನಂತ ಮತ್ತು ರಜನಿ ಅವರ ಸೇವೆ ಮಾಡ್ತಾ, ಹಳ್ಳಿ ಬಿಟ್ಟು ಬೇರೆಲ್ಲೂ ಹೋಗೋಕೆ ಆಗಿಲ್ಲ. ಅವರ ಮಕ್ಕಳಿಗೆ ಹೇಗಿದ್ರೂ ರಜೆಯಿದೆ. ನಾವು ಒಂದು ವಾರ ಅಲ್ಲಿದ್ದು ಅವರನ್ನು ಎಲ್ಲಿಗಾದ್ರೂ ಖುಷಿಯಿಂದ ಅಡ್ಡಾಡಿಬರೋಕೆ ಕಳಿಸೋಣ್ವಾ? ಅಪ್ಪ, ಅಮ್ಮ ಇಲ್ಲದ ಕೊರತೆ ನೀಗಿಸಿದ ಅವರೊಂದಿಗೆ ಈ ಇಳಿವಯಸ್ಸಲ್ಲಿ ಸ್ವಲ್ಪ ದಿನವಾದ್ರೂ ಇದ್ದು ಬರೋಣ. ಏನಂತೀರಿ?'

ಹೆಂಡತಿಯ ಸುಸಂಸ್ಕೃತ ನಡುವಳಿಕೆ, ತನ್ನ ಮನೆಯ ಯಾರೇ ಬಂದರೂ ಪ್ರೀತಿಯಿಂದ ಆದರೋಪಚಾರ ಮಾಡಿ ಉಡುಗೊರೆ ಕೊಟ್ಟು ಕಳಿಸುವ ಮಮತಾಮಯಿ ಮಾಧವಿಯನ್ನು ಹೆಂಡತಿಯನ್ನಾಗಿ ಪಡೆದದ್ದು ನನ್ನ ಪುಣ್ಯ ಎಂಬ ಭಾವನೆ ಮಾಧವನದು. ಅವರಿಗೆ ತಕ್ಕ ಮಕ್ಕಳು ದೀಪ್ತಿ ಮತ್ತು ಚಿರಾಗ್. ಅಪ್ಪ ಅಮ್ಮನ ಪ್ರೀತಿಯಲ್ಲಿ ಬೆಳೆದ ಮಕ್ಕಳು ಎದುರಾಡಿದ್ದೇಯಿಲ್ಲ. 'ಅಮ್ಮಾವ್ರ ಮಾತಿಗೆ ಇಲ್ಲಾ ಅನ್ನೋಕಾಗುತ್ತೈ? ಬೇಡಾ ಅಂದ್ರೆ ತಾಯಿ ಮಕ್ಕಳ ಕೈಲಿ ನಂಗೆ ಉಳಿಗಾಲ ಇದೆಯಾ?' ಮಾಧವನ ಮಾತಿಗೆ ಮಕ್ಕಳು ಚಪ್ಪಾಳೆ ತಟ್ಟಿ ನಕ್ಕರೆ, ಮಾಧವಿ ನಸುನಗುತ್ತಾ ಒಳನಡೆದಳು. ಮಾಧವನ ಸಮ್ಮತಿ ಸಿಕ್ಕಿದ್ದೇ ತಡ, ಹಳ್ಳಿಗೆ ಹೋಗುವ ತಯಾರಿಯಲ್ಲಿ ತೊಡಗಿದಳು ಮಾಧವಿ.

ಮಾಧವಿಗೆ ತವರೆಂದರೆ ಒಬ್ಬನೇ ಅಣ್ಣ. ಅಣ್ಣನದ್ದು ಸುಖೀ ಸಂಸಾರ. ಹೆಂಡತಿ ಮತ್ತು ಒಬ್ಬನೇ ಮಗನೊಂದಿಗೆ ಅಚ್ಚುಕಟ್ಟಾದ ಜೀವನ. ಬ್ಯಾಂಕ್ ನೌಕರನಾದ ಅಣ್ಣನ ಮನೆಯೇ ಮಾಧವಿಗೆ ತವರು. ಹೃದಯ ವೈಶಾಲ್ಯತೆ ಇರುವ ಅಣ್ಣ – ಅತ್ತಿಗೆ, ಪ್ರೀತಿ ವಾತ್ಸಲ್ಯದಲ್ಲಿ ತಂದೆ – ತಾಯಿ ಇಲ್ಲದ ಕೊರತೆಯನ್ನು ತುಂಬಿದ್ದರು. ವರ್ಷಕ್ಕೆರಡು ಬಾರಿ ತವರಿಗೆ ಹೋಗಿಬರುವ ಮಾಧವಿಯದ್ದು ಹೊಂದಿಕೊಳ್ಳುವ ಸ್ವಭಾವ.

ಅಲ್ಪತೃಪ್ತಳಾದ ಮಾಧವಿ, ಮಾಧವನ ಕಷ್ಟ ಸುಖಗಳಲ್ಲಿ ಕೈ ಹಿಡಿದು, ಸರಳವಾದ ಜೀವನ ನಡೆಸುವ ಅನುರೂಪವಾದ ಸತಿ. ಮಾಧವ ಒಂದು ಪ್ರೈವೇಟ್ ಕಾಲೇಜಿನಲ್ಲಿ ಉಪನ್ಯಾಸಕ. ಬಂದ ಸಂಬಳದಲ್ಲಿ ಉಳಿತಾಯ ಮಾಡಿ ಮಕ್ಕಳ ಭವಿಷ್ಯತ್ತಿಗೆಂದು ಕೂಡಿಡುವ ಕಲೆ ಇಬ್ಬರಲ್ಲೂ ಇತ್ತು. ಮನೆಯಲ್ಲಿ ಕೆಲಸದವರನ್ನು ಕೂಡ ಇಟ್ಟುಕೊಳ್ಳದ ಮಾಧವಿ, ಗಂಡ ಮಕ್ಕಳನ್ನು ಕಳಿಸಿ, ಮನೆಯ ಬಟ್ಟೆ, ಪಾತ್ರೆ, ನೆಲಗುಡಿಸಿ ಒರೆಸುವ ಕೆಲಸಗಳನ್ನೆಲ್ಲ ಮಾಡಿ, ಬಿಡುವಿನ ವೇಳೆಯಲ್ಲಿ ತನ್ನ ನೆಚ್ಚಿನ ಹವ್ಯಾಸವಾದ ಪುಟ್ಟ ಪುಟ್ಟ ಕವನಗಳನ್ನು ಬರೆಯುವ ಮತ್ತು ಕಥೆ ಪುಸ್ತಕಗಳನ್ನು ಓದುವದರ ಜೊತೆಗೆ ದಿನಪತ್ರಿಕೆಗಳಿಗೆ ಆಗಾಗ ಬರಹಗಳನ್ನೂ ಕಳಿಸುತ್ತಿದ್ದಳು. ಪ್ರಕಟವಾದಾಗ ಚಿಕ್ಕ ಮಕ್ಕಳಂತೇ ಹರ್ಷಿಸುತ್ತಿದ್ದಳು.

ಸಂಜೆ ಹೊತ್ತು ಅಕ್ಕ ಪಕ್ಕದ ಕೆಲವು ಮಕ್ಕಳಿಗೆ ಪಾಠ ಹೇಳಿಕೊಟ್ಟು ತನ್ನ ಸ್ವಂತ ಖರ್ಚಿಗೆ ಬೇಕಾದ ಹಣ ಸಂಪಾದಿಸಿಕೊಳ್ಳುತ್ತಿದ್ದಳು. ತನಗೆ ಬೇರೇನಾದರೂ ಕೆಲಸ ಇದ್ದಾಗ ಆ ಮನೆಪಾಠ ಹೇಳುವ ಹೊಣೆ ಕೊನೆಯ ವರ್ಷದ ಡಿಗ್ರಿ ಓದುತ್ತಿರುವ ಮಗಳು ದೀಪ್ತಿಯದ್ದು. ತನ್ನಿಷ್ಟದಂತೆ ಬಿ. ಎಸ್ಸಿ ಓದುತ್ತಿರುವ ದೀಪ್ತಿ, ಅಮ್ಮನ ಕೆಲಸಗಳಲ್ಲಿ ಆಸರೆಯಾಗಿ ಅಭ್ಯಾಸದಲ್ಲೂ ಮುಂದಿರುವ ಹುಡುಗಿ. ಶಾಲಾ ದಿನಗಳಲ್ಲಿ ಪ್ರತಿವರ್ಷವೂ 'Best student award' ಪಡೆದ ಪ್ರತಿಭಾವಂತೆ. ಮಗ ಚಿರಾಗನಂತೂ ದುಶ್ಚಟಗಳು ಮತ್ತು ಕೆಟ್ಟ ಸಹವಾಸಗಳಿಲ್ಲದ ತಮಾಷೆಯ ಸ್ವಭಾವದ ಮುದ್ದು ಹುಡುಗ. ಎರಡನೇ ವರ್ಷದ ಪಿಯೂಸಿ ಓದುತ್ತಿರುವ ಅವನದ್ದು ಕಲಾ ವಿಭಾಗ. ಮಕ್ಕಳ ಇಷ್ಟವನ್ನೇ ಅನುಮೋದಿಸುತ್ತ ಉತ್ತಮ ಸಂಸ್ಕಾರದಲ್ಲಿ ಬೆಳೆಸುತ್ತಿರುವ ಇವರು ತಮ್ಮ ಬಂಧುಗಳಲ್ಲೇ ಮಾದರಿಯಾಗಿದ್ದರು.

'ಹಾಗಾದ್ರೆ ತಡ ಯಾಕೆ? ನಾಳೆ ನಸುಕಿಗೆ ಹೊರಡೋಣಲ್ವಾ?' ಮಕ್ಕಳೇ, ನೀವಿಬ್ಬರೂ ನಿಮ್ಮ ಬಟ್ಟೆ ಪ್ಯಾಕ್ ಮಾಡ್ಕೊಳ್ಳಿ. ಹಾ ! ಹಾಗೇ ಇವತ್ತು ಸಂಜೆ ಸ್ವಲ್ಪ ಪೇಟೆ ಕಡೆ ಹೋಗಿ ಬರೋಣಾರಿ. ಮಕ್ಕಳಿರೋ ಮನೆಗೆ ಹೋಗುವಾಗ ಬರಿಗೈಲಿ ಹೋಗಬಾರದಂತೆ. ಮನೇಲಿ ತಿಂಡಿ ಮಾಡೋಕಂತೂ ಟೈಮ್

ಇಲ್ಲ. ಹೆಬ್ಬಾರ್ಸ್ ಕಾಂಡಿಮೆಂಟ್ಸ್ ಒಳಗೆ ಎಲ್ಲಾ ಫ್ರೆಶ್ ಆಗಿಯೇ ಸಿಗುತ್ತೆ. ಅಲ್ಲೇ ತರೋಣ. ಏ ಚಿರಾಗ್, ಮೊನ್ನೆ ನಿಂಗೆ ಅಂತ ತಂದಿದ್ದೆನಲ್ಲಾ ಜೀನ್ಸ್ ಪ್ಯಾಂಟ್, ಆ ಕ್ವಾಲಿಟಿ ಹೇಗಿದೆ? ನಿಮ್ಮ ಅನಂತೂ ಚಿಕ್ಕಪ್ಪನ ಮಗ ರೋಹಿತನಿಗೂ ಅಲ್ಲೇ ತರೋಣ. ಉಳಿದವರಿಗೆಲ್ಲ ಬಟ್ಟೆ ಖರೀದಿ ಮಾಡೋಣಾರಿ. ಏನ್ರೀ, ಹೀಗೆ ಮೂರು ಜನ ನನ್ನ ನೋಡ್ತಾ ನಿಂತು ಬಿಟ್ರಲ್ಲಾ. ಹೊರಡೋದು ಗ್ಯಾರಂಟಿ ಹೌದು ತಾನೇ? ಹಾಗೇ ಭೀಮನಿಗೆ ನಿಮ್ಮ ಬಟ್ಟೆಗಳನ್ನು ಇಟ್ಕೊಳ್ಳಿ. ಹೊಸ ಬಟ್ಟೆ ಬಂದ ತಕ್ಷಣ ಒಳ್ಳೊಳ್ಳೆ ಬಟ್ಟೆ ಸೂಟ್ಕೇಸ್ ಪಾಲಾಗುತ್ತವೆ. ದೀಪ್ತಿ, ನಿನ್ನ ಒಳ್ಳೊಳ್ಳೆ ಬಟ್ಟೆಗಳನ್ನು ಇಟ್ಟುಕೊಳ್ಳೇ. ರತ್ನ ಮತ್ತೆ ನೇತ್ರಾಗೆ ಕೊಡೋಕಾಗುತ್ತೆ.' ಮನದನ್ನೆಯ ಸಡಗರ ನೋಡಿ ಮೀಸೆಯಡಿಯಲ್ಲೇ ಮುಗುಳ್ನಕ್ಕ ಮಾಧವ ದೀಪ್ತಿಯತ್ತ ತಿರುಗಿ 'ನಿಮ್ಮಮ್ಮ ಈಗಿಂದಲೇ ಶುರು ಮಾಡಿದ್ಲಮ್ಮ ಕಾರಿನ ಡಿಕ್ಕಿ ತುಂಬಿಸೋಕೆ. ನಿಮ್ಮಿಬ್ಬರ ಬಟ್ಟೆ ಬ್ಯಾಗ್ ಬೇಗ ಇಟ್ಟುಕೊಂಡುಬಿಡಿ' ಅಂತ ಕಿಚಾಯಿಸಿದಾಗ 'ಇದಕ್ಕೇನು ಕಡಿಮೆಯಿಲ್ಲ. ಅಪ್ಪ ಮಕ್ಕಳಿಗೆ ನಾನೊಬ್ಬಳು ಸಿಕ್ಕು ಬಿಡ್ತೀನಿ. ಮಾತಾಡ್ತಾ ನಿಲ್ಲೋಕೆ ಟೈಮ್ ಇಲ್ಲಾ. ಬೇಗ ತಯಾರಿ ಮಾಡ್ಕೊಳ್ಳಿ.' ಮಡದಿಯತ್ತ ಒಲವಿನ ನೋಟ ಬೀರಿದ ಮಾಧವ.

ಫೋನ್ ಮಾಡಿ ತಾವು ಬರುವ ವಿಷಯ ತಿಳಿಸಿದಾಗ ಸಂಭ್ರಮಿಸಿದ ಅನಂತ 'ನೀವೆಲ್ಲಾ ಬರೋದು ಕೇಳಿ ಖುಷಿ ಆಯ್ತು. 8 ತಿಂಗಳಾಗಿತ್ತು ನಿಮ್ಮನ್ನೆಲ್ಲ ನೋಡಿ. ನೋಡಣ್ಣಾ, ಅಮ್ಮನ ಮುಖ ಹೇಗೆ ಅರಳಿತು ನೀವು ಬರೋದು ಕೇಳಿ' ಅಂದಾಗ ಮಾಧವನಿಂದ ಫೋನ್ ಬಲವಂತವಾಗಿ ತಗೊಂಡ ಮಾಧವಿ 'ಏನಾದ್ರು ತರ್ಬೇಕಾ ಅನಂತು? ಮಕ್ಕಳಿಗೆ ಏನಾದ್ರು ಬೇಕಿತ್ತಾ? ಅತ್ತೆ – ಮಾವ ಅವರ ಟ್ಯಾಬ್ಲೆಟ್ಸ್ ತರ್ತೀವಿ. ಹಾಗೇ ಅವರಿಬ್ಬರ ಸ್ವೆಟರ್ ಕೂಡ ಹಳತಾಗಿವೆ. ಹೊಸದೇ ತರ್ತೀನಿ. ಮತ್ತೇನಾದ್ರು ಬೇಕಿದ್ರೆ ರಜನಿ ಹತ್ರ ಕೇಳಿ ತಿಳ್ಸು. ಅಂದಹಾಗೆ ಎರಡು ಹೊಸ ಗ್ರೈಂಡರ್ ತಗೊಂಡಿದ್ದೀನಿ. ನಿಮಗೊಂದು ತರ್ತಿದ್ದೀನಿ.' ಅಂದಾಗ 'ಅತ್ತಿಗೆ, ನೀವು ಬರ್ತಾ ಇರೋದೇ ನಮಗೆ ಖುಷಿ. ನಮಗೆ ಏನ್ ತರ್ಬೇಕು ಅಂತ ನಾವು ಹೇಳೋಹಾಗೇ ಇಲ್ಲ. ನೀವು ಯಾವತ್ತಾದ್ರೂ ಬರಿಗೈಲಿ ಬಂದಿದ್ದೀರಾ?' ಅಂದ ಮೈದುನನ ಮಾತಿಗೆ ಮಾಧವಿ 'ಸಾಕಪ್ಪ ನನ್ನ ಹೊಗಳೋದು. ನಾಳೆ ಅಲ್ಲಿ ಬಂದಾಗ ಮಾತಾಡೋಣ. ಬೈ' ಅಂದು ತಿರುಗಿದ ಮಾಧವಿಗೆ ಕಂಡದ್ದು ಗಂಡ ಮಕ್ಕಳು ಬಾಯಿ ಮುಚ್ಚಿಕೊಂಡು ನಗುವ ದೃಶ್ಯ. ಮಾಧವಿ ಇತ್ತ ತಿರುಗಿದ್ದೇ ತಡ ಅಪ್ಪ ಮಕ್ಕಳ ನಗು ಜೋರಾಯ್ತು.

ನಸುಕಿಗೇ ಹಳ್ಳಿಯತ್ತ ಪ್ರಯಾಣ ಬೆಳೆಸಿದ ಮಾಧವನ ಕುಟುಂಬ ರಸ್ತೆಯ ಮಧ್ಯೆ ಅಲ್ಲಲ್ಲಿ ಊಟ, ತಿಂಡಿ ಅಂತ ನಿಲ್ಲೋದು, ಜೊತೆ ಜೊತೆಗೆ

೩ / ಜೀವನ ಜೋಕಾಲಿ

ಮಕ್ಕಳ ಜೊತೆ ಮಕ್ಕಳಾಗಿ ಸೀಬೆಕಾಯಿ ಖರೀದಿಸಿ ತಿನ್ನುತ್ತಾ, ಕುರಿಮಂದೆ ಮಧ್ಯೆ ನಡೆಯುತ್ತಾ, ಆಗಾಗ ಮಾಧವನ ಗಡಿಬಿಡಿಗೆ ಪ್ರಯಾಣ ಮುಂದುವರೆಯಿತು. ಕತ್ತಲಾಗುವುದರೊಳಗೆ ಹಳ್ಳಿ ತಲುಪುವ ಇರಾದೆ ಮಾಧವನದ್ದು.

ಮಾಧವನ ಕುಟುಂಬ ಹಳ್ಳಿಯ ಮುಖ್ಯ ದ್ವಾರಕ್ಕೆ ಬಂದು ತಲುಪಿದಾಗ ನೇಸರನಿಗೆ ಕೂಡಾ ಮನೆಗೋಡುವ ತವಕ. ಇಳಿ ಸಂಜೆಯ ನಸುಗೆಂಪು ಆಕಾಶ. ತಣ್ಣನೆಯ ಗಾಳಿ. ರಸ್ತೆ ಅಕ್ಕ –ಪಕ್ಕ ಹಚ್ಚ ಹಸುರಿನ ಪೈರು. ದನಗಳು ಇಡೀ ದಿನ ಹಸಿರು ಮೆದ್ದು ಸಂಜೆಯಾಗುತ್ತಿದ್ದಂತೆ ಕರುಗಳ ನೆನಪಾಗಿ ದಾಪುಗಾಲು ಹಾಕುತ್ತ 'ಅಂಬೋ' ಎನ್ನುತ್ತಾ ಹಟ್ಟಿಯ ಕಡೆಗೆ ಓಡುವ ನಯನ ಮನೋಹರ ದೃಶ್ಯ !! ಮಕ್ಕಳಿಗೆ ಇದೆಲ್ಲ ಅಪರೂಪ. ಖುಷಿಯಿಂದ ಕೇಕೆ ಹಾಕಿದವು. ಫೋಟೋ ಕ್ಲಿಕ್ಕಿಸಿದರು. ಮಾಧವನಿಗೆ ತನ್ನ ಬಾಲ್ಯದ ನೆನಪು ಮರುಕಳಿಸಿತು.

ಮನೆಯ ಹತ್ತಿರ ಬರುತ್ತಿದ್ದಂತೇ ಜೋರಾಗಿ ಹಾರ್ನ್ ಮಾಡಿದ ಮಾಧವ ಅಂಗಳದಲ್ಲಿ ಕಾರು ನಿಲ್ಲಿಸುತ್ತಿದ್ದಂತೆ ಸ್ವಾಗತ ಕೋರಿದ ಸಂಜೆಯ ಬಣ್ಣ ತುಂಬಿದ ರಂಗೋಲಿ. ಹಳ್ಳಿಯ ಕಡೆಗೆ ಸಂಜೆ ಕೂಡಾ ಸೆಗಣಿಯಿಂದ ಅಂಗಳ ಸಾರಿಸಿ ರಂಗೋಲಿ ಹಾಕುವ ಸಂಪ್ರದಾಯ ಸಹಜ. ಮನೆಯ ಗೋಡೆಗೆ ಹಬ್ಬಿದ ದುಂಡುಮಲ್ಲಿಗೆಯ ಬಳ್ಳಿಯಲ್ಲಿ ಮೊಸರು ಚೆಲ್ಲಿದಂತೆ ಬಿರಿಯುತ್ತಿರುವ ಮೊಗ್ಗುಗಳು. ಮೊಗ್ಗನ್ನು ಬಿಡಿಸುತ್ತಿದ್ದ ಮನೆಗೆಲಸದ ಗಂಗಮ್ಮ ಮತ್ತು ಅನಂತು ಮಗಳು ಚಂದನಾ ಕೈಯಲ್ಲಿ ಮೊಗ್ಗು ತುಂಬಿದ ಬುಟ್ಟಿ.. ಕಾರಿನ ಹಾರ್ನ್ ಕೇಳುತ್ತಿದ್ದಂತೆ ಓಡಿ ಬಂದ ಚಂದನಾ ಮತ್ತು ಮನೆಯೊಳಗಿನಿಂದ ಓಡಿ ಬಂದ ರೋಹಿತ್ ದೊಡ್ಡಪ್ಪನ ಒಂದೊಂದು ಕೈ ಹಿಡಿದದ್ದು ನೋಡಿದ ಅನಂತ 'ಒಳಗಾದ್ರು ಬರೋಕೆ ಬಿಡಿ ಅವರನ್ನು. ಏನ್ ಮಕ್ಕಳಪ್ಪಾ ನೀವು.' ಅಂದಾಗ ಮಾಧವಿ 'ಇರ್ಲಿ ಬಿಡು ಅನಂತು, ಮಕ್ಕಳಿಗೆ ಬೈಬೇಡ' ಅಂದಾಗ ಮಾಧವನನ್ನು ಬಿಟ್ಟು ಹೆಚ್ಚು ಕಡಿಮೆ ಮಾಧವಿಯನ್ನು ಬಳಸಿಕೊಂಡೇ ಒಳಗಡಿಯಿಟ್ಟ ಮಕ್ಕಳೊಂದಿಗೆ ಮನೆಯೊಳಗೆ ಬಂದ ಎಲ್ಲರಿಗೂ ಕಂಡಿದ್ದು ವಿಸ್ತಾರವಾದ ಹಜಾರದಲ್ಲಿ ನಸುನಗುತ್ತ ಕುಳಿತ ಹಿರಿ ಜೀವಗಳು. ಬೊಚ್ಚು ಬಾಯಲ್ಲಿ ಮುಖ ತುಂಬಾ ನಗು ತುಂಬಿಕೊಂಡ ಹಿರಿಯ ಮುತ್ತೈದೆ ಲಲಿತಮ್ಮ ಲಕ್ಷಣವಾದ ಹೆಂಗಸು.

ಮಾಧವಿಯ ಅಣತಿಯಂತೆ ಎಲ್ಲರೂ ಹಿರಿಯರಿಗೆ ನಮಸ್ಕರಿಸಿ, ಅವರ ಅರೋಗ್ಯ ವಿಚಾರಿಸಿದಾಗ ಮಾಧವನ ತಂದೆ ರಾಮಪ್ಪನವರ ಕಣ್ಣಲ್ಲಿ ಸಂತೋಷದ ಕಣ್ಣೀರು. 'ಬಂದ್ಯಾ ತಾಯಿ, ಮನೆ ತುಂಬಿದಂತಾಯ್ತು ನನ್ನ

ಕೂಸುಗಳೇ' ಅಂದಾಗ 'ನಾನು ಕಾಣೋದೇ ಇಲ್ವಾ ಯಾರಿಗೂ?' ಮಾಧವನ ಮಾತಿಗೆ ನಕ್ಕ ಲಲಿತಮ್ಮ 'ಬಾ ಕಂದಾ, ಎಷ್ಟು ದಿನವಾಯ್ತೋ ನಿಮ್ಮನ್ನೆಲ್ಲಾ ನೋಡಿ' ಮೈಯೆಲ್ಲಾ ತಡವಿದಾಗ ಮಾಧವನಿಗೆ ಅಮ್ಮನ ಮಡಿಲಲ್ಲಿ ಮತ್ತೆ ಮಗುವಾದ ಅನುಭವ. ರಜನಿಯ ಸಂಭ್ರಮ ಹೇಳತೀರದ್ದು. 'ಬೇಗ ಎಲ್ಲಾ ಕೈಕಾಲು, ಮುಖ ತೊಳೆದು ಬನ್ನಿ, ಬಿಸಿಯಾದ ಉಪ್ಪಿಟ್ಟು ಜೊತೆಗೆ ಚಿರಾಗ್‌ಗೆ ಇಷ್ಟ ಅಂತ ಬದನೇಕಾಯಿ ಬೋಂಡಾ ಮಾಡ್ತಾ ಇದ್ದೀನಿ. ಬೇಗ ಬನ್ನಿ' ಅಂದಾಗ ಅನಂತುನ ಅಭಿಮಾನದ ನೋಟ ರಜನಿಯತ್ತ. 'ಒಮ್ಮೆಯಾದ್ರೂ ನಂಗೆ ಈ ರೀತಿ ಪ್ರೀತಿಯಿಂದ ಮಾಡಿ ಹಾಕಿಲ್ವಲ್ಲೇ' ಅಂದಾಗ 'ನಾನು ಮಾಡಿ ಹಾಕದೇ ಗಂಗಮ್ಮ ಮಾಡ್ತಾಳಾ ನಿಮಗೆ?' ಎಂದಾಗ ಮನೆಮಂದಿಯೆಲ್ಲಾ ಘೊಳ್ ಎಂದು ನಕ್ಕಾಗ ಪೆಚ್ಚುಪೆಚ್ಚಾಗಿ ನಕ್ಕ ಅನಂತೂ. ಆಮೇಲೆ ವಿಚಾರಿಸ್ಕೊಳ್ತೀನಿ ನಿನ್ನ ಅನ್ನುವಂತೆ ಸಂಜ್ಞೆ ಮಾಡಿದ ಅನಂತುಗೆ ಮೂತಿ ತಿರುವಿದಂತೆ ಅಣಕಿಸಿ ಅಡುಗೆ ಮನೆ ಸೇರಿದಳು ರಜನಿ.

ಮೊದಲೇ ನಿರ್ಧರಿಸಿದಂತೆ ಮರುದಿನ ನಸುಕಿಗೆ ಅನಂತ ಮತ್ತು ರಜನಿ ಮಕ್ಕಳೊಂದಿಗೆ ಹೊರನಾಡು ಮತ್ತು ಶೃಂಗೇರಿ ಕಡೆಗೆ ಪ್ರಯಾಣ ಬೆಳೆಸಿದರು. ಮಾಧವನ ಒತ್ತಾಯದ ಮೇರೆಗೆ ಅಣ್ಣನ ಕಾರಿನಲ್ಲೇ ಹೋಗಲು ಸಮ್ಮತಿಸಿದ ಅನಂತು. ಹೇಗಿದ್ದರೂ ಮಾಧವಿ ತಂದ ತಿಂಡಿ – ತಿನಿಸುಗಳು ಇದ್ದುದ್ದರಿಂದ ರಜನಿ ನೆಮ್ಮದಿಯಿಂದ ಹೊರಟಳು. ಎರಡೇ ದಿನ ಹೋಗಿ ಬರುವುದಾಗಿ ಎಲ್ಲರಿಂದಲೂ ಬೀಳ್ಕೊಟ್ಟರು. ಇತ್ತ ನಸುಕಿಗೇ ಎದ್ದ ಮಾಧವನಿಗೆ ಮನೆಯಲ್ಲಿ ಕುಳಿತಿರಲು ಬೇಜಾರಾಗಿ ತಮ್ಮ ತೋಟದತ್ತ ಹೆಜ್ಜೆ ಹಾಕಿದನು. 4 ಕಿಲೋಮೀಟರು ದೂರದ ದಾರಿ ತೋಟಕ್ಕೆ. 500 ತೆಂಗಿನ ಗಿಡಗಳು, ಬಾಳೆ, ಸಪೋಟಾ, ಮಾವು ಮತ್ತು ದಾಳಿಂಬೆಯ ಗಿಡಗಳು, ಅಲ್ಲಲ್ಲಿ ಹಲಸಿನ ಮರಗಳು. ಎರಡು ಎಕರೆಯಲ್ಲಿ ಪೂರ್ತಿಯಾಗಿ ಮಲ್ಲಿಗೆ ಮತ್ತು ಕನಕಾಂಬರ ಹೂವಿನ ಗಿಡಗಳು. ವರ್ಷಪೂರ್ತಿ ಆದಾಯ ಬರುವಂತೆ ಆಧುನಿಕ ಪದ್ಧತಿಯಲ್ಲಿ ತೋಟ ನಿರ್ಮಿಸಿದ್ದರು ರಾಮಪ್ಪನವರು.

ಮಾಧವ ತೋಟಕ್ಕೆ ಬಂದಾಗ ಆಳುಗಳು ತಮ್ಮ ತಮ್ಮ ಕೆಲಸದಲ್ಲಿ ತೊಡಗಿದ್ದರು. ನೀರು ಬಿಡುವ, ತೆಗ್ಗು ಮಾಡಿ ಒಣಗಿದ ಎಲೆ ಹಾಕಿ ಮಣ್ಣು ಹಾಕುವ, ಹೂಗಳನ್ನು ಬಿಡಿಸುವ ಅವರವರಿಗೆ ವಹಿಸಿದ ಕೆಲಸವನ್ನು ಶ್ರದ್ಧೆಯಿಂದ ಮಾಡುತ್ತಿದ್ದವರನ್ನು ನೋಡಿದ ಮಾಧವನಿಗೆ ತುಂಬಾ ಸಂತೋಷವಾಯ್ತು. ತೋಟದಲ್ಲೇ ಒಂದು ಪುಟ್ಟ ಹೆಂಚಿನ ಮನೆ. ಹಗಲು ಮತ್ತು ರಾತ್ರಿಯ ಕಾವಲಿಗೆ ಭೀಮನೆಂಬವನನ್ನು ನಿಯಮಿಸಿದ್ದರು. ರಜನಿಯ ತವರಿನ ತಾಯಿ ಸತ್ತ ಮಗ ಭೀಮ ಹಳ್ಳಿಯಲ್ಲಿ ಓಣಿಯ ಮಕ್ಕಳೊಂದಿಗೆ ಬೀಡಿ ಸೇದುತ್ತಾ, ಗುಟ್ಕಾ ಮೆಲ್ಲುತ್ತಾ, ಗೋಲಿಯಾಡುತ್ತ, ಅವರಿವರ

ತೋಟದಲ್ಲಿ ಬೆಳೆದದ್ದನ್ನು ಕದಿಯುತ್ತಾ ಪೋಲಿಯಾಗಿ ಅಲೆದಾಡುವುದನ್ನು ನೋಡಿ ನೋಡಿ ಬುದ್ಧಿ ಹೇಳಿ ಸಾಕಾಗಿ ಅವನಪ್ಪ ಮಾದೇವಪ್ಪ ಅನಂತುನ ಒಪ್ಪಿಗೆ ಪಡೆದುಕೊಂಡು ಒಮ್ಮೆ ರಜನಿ ತವರಿಗೆ ಹೋದಾಗ ಭೀಮನ ಬಗ್ಗೆ ಎಲ್ಲಾ ವಿಷಯ ಹೇಳಿ 'ತಾಯಿಯಿಲ್ಲದ ಮಗನನ್ನು ನೀವೇ ಏನಾದ್ರು ಮಾಡಿ ದಾರಿಗೆ ತನ್ನಿ ಅಮ್ಮಾವ್ರೇ. ನಿಮ್ಮ ಮಡಿಲಿಗೆ ಹಾಕ್ತೀನಿ. ಇನ್ನು ಅವನುಂಟು ನೀವುಂಟು.' ಅಂತ ಗೋಗರೆದು ರಜನಿಯೊಂದಿಗೆ ಅವರ ಹಳ್ಳಿಗೆ ಕಳಿಸಿದ.

ಗಂಭೀರ ವ್ಯಕ್ತಿತ್ವದ ಮತ್ತು ಶಿಸ್ತಿನ ಮನುಷ್ಯ ರಾಮಪ್ಪನವರ ಮುಂದೆ ಭೀಮನ ಆಟಗಳು ನಡೆಯದೆ, ಹೊಂದಿಕೊಂಡು ಇರಲೇಬೇಕಾಯ್ತು. ಹೊಟ್ಟೆತುಂಬ ಊಟ, ಒಳ್ಳೊಳ್ಳೆ ಬಟ್ಟೆಗಳು ಜೊತೆಗೆ ಅವನ ದುಡಿಮೆಯ ಹಣ ಅವನದ್ದೇ ಒಂದು ಅಕೌಂಟ್ ಮಾಡಿ ಬ್ಯಾಂಕಿನಲ್ಲಿ ಇಡತೊಡಗಿದರು ರಾಮಪ್ಪನವರು. ಇಲ್ಲಿಗೆ ಬಂದಾಗ 15 ವರ್ಷದ ಬಾಲಕನಾಗಿದ್ದ ಭೀಮ ಈಗ 25 ರ ಯುವಕ. ತೋಟದ ಕೆಲಸಗಳನ್ನೆಲ್ಲ ರಾಮಪ್ಪನವರು ಮತ್ತು ಅನಂತನಿಂದ ಕಲಿತ ಭೀಮ ಈಗ ತೋಟದ ಒಳ ಹೊರಗನ್ನೆಲ್ಲ ಬಲ್ಲವನಾಗಿದ್ದ. ಅನಂತನಿಗಂತೂ ಭೀಮನ ಬಗ್ಗೆ ಅಪಾರವಾದ ನಂಬಿಕೆ. ರಜನಿಗಂತೂ ತವರಿನ ಹುಡುಗನೆಂದು ತುಸು ಹೆಚ್ಚೇ ಅನ್ನುವಷ್ಟು ಪ್ರೀತಿ.

ಮಾಧವ ತೋಟಕ್ಕೆ ಬಂದಾಗ ಭೀಮ ಕೆಲಸದಾಳುಗಳಿಗೆ ಹೇಳಿ ಕೆಲಸ ಮಾಡಿಸುತ್ತಿದ್ದ. ಜೊತೆಗೆ ಬಾಳೆಗೊನೆಗಳನ್ನು ಕೊಯ್ಯುತ್ತಿದ್ದ. ಹಲಸಿನ ಹಣ್ಣುಗಳು ಸುವಾಸನೆ ಬೀರುತ್ತಾ ಮೂಲೆಯಲ್ಲಿದ್ದವು. ತೋಟದ ಮನೆಯಲ್ಲಿ ಹಿಂದಿನ ದಿನವೇ ತೆಂಗಿನಕಾಯಿಗಳನ್ನು ಕಿತ್ತು ರಾಶಿ ಹಾಕಿದ್ದ. 'ತೆಂಗಿನಕಾಯಿ ಮತ್ತು ಬಾಳೆಗೊನೆ ಕೀಳೋಕೆ ಅನಂತು ಹೇಳಿದ್ನಾ ಭೀಮಾ'? ಅಂದಾಗ ಭೀಮ 'ಇಲ್ಲಾ ಸಾವ್ಕಾರ್ರೇ. ಇದೆಲ್ಲಾ ನಂದೇ ಕೆಲ್ಸ ಅಲ್ಲವ್ರ. ಕಾಯಿ ಬಲಿತಾಗ ಇಳುವಿ, ಪೇಟೆಗೆ ಹೋಗಿ ದಲ್ಲಾಳಿಗಳಿಗೆ ಕೊಟ್ಟು ಬರೋ ಕೆಲ್ಸ ನಂದೇ ಸಾವ್ಕಾರ್ರೆ. ಅಪ್ಪಾವ್ರು ವಯಸ್ಸಾದ್ಮೇಲೆ ತೋಟಕ್ಕೆ ಬರೋದು ನಿಲ್ಸಿದ್ಮೇಲೆ ಚಿಕ್ಕ ಸಾವ್ಕಾರ್ರು ನಂಗೇ ಈ ಕೆಲ್ಸ ಬಿಟ್ಟಿದ್ದಾರೆ.' ಅಂದಾಗ ಮರುಮಾತಾಡದೆ ಮಾಧವ 'ಓ ಹೌದಾ' ಎಂಬಂತೆ ತಲೆ ಅಲ್ಲಾಡಿಸಿ ತೋಟದಲ್ಲಿ ಒಂದು ಸುತ್ತು ಹಾಕಿ ಹಿರಿಯ ಆಳು ನಿಂಗಜ್ಜ ಕೆತ್ತಿಕೊಟ್ಟ ಎಳನೀರನ್ನು ಕುಡಿದು ಆಚೆ ಬಂದ. ದಾರಿಯಲ್ಲಿ ಬರುವಾಗ ಸಿಕ್ಕ ಪಕ್ಕದ ತೋಟದ ಮಲ್ಲೇಗೌಡ್ರು 'ಏನ್ ಮಾದಪ್ಪಾ, ಚೆನ್ನಾಗಿದ್ದೀಯಾ? ತುಂಬಾ ಅಪರೂಪ ಆಗ್ಹೋದೆ ಕಣಪ್ಪಾ. ಊರ್ ಕಡೆ ಆಗಾಗ ಬರ್ತಾ ಇರ್ಬೇಕಪ್ಪ. ಅನಂತ ಚಿಕ್ಕೋನು. ತೋಟದ ಕಡೆ ವಸಿ ನಿಂಗೂ ನಿಗಾ ಇರ್ಲಿ. ಹೀಗ್ಹೇಳ್ದೆ ಅಂತಾ ಬೇಜಾರಾಗಬೇಡಪ್ಪಾ. ಬಿಡುವಿದ್ರೆ ಮನೆಕಡೆ ಬಂದ್ಹೋಗು. ಯಾರನು ಕೂಡಾ ನಂಬೋ ಕಾಲ ಅಲ್ಲಪ್ಪಾ.' ಅಂದಾಗ 'ಆಗ್ಲಿ ಗೌಡ್ರೆ' ಎನ್ನುತ್ತಾ ಮುಂದೆ ಸಾಗಿದ ಮಾಧವನಿಗೆ

ಮಲ್ಲೇಗೌಡ್ರ ಮಾತು ಮಾರ್ದನಿಸತೊಡಗಿತು. ಮನಸ್ಸೇಕೋ ಕೊಂಚ ಗಲಿಬಿಲಿ ಅನಿಸಿತು. ಭೀಮನ ಮೇಲೆ ನಾವೆಲ್ಲಾ ನಂಬಿಕೆ ಇರಿಸಿದ್ದೇ ತಪ್ಪಾಯ್ತಾ? ಅಥವಾ ಜವಾಬ್ದಾರಿ ತಗೊಂಡು ಭೀಮ ಮನೆಮಗನಂತೆ ಕೆಲಸ ಮಾಡ್ತಾ ಇರೋನ ಮೇಲೆ ನಾನೇ ಸಂಶಯ ಮಾಡ್ತಾ ಇದ್ದೀನಾ? ಗೊಂದಲದ ಗೂಡಾದ ಭಾರವಾದ ಮನದಿಂದ ಮಾಧವ ಮನೆಯತ್ತ ಹೆಜ್ಜೆ ಹಾಕಿದ.

ಮನೆಯ ಅಂಗಳದಲ್ಲಿ ಒರಗುವ ಕುರ್ಚಿಯಲ್ಲಿ ಆರಾಮವಾಗಿ ಕುಳಿತು ಕಾಫಿ ಕುಡಿಯುತ್ತಿದ್ದ ರಾಮಪ್ಪನವರು ಮಗ ತೋಟಕ್ಕೆ ಹೋಗಿ ಬಂದಿದ್ದು ನೋಡಿ 'ಯಾಕ್ ಮಗಾ, ತೋಟಕ್ಹೋಗಿ ಬಂದಿದ್ದು ಸುಸ್ತಾಯ್ತಾ? ನಿಮಗೆಲ್ಲಾ ಪೇಟೇಲಿ ಹೀಗೆಲ್ಲ ಅಡ್ಡಾಡಿ ಅಭ್ಯಾಸ ಇರಲ್ಲಾ. ದಣಿವಾಗುತ್ತೆ. ಒಳಗ್ಹೋಗಿ ಕಾಫಿ ಕುಡಿ ಹೋಗು' ಅಂದಾಗ 'ಅದೇನೋ ನಿಜ ಅಪ್ಪಯ್ಯ. ಸ್ವಲ್ಪ ಸುಸ್ತಾಯ್ತು. ಅದಿರಲಿ ಅಪ್ಪಯ್ಯ, ಅನಂತ ಊರಲ್ಲಿ ಇದ್ದಾಗ್ಲೂ ಭೀಮನೇ ನೋಡ್ಕೊಳ್ಳೋದ ತೋಟದ ವ್ಯವಹಾರಾನ?' ಎಂಬ ಮಾತು ಕೇಳಿದ ರಾಮಪ್ಪನವರಿಗೆ ಏನು ಹೇಳಬೇಕೆಂದೇ ತೋಚಲಿಲ್ಲ. ಕನ್ನಡಕ ಸರಿಪಡಿಸಿಕೊಳ್ಳುತ್ತಾ ಮನೆ ಒಳಗೆ, ಆಚೆ ಈಚೆ ದ್ರಿಷ್ಟಿ ಹಾಯಿಸ್ತಾ 'ಹೌದು ಮಗಾ. ನಾನು ಭಾಳ ಸರ್ತಿ ಹೇಳಿದ್ದೀನಿ ಅನಂತೂಗೆ. ಯಾರ ಮೇಲೂ ಭರವಸೆ ಇಡ್ಬೇಡಪ್ಪಾ ಅಂತ. ತೋಟದ್ದು, ಪೇಟೆದು ಎಲ್ಲಾ ವ್ಯವಹಾರ ನೀನೇ ನೋಡ್ಕೋ ಅಂತ. ಅವನಿಗೇಕೋ ಈ ಕೆಲಸಗಳಲ್ಲೆಲ್ಲ ಅಷ್ಟೊಂದು ಆಸಕ್ತಿ ಇಲ್ಲಪ್ಪ. ಭೀಮನಿಗೇ ಇದನ್ನೆಲ್ಲಾ ವಹಿಸಿಬಿಟ್ಟಿದ್ದಾನೆ. ಹಾಗಂತ ತೋಟಕ್ಕೆ ಹೋಗಲ್ಲ ಅಂತಲ್ಲಾ. ದಿನಕ್ಕೊಂದು ಬಾರಿ ಹೋಗಿರ್ತಾನೆ. ನನ್ನ ಮೈಯಲ್ಲಿ ಶಕ್ತಿ ಇರೋತನ್ಕಾ ನಾನು ಇಡೀ ದಿನ ತೋಟದಲ್ಲೇ ಇರ್ತಿದ್ದೆ. ಲಲಿತು ಊಟ ತರೋಳು ತೋಟದ ಮನೆಗೆ. ಇಬ್ರು ಸಂಜೆ ಒಟ್ಟಿಗೆ ಮನೆಗೆ ಬರ್ತಿದ್ವಿ. ಹೋಗ್ಲಿಬಿಡು ಮಗಾ. ಹೇಗೋ ಚೆನ್ನಾಗಿ ನಡ್ಕೊಂಡು ಹೋಗ್ತಿದೆ. ಕಾಯೋ ದೇವ್ರು ಬಡವಾ ಅಲ್ಲಾ.' ಅಪ್ಪನ ಮಾತು ನಿಜ ಅನ್ನಿಸಿದ ಮಾಧವನಿಗೆ ಎಷ್ಟೆಂದರೂ ಅಪ್ಪ ಕಷ್ಟಪಟ್ಟು ಬೆಳೆಸಿದ ತೋಟ. ಈಗ ಹಳ್ಳಿಗೆ ಹಳ್ಳಿಯೇ ನಿಂತು ನೋಡುವಂತೆ ಮತ್ತು ಕಣ್ಣು ಕುಕ್ಕುವಂತೆ ಮಾಡಿದ್ರಲ್ಲಿ ಭೀಮ ಮತ್ತು ಅನಂತು ಇಬ್ಬರದ್ದೂ ಶ್ರಮ ಇದೆ. ಅಂಥಾ ಭೀಮನ ಬಗ್ಗೆ ನಾನೇ ಅನುಮಾನ ಪಟ್ಟುಬಿಟ್ನಾ, 'ಛೇ' ಅಂತ ತಲೆ ಕೊಡವಿ ಮನೆಯ ಹತ್ತಿರದ ದನದ ಕೊಟ್ಟಿಗೆಯಿಂದ ಹೋದವಾರ ತಾನೇ ಕರು ಹಾಕಿದ ಹಸು ಗೌರಿಯ 'ಅಂಬಾ' ಎಂಬ ಕೂಗು ತನ್ನನ್ನೇ ಕರೆದಂತಾಗಿ ಕೊಟ್ಟಿಗೆಯತ್ತ ಹೆಜ್ಜೆ ಹಾಕಿದ ಮಾಧವ.

ಅದೊಂದು ಸುಸಜ್ಜಿತವಾದ ಕೊಟ್ಟಿಗೆ. ಗಲೀಜಿಲ್ಲದೇ, ಸೊಳ್ಳೆ ನೊಣಗಳ ಕಾಟವಿಲ್ಲದೆ, ಬಾಗಿಲಿಗೆ ಪರದೆಗಳನ್ನು ಕೂಡ್ರಿಸಿ, ವಿದ್ಯುತ್ ದೀಪಗಳ ವ್ಯವಸ್ಥೆ ಇರುವಂಥ ಆಧುನಿಕ ಕೊಟ್ಟಿಗೆ ಅದಾಗಿತ್ತು. ಕೊಟ್ಟಿಗೆಯನ್ನು ಸ್ವಚ್ಛಗೊಳಿಸುತ್ತಿದ್ದ ಗಂಗಮ್ಮ ಮಧ್ಯವಯಸ್ಸಿನ ಹೆಂಗಸು. ಹಾವು ಕಡಿದು ಅವಳ ಗಂಡ ಹನುಮ ಮೃತ ಪಟ್ಟಾಗ ಆಸರೆಯಾದವರೇ ರಾಮಪ್ಪನವರು. ಎರಡು ಹೆಣ್ಣುಮಕ್ಕಳ ತಾಯಿ ಗಂಗಮ್ಮ. ಹಿರಿಯ ಮಗಳು ನೇತ್ರಾ ವಿಧ್ಯೆ ತಲೆಗೆ ಹತ್ತದೇ ಹೊಲಿಗೆ ಕಲಿತು ಹಳ್ಳಿಯ ಜನರ ಬಟ್ಟೆಗಳನ್ನು ಹೊಲಿದು ಕೊಡುತ್ತಿದ್ದಳು. ಹಳ್ಳಿಯಲ್ಲಿ ಎಲ್ಲರ ಮನಗೆದ್ದು, ಏನೇ ಹೊಲಿಯುವುದಿದ್ದರೂ ಸ್ವಲ್ಪವೂ ಬೇಜಾರು ಮಾಡಿಕೊಳ್ಳದೇ ಹೇಳಿದ ಸಮಯಕ್ಕೆ ಬಟ್ಟೆ ಹೊಲಿದು ಕೊಟ್ಟು ಹಳ್ಳಿಗರ ವಿಶ್ವಾಸ ಗಳಿಸಿದ್ದಳು. ಚಿಕ್ಕವಳು ರತ್ನಾ. ಅನಂತು ಮಗಳು ಚಂದನಾಳ ವಯಸ್ಸಿನವಳು. ಚಂದನಾ ಮತ್ತು ರತ್ನಾ ಒಂದೇ ಶಾಲೆಯಲ್ಲಿ, ಒಂದೇ ವರ್ಗದಲ್ಲಿ ಓದುತ್ತಿದ್ದರು. ಗಂಗಮ್ಮ ಮನೆಗೆಲಸ ಮಾಡುತ್ತಾ, ಕೊಟ್ಟಿಗೆ ಕೆಲಸ ಮಾಡುತ್ತಾ ರಜನಿಗೆ ಆಸರೆಯಾಗಿದ್ದಳು.

ಸೆಗಣಿ, ಗಂಜಲ ಬಳಿದು ಕೊಟ್ಟಿಗೆಯನ್ನು ಸ್ವಚ್ಛ ಮಾಡಿ ಹಸು ಗೌರಿಯ ಹಾಲು ಕರೆಯುತ್ತಿದ್ದ ವೇಳೆ ಒಳಬಂದ ಮಾಧವನನ್ನು ನೋಡಿ 'ಬನ್ನಿ ಸಾವ್ಕಾರ್ರೆ. ದನಗಳನ್ನೆಲ್ಲ ಮೇಯಿಸೋಕೆ ಮಲ್ಲೇಶಿ ಗುಡ್ಡದ ಕಡೆಗೆ ಒಯ್ದ. ಎರಡು ಹಸು ಮಾತ್ರ ಹಾಲು ಕೊಡ್ತವೆ. ಹಾಲು ಕರೀತಾ ಇವ್ನಿ.' ಅಂದಾಗ 'ಆಗ್ಲಿ ಗಂಗಮ್ಮಾ. ಸುಮ್ನೆ ಒಂದ್ಸಲ ಬಂದೆ ಅಷ್ಟೇ.' ಅನ್ನುತ್ತಾ ಕೊಟ್ಟಿಗೆಯಿಂದ ಹೊರ ಬರುತ್ತಿದ್ದ ಮಾಧವನನ್ನು ಗಂಗಮ್ಮಾ ಏನೋ ಹೇಳೋ ರೀತಿ ತಿರುಗಿ ನೋಡಿದಂತಾಯ್ತು. 'ಏನಾದ್ರು ಹೇಳೋದಿತ್ತಾ ಗಂಗಮ್ಮಾ'? ಅಂದಾಗ 'ಏ ಏನಿಲ್ಲ ಬಿಡಿ ಸಾವ್ಕಾರ್ರೇ' ಅಂದ ಗಂಗಮ್ಮನ ಮುಖದಲ್ಲಿ ಏನೋ ಆತಂಕ !! ಅದೇ ಹೊತ್ತಿಗೆ ಗಂಗಮ್ಮನ ಮಗಳು ರತ್ನಾ ಅವಸರವಸರವಾಗಿ ಬಂದು 'ಅವ್ವಾ, ಪುಸ್ತಕ ತಗಳ್ಳಾಕೆ ೨೦೦ ರೂಪಾಯಿ ಬೇಕಿತ್ತು. ಜಲ್ದಿ ಕೊಡು ಬಾ. ಬರೆಯೋದಯ್ತೆ.' ಅಂದಾಗ ಹಾಲು ಕರೆದು ಮುಗಿಸಿ ಹಟ್ಟಿ ತಾವ್ ಬರ್ತೀನಿ. ನಡೀಯೆ. ಬಂದೇ ಬಿಡ್ತಾಳೆ ಹಣ ಅಂತ. ಓದಿ ಅದೇನ್ ಕಡಿದು ಕಟ್ಟೆ ಕಟ್ಟತೀಯೋ ನೋಡ್ತೀನಿ' ಅಂದಾಗ ಮಾತು ಕೇಳಿಸಿಕೊಂಡ ಮಾಧವ ರತ್ನಳಿಗೆ ತನ್ನ ಜೇಬಿನಲ್ಲಿದ್ದ ೫೦೦ ರೂಪಾಯಿಗಳ ನೋಟನ್ನು ಕೊಟ್ಟದ್ದನ್ನು ನೋಡಿ ಗಂಗಮ್ಮನಿಗೆ ಕಣ್ಣಲ್ಲಿ ನೀರು. ತಂದೆ ರಾಮಪ್ಪನವರಂತೆ ಮಕ್ಕಳು ಕೂಡಾ ಉದಾರಿಗಳು. ತನ್ನನ್ನು ಮನೆಮಗಳಂತೆ ಕಾಣುವ ಈ ಮನೆ ಅವಳಿಗೆ ನೆಮ್ಮದಿಯ ತಾಣ.

ಮನೆಗೆ ಬಂದ ಮಾಧವ ಲಲಿತಮ್ಮನವರು ಕುಳಿತಲ್ಲಿಗೆ ಬಂದು ಪಕ್ಕದ ಕುರ್ಚಿಯಲ್ಲಿ ಕೂಡುತ್ತಾ 'ಹೇಗಿದೆಯಮ್ಮಾ ನಿಮ್ಮಿಬ್ಬರ ಅರೋಗ್ಯ? ಬಿಪಿ,

ಶುಗರ್ ಕಂಟ್ರೋಲ್ ಇದೆಯಾ?' ಅಂದಾಗ 'ಹುಂನಪ್ಪಾ ಇಬ್ರೂ ಆರಾಮಾಗಿದ್ದೀವಿ. ಕಳೆದ ತಿಂಗ್ಳು ಇಬ್ರಿಗೂ ಶುಗರ್ ಹೆಚ್ಗೆ ಆಗಿತ್ತು. ಅನಂತು ಮತ್ತೆ ರಜನಿ ತುಂಬಾ ಕಾಳಜಿ ಮಾಡಿದ್ರಪ್ಪಾ. ವಯಸ್ಸಾದಂತೆ ಇರೋದೇ ಬಿಡಪ್ಪಾ ಇದೆಲ್ಲಾ' ಮಾಧವಿ ತಂದುಕೊಟ್ಟ ಕಾಫಿ ಹೀರುತ್ತಾ 'ಏನ್ ಮೇಡಂ? ಇವತ್ತು ತುಂಬಾ ಬಿಜಿಯಾಗಿಬಿಟ್ಟಿದ್ದೀರಾ, ಈ ಪಾಮರನ ಕಡೆಗೂ ಸ್ವಲ್ಪ ಗಮನ ಕೊಡಿ ಮೇಡಂ. ಅಂದ್ಹಾಗೆ ಮಕ್ಕಳೆಲ್ಲಿ?' ಅಂದಾಗ 'ಅಂತೂ ಮನೆ ನೆನಪಾಯ್ತು ನಿಮಗೆ. ಮಕ್ಕಳು ಇಲ್ಲಿಗೆ ಬಂದ್ರೆ ಮನೇಲಿರ್ತಾರಾ? ಗಂಗಮ್ಮನ ಮಗಳು ರತ್ನಾ ಜೊತೆಗೆ ದೀಪ್ತಿ ನದಿ ಹತ್ರ ಹೋಗಿದ್ಲು. ಅಲ್ಲೇ ಈಜಿ ಬಂದಿದ್ದಾರೆ. ಇನ್ನು ನಿಮ್ಮ ಸುಪುತ್ರನೋ ಇನ್ನೂ ಎದ್ದಿಲ್ಲಾ. ಮೊದ್ಲು ಅವನನ್ನು ಎಬ್ಸಿ. ನಂಗಂತೂ ಸಾಕಾಯ್ತು.' ಏನೋ ಹೇಳಬೇಕೆಂದು ಹವಣಿಸುತ್ತಿರುವ ಮಾಧವಿಯನ್ನು ಗಮನಿಸದೇ ಚಿರಾಗನನ್ನು ಎಬ್ಬಿಸಲು ಮಾಧವ ಕೋಣೆಯತ್ತ ನಡೆದ. ಇಲ್ಲಿ ಏನೇನೋ ನಡೀತಿದೆ. ಮಾಧವನಿಗೆ ಹೇಳಿದ್ರೆ ಸುಮ್ನೆ ನೆಮ್ಮದಿ ಕಳ್ಕೋತಾರೆ. ಯಾವುದಕ್ಕೂ ಪ್ರತ್ಯಕ್ಷ ಕಂಡ್ರೂ ಪ್ರಮಾಣಿಸಿನೋಡು ಎನ್ನುವಂತೆ ವಿಷಯ ತಿಳಿದ್ಮೇಲೆ ಮಾಧವನ ಗಮನಕ್ಕೆ ತರೋಣ ಅಂತ ಮಾಧವಿ ದೋಸೆಗೆ ಚಟ್ನಿ ಪಲ್ಯ ಮಾಡೋಕೆ ಹೊರಟಳು.

ಹಾಲು ಕರೆದು ಒಳಗೆ ತಂದ ಗಂಗಮ್ಮ ಅಡುಗೆಮನೆಯ ಹೊರಗೆ ನಿಂತು ಹಾಲಿನ ಪಾತ್ರೆಗಳನ್ನು ಕೊಟ್ಟಾಗ ಮಾಧವಿ ಅವನ್ನೊಯ್ದು ಕಾಯಿಸಲು ಇಟ್ಟಳು. ಗಟ್ಟಿಯಾದ ಹಾಲು. ಪೇಟೆಯಲ್ಲಿ ಎಷ್ಟು ದುಡ್ಡು ಕೊಟ್ರು ಇಂಥ ಹಾಲು ಸಿಗಲ್ಲ ಅಂದುಕೊಳ್ಳುತ್ತಲೇ ಗಂಗಮ್ಮನಿಗೊಂದು ಲೋಟ ಕಾಫಿ ಕೊಟ್ಟು ಅವಳೊಂದಿಗೆ ತಾನೂ ಕುಡಿಯುತ್ತ 'ಗಂಗಮ್ಮಾ, ನಿನ್ನ ಮಕ್ಕಳು ದೊಡ್ಡೋರಾಗಿದ್ದಾರೆ. ನೇತ್ರಾ ಅಂತೂ ಕಲೀಲಿಲ್ಲಾ. ಹೊಲಿಗೆ ಕೆಲಸ ಕಲ್ತು ನಿಂಗೆ ನೆರವಾಗ್ತಿದ್ದಾಳೆ. ರತ್ನಾನ್ನ ಚೆನ್ನಾಗಿ ಓದ್ಸು. ಹೇಗೂ ಜೊತೆಗೆ ಓದೋಕೆ ನಮ್ ಚಂದೂ ಇದ್ದಾಳೆ. ಮುಂದಿನ ವರ್ಷ *SSLC* ಮುಗಿದ ನಂತ್ರ ಕಾಲೇಜು ಕಲಿಯೋಕೆ ನಮ್ಮಲ್ಲಿಗೆ ಬರ್ಲಿ. ನಮ್ಮನೇಲಿದ್ದು ಕಲೀಲಿ.' ಅಂದಾಗ 'ಅಕ್ಕಾವ್ರೇ, ನಿಮ್ಮದು ಚೆನ್ನದಂಥ ಮನಸವ್ವಾ. ದೇವ್ರು ನಿಮ್ಮನ್ನೆಲ್ಲಾ ಚೆನ್ನಾಗಿಟ್ಟಿರಲಿ. ಅಕ್ಕಾವ್ರೆ ನೀವು ಬರೋದು ಬಂದ್ರಿ. ಸಣ್ಣ ಅಕ್ಕವ್ರು ಮತ್ತೆ ಮಕ್ಳು ಇರೋವಾಗ ಒಟ್ಟಿಗೆ ಇರೋಕೆ ಬರೋದಲ್ವಾ? ನಿಮ್ಮಂಥವರು ಬರ್ತಾ ಹೋಗ್ತಾ ಇರ್ಬೇಕವ್ವಾ' ಅಂದಾಗ 'ಅವ್ರೆಲ್ಲಾ ನಾಳೆ ರಾತ್ರಿನೇ ಬರ್ತಿದ್ದಾರೆ ಗಂಗಮ್ಮಾ. ನಾವು ಇನ್ನೂ ೮ ದಿನ ಇದ್ದೇ ಹೋಗ್ತಿವಿ. ಅದುಸರಿ, ಇದ್ಯಾಕೆ ಹೀಗೆ ಅಂತಿದ್ದೀಯಾ? ಏನಾದ್ರು ಹೇಳೋದಿತ್ತಾ?' ಅಂದಾಗ 'ಇಲ್ಲಾ ಅಕ್ಕಾವ್ರೆ, ಸುಮ್ನೆ ಅಂದೆ ಅಷ್ಟೇ. ನೀವು ಬಂದ್ರೆ ನೋಡಿ ಮನೆ ಎಷ್ಟು ಕಳೆಕಳೆಯಾಗೈತೆ. ಬರ್ತಿನ್ರವ್ವ. ಕೆಲ್ಸ ದಂಡಿಯಾಗಿ ಬಿದ್ದೈತೆ. ಸಂಜೆ ಕುಂತು ಮಾತಾಡೋಣ'.

ಗಂಗಮ್ಮ ಏನೋ ಹೇಳೋಕೆ ಅನುಮಾನಿಸ್ತ ಇದ್ದಾಳೆ ಎನ್ನುವುದನ್ನು ತಿಳಿಯಲಾರದಷ್ಟು ದಡ್ಡಿಯಲ್ಲ ಮಾಧವಿ.

ಹೊಳೆ ಕಡೆ ಹೋಗಿಬಂದ ದೀಪ್ತಿ ಯಾಕೋ ಅಷ್ಟು ಗೆಲುವಾಗಿ ಇಲ್ಲದ್ದನ್ನು ಗಮನಿಸಿದ ಮಾಧವಿ 'ಯಾಕೆ ದೀಪ್ತಿ, ಏನಾಯ್ತು? ರತ್ನಾ ಜೊತೆ ಹೋಗಿ ಬಂದಾಗಿಂದ ಒಂಥರಾ ಇದ್ದೀಯಾ. ರತ್ನಾ ಏನಾದ್ರು ಅಂದ್ಲಾ?' ಅಂದಾಗ 'ಅಯ್ಯೋ ಇಲ್ಲಮ್ಮಾ. ರತ್ನಾ ತುಂಬಾ ಒಳ್ಳೆವ್ಳು. ಜಾಣೆ ಕೂಡ ಇದ್ದಾಳೆ. ಓದೋದ್ರಲ್ಲೂ ಮುಂದೆ ಇದ್ದಾಳೆ ಅಂತ ಅವಳ ಮಾತಿನ ಮೇಲೆ ಗೊತ್ತಾಯ್ತು. ಅವಳ ಹತ್ರಾನೂ ಮೊಬೈಲ್ ಇದೇಮ್ಮಾ. ಚಂದದ ರಂಗೋಲಿ ಎಲ್ಲಾ ಬಿಡಿಸ್ತಾಳೆ. ತೋರ್ಸಿದ್ಲು ಮೊಬೈಲ್‌ನಲ್ಲಿ. ಅಂದಹಾಗೇ ಅಮ್ಮಾ ರತ್ನಾಗೆ ನಮ್ಮ ಚಂದನಾ ಫೋನ್ ಮಾಡಿದ್ಲು. ರತ್ನಾ ಆಗಾಗ ಆಯ್ತು ಹೇಳಲ್ಲಾ ಅಂತಿದ್ಲು. ಅವಳ ಜೊತೆಗೆ ನಾನು ಇದ್ದದ್ದು ಗೊತ್ತಾದ ತಕ್ಷಣ ಯಾಕೋ ಕಾಲ್ ಕಟ್ ಆಯ್ತಮ್ಮಾ. ಬಹುಷಃ ಟೂರ್‌ಲಿ ನೆಟ್ವರ್ಕ್ ಪ್ರಾಬ್ಲಮ್ ಅಲ್ವಾಮ್ಮಾ?' ಅಂದಾಗ, 'ಅಯ್ಯೋ ಅಷ್ಟೇ ತಾನೇ. ಅಭ್ಯಾಸದ ವಿಚಾರ ಮಾತಾಡಿರ್ಬಹುದು ಬಿಡು. ಇನ್ನೇನಿರುತ್ತೆ? ನಾಳೆ ರಾತ್ರಿ ಹೊತ್ತಿಗೆ ಬರ್ತಾರಲ್ಲಾ ಹೇಗಿದ್ರು. ಬೇಕಾದಷ್ಟು ಮಾತಾಡೀಯಂತೆ. ಈಗ ನಂಗೆ ಅಡುಗೆಲಿ ಸ್ವಲ್ಪ ಹೆಲ್ಪ್ ಮಾಡ್ಬಾಮ್ಮ ಪುಟ್ಟಾ' ಅನ್ನುತ್ತಲೇ ಒಳ ನಡೆದಳು ಮಾಧವಿ.

ಮಧ್ಯಾನ್ಹ ತೋಟದಿಂದ ಬಂದ ಭೀಮ ಹಣ್ಣಾದ ಬಾಳೆಗೊನೆ ಹಲಸಿನ ತೊಳೆಗಳು ಮತ್ತು ತೋಟದಲ್ಲಿ ಬೆಳೆದ ಸಪೋಟಾ ಹಣ್ಣುಗಳನ್ನು ತಂದಿರಿಸಿ "ಅಕ್ಕಾವ್ರೆ, ಮಕ್ಳು ಬಂದವ್ರೆ. ಪೇಟೆಲಿ ಇಂಥಾ ತಾಜಾ ಹಣ್ಣು ಎಲ್ಲಿ ಸಿಗ್ಬೇಕ್ರವ್ವ? ತಿನ್ನಕ್ಕೊಡಿ. ಹಾಗೇ ನಾಳೆ ತೋಟದ ಕಡೆ ಬನ್ನಿ ಅಕ್ಕಾವ್ರೆ' ಅಂದಾಗ ಆಯ್ತು ಭೀಮಾ ಬರ್ತೀನಿ. ರಜನಿ ಮಕ್ಳು ಬರ್ಲಿ. ಊಟ ತಗೊಂಡೇ ಬರ್ತೀವಿ. ತೋಟದಲ್ಲೇ ಊಟ ಮಾಡೋಣ. ಈಗ ನೀನು ಬಾ. ಊಟ ಮಾಡಿ ಹೋಗು' ಮಾಧವಿಯ ಮಮತೆಯ ನುಡಿಗೆ ಭೀಮನ ಕಣ್ಣಲ್ಲಿ ನೀರಿನ ಪಸೆ. 'ಇಂಥಾ ಪ್ರೀತಿ ಮಾತು ಕೇಳದೇ ಭಾಳ ದಿನ ಆಗಿತ್ತು ಅಕ್ಕಾವ್ರೆ. ಅನಂತ್ ಅಪ್ನೋರ ಮಕ್ಳು ತೋಟಕ್ಕೆಲ್ಲ ಬರಲ್ಲ ಬಿಡ್ರವ್ವ. ಅವರದೇನಿದ್ರೂ ಪ್ಯಾಟೆ ಅಡ್ಡಾಟನೇ'. ಊಟ ಮುಗಿಸಿದ ಭೀಮ ಬಟ್ಟೆ ಒಣ ಹಾಕ್ತಿದ್ದ ಗಂಗಮ್ಮನ ಹತ್ತಿರ ಹೋಗಿ ಗುಸು –ಗುಸು ಮಾತಾಡೋದನ್ನು ನೋಡಿದ ಮಾಧವಿಗೆ ಕುತೂಹಲ !! ಅದ್ರಲ್ಲೂ ಬೆಳಿಗ್ಗೆ ಗಂಗಮ್ಮ ಬಂದವಳೇ 'ಭೀಮ ಏನಾದ್ರು ಹೇಳಿದ್ನೇನ್ರವ್ವಾ?' ಅಂದದ್ದು ನೆನಪಾಗಿ ಅವರಿದ್ದಲ್ಲಿಗೇ ಬಂದಳು. ಮಾಧವಿ ಬಂದದ್ದನ್ನು ನೋಡಿದ ಭೀಮ ತೋಟದ ಕಡೆ ಹೆಜ್ಜೆ ಹಾಕಿದಾಗ ಮಾಧವಿಗೆ ಭೀಮನೇ ಒಂದು ಸಮಸ್ಯೆಯಾಗಿ ಕಂಡ.

ಏನ್ ಗಂಗಮ್ಮಾ, ಇಬ್ಬರೂ ಏನೋ ಮಾತಾಡ್ತಾ ಇದ್ರಿ. ಯಾಕೋ ಸುಮ್ನಾಗಿಬಿಟ್ರಿ' ಅಂದಾಗ ಸಂಜೆ ಚೌಡಮ್ಮನ ಗುಡಿ ತಾವ್ ಹೋಗಣ ಅಮ್ಮಾವ್ರೇ. ಬೇಗ ಬರ್ತೀನಿ. ಅಲ್ಲೇ ಮಾತಾಡೋಣ' ಅಂದಾಗ 'ಹೂಂ' ಗುಟ್ಟಿದ ಮಾಧವಿಯ ಮನಸ್ಸಲ್ಲಿ ಏನೋ ದುಗುಡ.

ಮೊದಲೇ ತಿಳಿಸಿದಂತೆ ಗಂಗಮ್ಮ ಸಂಜೆ ಬೇಗ ಬಂದಾಗ ಮಾಧವಿ ಎಲ್ಲರಿಗೂ ಕಾಫಿ ಮತ್ತು ಊರಿಂದ ತಂದ ಕೋಡುಬಳೆ ಕೊಟ್ಟು, ಗಂಗಮ್ಮನೊಂದಿಗೆ ದೇವಸ್ಥಾನದತ್ತ ಹೆಜ್ಜೆ ಹಾಕಿದಳು. ಅರ್ಧ ಫರ್ಲಾಂಗ್ ದೂರದ ದೇವಸ್ಥಾನದ ಆವರಣ ಪ್ರಶಾಂತವಾಗಿತ್ತು. ದೇವಿಯ ದರ್ಶನ ಮಾಡಿಕೊಂಡು ಹಸಿರು ಹುಲ್ಲಿನ ಮೇಲೆ ಕುಳಿತ ಮಾಧವಿ 'ಏನ್ ಗಂಗಮ್ಮ, ಏನೋ ಹೇಳ್ಬೇಕು ಅಂದೆ' ಅಂದಾಗ, ಅಮ್ಮಾವ್ರೇ ಚಿಕ್ಕಂದಿನಲ್ಲೇ ಅಪ್ಪಾ ಅವ್ವನ್ನ ಕಳ್ಕೊಂಡು, ಎರಡ್ ಮಕ್ಳು ಹುಟ್ಟಿದಮ್ಯಾಕೆ ಗಂಡನ್ನ ಕಳ್ಕೊಂಡು ಅನಾಥಳಾದ್ ಈ ಹೆಂಗ್ಸಿಗೆ ಈ ಮನಿ ಆಶ್ರಯ ಕೊಟ್ಟಿತು ಯವ್ವಾ. ಅಪ್ಪಾರು ಅವ್ವಾರು ಮನಿ ಮಗಳಂಗ ನೋಡ್ಕಂತಾರೆ. ನಾನೇನಾರ ಇಂಥಾ ಮನಿಗೆ ಕೆಟ್ಟ್ ಬೈಸಂಗಿಲ್ಲ ಅಕ್ಕವ್ರೇ. ಉಂಡ ಮನಿ ಜಂತಿ ಎಣಿಸಬಾರದಂತ. ಇದ್ದದ್ದ ಹೇಳ್ತೇನಿ ಕೇಳ್ರವ್ವ. 'ರಜನಿ ಅಮ್ಮಾವರು ತಮ್ಮ ಮಗಳು ಚಂದವ್ವನ್ನ ಸ್ವಲ್ಪ ಬಿಗಿ ಇಟ್ಗಬೇಕ್ರವ್ವ. ಯಾಕೋ ಮಗಾ ಬರೀ ಫೋನಲ್ಲೇ ಇರತೇತಿ. ಅವಾಗವಾಗ ಮನ್ಯಾಗ ಸುಳ್ಳ ಹೇಳಿ ಗೆಳತೇರ್ ಕೂಡ ಪ್ಯಾಟಿಗೆ ಹೋಗಿ ಬರ್ತೇತಿ. ರೊಕ್ಕಾ ಭಾಳ ಖರ್ಚ್ ಮಾಡ್ತೇತಿ ಅಂತೇ ಹುಡಿಗಿ. ನಮ್ಮ ರತ್ನಿ ಹೇಳ್ತಿದ್ಲು ಸಾಲಿಗೆ ಯಾರೋ ಹೊಸಾ ಮಾಸ್ತರ ಬಂದವರಂತೆ. ಅವ್ರ ಕೂಡ ಹುಡಿಗಿ ಭಾಳ ಸಲಿಗಿಯಿಂದ ಮಾತಾಡ್ತೇತಂತೆ. ಸಾಲಿಯಿಂದ ಮನಿಗೆ ಬಂದಮ್ಯಾಲೂ ಫೋನ್ ಒಳಗೆ ಮಾಸ್ತರ್ ಜೊತೆ ನಗ್ತಾ ಮಾತಂತೆ. ಆ ಮಾಸ್ತರಪ್ಪ ಹುಡಿಗೇರಿಗೆ ಮೈ ಕೈ ಮುಟ್ಟಿ ಮಾತಾಡಿಸ್ತಾರಂತೆ. ಕೆಲವು ಹುಡಿಗೇರಿಗೆ ಪಾಠ ಹೇಳಿಸ್ಕಣಕ್ಕೆ ತನ್ನ ಮನಿಗೆ ಕರೆದಿದ್ನಂತೆ. ಉಳಿದ ಮಾಸ್ತರಗೊಳು ಭಾರಿ ಒಳ್ಳೆವರಂತೆ. ಸಾಲಿ ಮಕ್ಕಳನ್ನ ತಮ್ಮ ಮಕ್ಳನ್ಗೆ ಕಾಣ್ತವರಂತೆ. ಹೆಂಗಾರ ಮಾಡಿ ಹೆಣ್ಣುಮಗನ್ನ ದಾರಿಗೆ ತಂದ್ಕಲ್ರವ್ವ. ಈಗ್ಲೇ ಪ್ರಾಯದ ವಯ್ಸು. ಕಣ್ಣಿಡ್ರವ್ವ. ಜೊತಿಗೆ ಆ ರೋಹಿತ್ತಪ್ಪನು ಹಳ್ಳಿ ಹುಡಗೂರ್ ಜೊತಿಗ್ ಸೇರಿ ದುಡ್ಡು ಕಟ್ಟಿ ಗೋಲಿ ಆಡ್ತೇತಿ. ಸಣ್ಣ ಮಗಾ ಅದು. ಹೆಂಗಿದ್ರೂ ದೇವರಂಗೆ ಬಂದೀರಿ. ಮಕ್ಳಿಗೆ ಬುದ್ದಿ ಹೇಳಿ ಹೋಗ್ರವ್ವಾ' ಅಂದಾಗ ಒಮ್ಮೆಲೇ ಗುಡುಗು ಮಿಂಚು ಹೊಡೆದಂತಾಯ್ತು ಮಾಧವಿಗೆ. 'ಇಷ್ಟೇ ಅಲ್ಲ ಅಮ್ಮಾವ್ರೇ'. ಅನ್ನುತ್ತಿದ್ದಂತೆ ದೂರದಲ್ಲಿ ಮಾಧವ ಬರೋದು ಕಾಣಿಸಿ ಅಲ್ಲಿಂದೆದ್ದು ಹೊರಟರು ಮಾಧವಿ ಮತ್ತು ಗಂಗಮ್ಮಾ. ಇನ್ನೂ ಏನೇನಿದೆಯೋ? ಅನ್ನುವ ಚಿಂತೆ ಮಾಧವಿಯ ಮನದಲ್ಲಿ ಮನೆ ಮಾಡಿತು.

ಮಾಧವನೊಂದಿಗೆ ಮನೆಕಡೆ ಹೆಜ್ಜೆ ಹಾಕಿದಳು ಮಾಧವಿ. ಗಂಗಮ್ಮನೂ ತನ್ನ ಮನೆ ಕಡೆ ನಡೆದಾಗ, ಯಾಕೋ ಈ ವಿಷಯಗಳನ್ನೆಲ್ಲಾ ಮನಸಲ್ಲೇ ಇಟ್ಟುಕೊಳ್ಳುವುದು ಅಸಾಧ್ಯ ಎನ್ನಿಸಿ ಗಟ್ಟಿ ಮನಸ್ಸು ಮಾಡಿ ಗಂಗಮ್ಮ ಹೇಳಿದ ಅಷ್ಟೂ ವಿಷಯಗಳನ್ನು ಮಾಧವನಲ್ಲಿ ಅರುಹಿದಾಗ ಒಂದು ಕ್ಷಣ ಮಾಧವ ದಿಗ್ಭ್ರಮೆಗೊಂಡ. 'ನಿಜವೇನೇ ಇದೆಲ್ಲಾ? ಆ ಗಂಗಮ್ಮಾ ಹೇಳಿದ್ಲು ಅಂತ ಎಲ್ಲಾ ನಂಬಿ ಬಿಡ್ಬೇಡ'. ದೀಪ್ತಿ ಹೇಳಿದ ಚಂದನಾ ಫೋನ್ ವಿಷಯ ಮಾಧವಿಯಿಂದ ತಿಳಿದಮೇಲೆ ಮಾಧವನಿಗೆ ವಿಷಯದಲ್ಲಿ ಹುರುಳಿದೆ ಅನಿಸತೊಡಗಿತು. 'ಬೆಳಿಗ್ಗೆ ರಜನಿಯ ಕೋಣೆಯಲ್ಲಿ ನೋಡಿದ್ದು ಕೂಡ ನಿಜಾನಾ ಹಾಗಾದ್ರೆ? ಮತ್ತೇನು ಹೇಳೋಳಿದ್ಲೋ ಗಂಗಮ್ಮ. ನಾಳೆ ಕೇಳಿದ್ರಾಯ್ತು'. ಅಂತ ಸ್ವಗತದಲ್ಲೇ ಹೇಳಿಕೊಂಡ ಮಾಧವಿಗೆ ಅನಂತೂನ ಮಕ್ಕಳ ಜೊತೆಗೆ ಇನ್ನೂ ಒಂದು ಸಮಸ್ಯೆ ಹೆಡೆಯೆತ್ತಿತು.

ಮರುದಿನ ಎಂದಿನಂತೇ ಬೆಳಿಗ್ಗೆ ಬೇಗ ಬಂದ ಗಂಗಮ್ಮಾ 'ಇನ್ನೂ ಎಲ್ರೂ ಮಲಗಿದ್ದಾರಾ ಅಕ್ಕಾವ್ರೆ?' ಹುಂ ಗಂಗಮ್ಮಾ, ಯಾಕೆ?' ಅಂದಾಗ, 'ಕೊಟ್ಟಿಗೆ ಹತ್ರ ಬನ್ನಿ ಸ್ವಲ್ಪ. ಏನೋ ಮುಖ್ಯವಾದ್ದು ಹೇಳೋದೈತೆ. ಮನೆ ಒಳ್ಗೆ ಮಾತಾಡಿದ್ರೆ ಅಪ್ಪಾರು ಅವ್ವಾವ್ರು ಕೇಳಿಸ್ಕಂಡ್ರೆ ಕಷ್ಟ. ವಯಸ್ಸಾದ ಹಿರಿ ಜೀವಗಳು' ಅಂದಾಗ ಅವಳೊಂದಿಗೆ ಕೊಟ್ಟಿಗೆಯತ್ತ ಹೆಜ್ಜೆ ಹಾಕಿದಳು ಮಾಧವಿ.

ಅಕ್ಕಾವ್ರೇ, ನಾನು ಹಿಂಗ್ ಹೇಳ್ತಿವ್ನಿ ಅಂತಾ ತಪ್ ತಿಳಿಬ್ಯಾಡಿ. ಭಾಳಾ ತಡ್ಕಂಡು ಇವತ್ತು ಇಷಯ ಒರಗ್ ಆಕ್ತಾ ಇವ್ನಿ. ನಾನ್ ಯೋಳಿದ್ದ್ ಇಷ್ಯ ಒಸಿ ಗಂಬೀರ್ ಐತೆ. ಯಾರ್ಗೂ ಗೊತ್ತಾಗ್ಬಾರ್ದ್ ಕಣವ್ವಾ' ಅಂದಾಗ 'ಇಲ್ಲಾ ಹೇಳು ಗಂಗಮ್ಮಾ' ಕೊಟ್ಟಿಗೆ ಹೊರಗೆ ಒಮ್ಮೆ ಇಣುಕಿ ಆಚೀಚೆ ನೋಡಿಬಂದ ಗಂಗಮ್ಮ 'ರಜನಿ ಅಕ್ಕಾವ್ರು ಚಿಕ್ಕ ಸಾವ್ಕಾರ್ರಿಗೆ ಗೊತ್ತಿಲ್ದಂಗೆ ದುಡ್ಡು ಮಾಡ್ಕಂತಾ ಅವ್ರೆ ಕಣವ್ವಾ. ತ್ವಾಟದಾಗೆ ಬೆಳದ್ ಹಣ್ಣು, ಕಾಯಿ ಎಲ್ಲಾ ಮಲ್ಲೇಶಿಗೆ ಹೇಳಿ ಪ್ಯಾಟ್ಯಾಗೇ ಮುಚ್ಚೆ ಮುಚ್ಚೆ ಕಳಿಸಿ ಮಾರಿಸ್ತಾ ಅವ್ರೆ. ಮಲ್ಲೇಶಿನೇ ಭೀಮ ಇಲ್ದಾಗ ಕೀಳ್ತಾನೆ ಹಣ್ಣು ಕಾಯ್ನಾ. ಪ್ಯಾಟ್ಯಾಗೇ ಮಾರಿ ಅರ್ಧಾ ದುಡ್ಡು ತಂಗೆ ಮಡಿಕ್ಕಂಡು ಉಳದದ್ದು ರಜನಿ ಅಕ್ಕಾವ್ರಿಗೆ ಕೊಡ್ತಾನೆ. ಮನ್ಯಾಗೇ ಯಾರ್ಗು ಗೊತ್ತಿಲ್ದಂಗೆ ಈ ವ್ಯವಾರ ನಡದೈತೆ. ಭೀಮಗೆ ಗೊತ್ತೈತವ್ವ ಇದೆಲ್ಲಾ.' 'ಯಾರ್ಗೆ ಹೇಳ್ಬೇಕು ಗಂಗಕ್ಕಾ. ಮನೆ ಮರ್ವಾದೆ ಇಷ್ಯ ಅಂತಾ ನಂತಾವ್ ಗೋಳಾಡಿದ್ದಾ. ಯವ್ವಾ, ಎಂಗಾರಾ ಮಾಡಿ ಇದುನ್ನೆಲ್ಲ ಸುದಾರ್ಸಿ ಹೋಗ್ರೆವ್ವಾ' ಅಂದಾಗ ಮಾಧವಿಗೆ ಬರಸಿಡಿಲು ಬಡಿದಂಗಾಯ್ತು!!

ಗಂಗಮ್ಮ ಹೇಳ್ತಿರೋದೆಲ್ಲ ನಿಜಾನಾ ಎನ್ನುವ ಪ್ರಶ್ನೆ ಕಾಡಿತು. ರಜನಿಗೆ ದುಡ್ಡಿನ ಅವಶ್ಯಕತೆ ಅಷ್ಟೊಂದು ಇದೆಯಾ? ಏನಾಗ್ತಿದೆ ಮನೆಯ ಪರಿಸ್ಥಿತಿ? ಅನಂತೂಗೆ ಇದೆಲ್ಲಾ ಗೊತ್ತೇ ಇಲ್ಲಾ ಅನ್ಸುತ್ತೆ. ರಜನಿ ಸ್ವಭಾವತಃ ಕೆಟ್ಟವಳಲ್ಲ. ಎಲ್ಲರೊಂದಿಗೂ ಹೊಂದಿಕೊಳ್ಳುವ ಸ್ವಭಾವದವಳು. ದುಂದುವೆಚ್ಚ ಒಂದು ಬಿಟ್ರೆ ಉಳಿದಂತೆ ಅಪ್ಪಟ ಚಿನ್ನ. ಗಂಗಮ್ಮ ಹೇಳ್ತಿರೋದೆಲ್ಲಾ ಸುಳ್ಳಾ. ಇವಳ ಮಾತು ನಂಬದೇ ಇರೋಕೂ ಆಗ್ತಾ ಇಲ್ವಲ್ಲ. ನಿನ್ನೆ ಬೆಳಿಗ್ಗೆ ರಜನಿ ಕೋಣೆಯಲ್ಲಿ ನೋಡಿದ್ದಕ್ಕೂ ಗಂಗಮ್ಮ ಹೇಳಿದ ವಿಷಯಕ್ಕೂ ತಾಳೆಯಾಗ್ತಿದೆ ಎಂದು ಮನದಲ್ಲೇ ಕೊರಗಿದ ಮಾಧವಿಯ ಮನಸ್ಥಿತಿ ಶಾಂತವಾದ ಕೊಳದಲ್ಲಿ ಕಲ್ಲೆಸೆದಂತಾಯಿತು.

ಅನಂತು ಬೆಳಿಗ್ಗೆನೇ ಫೋನ್ ಮಾಡಿ 'ಅತ್ತಿಗೆ, ನಮ್ಮ ಕೋಣೇಲಿ ಕಪಾಟಲ್ಲಿ ಒಂದು ಲೆಕ್ಕದ ಪುಸ್ತಕ ಇದೆ. ಅದ್ರಲ್ಲಿ ತೋಟದ ಆಳುಗಳಿಗೆ ಮತ್ತು ಭೀಮನಿಗೆ ಕೊಡಬೇಕಾದ ವಾರದ ಪಗಾರ ಬರೆದಿಟ್ಟಿದ್ದೀನಿ. ಜೊತೆಗೆ ಅದ್ರಲ್ಲೇ ದುಡ್ಡು ಇಟ್ಟಿದ್ದೀನಿ. ನಿಮಗೆ ಮತ್ತು ಅಣ್ಣನಿಗೆ ಹೇಳಿ ಬರೋದೇ ಮರೆತೆ. ಆ ಪುಸ್ತಕದಲ್ಲಿ ಬರೆದಿಟ್ಟಂತೆ ದುಡ್ಡು ಬಟವಾಡೆ ಮಾಡ್ತೀರಾ ಅತ್ತಿಗೆ? ಅಣ್ಣಂಗೆ ಹೇಳಿ. ಮಾಡ್ತಾನೆ. ಆಳುಗಳು ಮನೆ ಕಡೆ ಬರ್ತಾರೆ' ಅಂದಾಗ, 'ಆಯ್ತು ಅನಂತೂ. ನೆಮ್ಮದಿಯಾಗಿ ಅಡ್ಡಾಡಿಬನ್ನಿ. ಮನೆಕಡೆ ಮತ್ತು ತೋಟದಕಡೆ ಚಿಂತೆ ಬೇಡ' ಅಂದ ಮಾಧವಿ ಪುಸ್ತಕಕ್ಕಾಗಿ ಕೋಣೆಗೆ ತೆರಳಿದ್ದಳು. ಕಪಾಟಿನಲ್ಲಿ ಇರೋ ಹಲವಾರು ಪುಸ್ತಕಗಳಲ್ಲಿ ತೋಟದಾಳಿನ ಲೆಕ್ಕದ ಪುಸ್ತಕ ಯಾವುದು ಅಂತ ಹುಡುಕುವಾಗ ಹಳದಿ ಬಣ್ಣದ ಹೊದಿಕೆಯ ಆ ಪುಸ್ತಕ ಮೇಲೇ ಇದ್ದದ್ದು ಕಂಡಿತು. ಓಹೋ ಇದೇ ಅನ್ಸುತ್ತೆ ಅಂದುಕೊಂಡು ಆ ಪುಸ್ತಕದ ಪುಟಗಳನ್ನು ತೆರೆಯುತ್ತಿದ್ದಂತೆ ಗಾಬರಿಗೊಂಡಿದ್ದಳು.

ಅದರಲ್ಲಿ ಪಕ್ಕದ ಪೇಟೆಯ ಬಂಗಾರದಂಗಡಿಯ ರಸೀದಿ. ೮೦ ಗ್ರಾಂ ಚಿನ್ನದ ಬಳೆಗಳನ್ನು ಖರೀದಿಸಿದ ರಸೀದಿ ಅದು !! ಜೊತೆಗೆ ದುಬಾರಿ ಬೆಲೆಯ ಮೊಬೈಲ್ ಖರೀದಿ. ಅದೂ ಕೂಡ ಹೈಸ್ಕೂಲ್ ಮೆಟ್ಟಿಲನ್ನು ಕೂಡ ಹತ್ತಿರದ ರೋಹಿತ್ ಹೆಸರಲ್ಲಿ. ಹೋದವಾರ ತಾನೇ ೧೫ ಸಾವಿರ ಮತ್ತು ೧೮ ಸಾವಿರ ಬೆಲೆಯ ಎರಡು ಮೈಸೂರ್ ಸಿಲ್ಕ್ ಸೀರೆ ಕೊಂಡಿದ್ದ ರಸೀದಿ. ಚಂದನಳಿಗೆ ಆಗಾಗ ಸಾವಿರ, ಒಂದೂವರೆ ಸಾವಿರ ಹಣ ಕೊಟ್ಟದ್ದು. ಮಲ್ಲೇಶಿಗೆ ರಜನಿ ಕೊಟ್ಟ ಹಣ. ಹಣ್ಣುಗಳನ್ನು ಮಾರಿದ್ದಕ್ಕೆ ಬಂದ ಹಣ, ತೆಂಗಿನಕಾಯಿ ಖರೀದಿಸಿ ಶೆಟ್ಟರು ಕೊಟ್ಟ ಹಣದ ಲೆಕ್ಕ. ಸೊಟ್ಟ ಪಟ್ಟ ಅಕ್ಷರಗಳಲ್ಲಿ ಕೈಲಿ ಬರೆದ ಹಣದ ಚೀಟಿಗಳು ಇದನ್ನೆಲ್ಲಾ ನೋಡಿ ಬೆಳಿಗ್ಗೆನೇ ಮನಸ್ಸು ಅಸ್ತವ್ಯಸ್ತವಾಗಿತ್ತು. ಈಗ ಗಂಗಮ್ಮನ ಮಾತು ಕೇಳಿ ಗರಬಡಿದಂತಾದಳು ಮಾಧವಿ.

ಬೇರೊಂದು ಪುಸ್ತಕದಲ್ಲಿ ಆಳಿನ ಲೆಕ್ಕ ಬರೆದದ್ದು ಇತ್ತು. ಆ ಪುಸ್ತಕವನ್ನು ಅನಂತೂ ತಿಳಿಸಿದಂತೆ ಹಣ ಕೊಡುವುದರ ವಿಷಯ ಮಾಧವನಿಗೆ ತಿಳಿಸಿದಳು. ಮಾಧವ ಅವರಿಗೆಲ್ಲ ಬರಹೇಳಿದ. ಲೆಕ್ಕದ ಅನುಸಾರವಾಗಿ ಎಲ್ಲರಿಗೂ ಹಣ ಹಂಚಿದ್ದಾಯ್ತು. ಎಲ್ಲರೂ ಹೋದ ನಂತರ ಬಂದ ದನ ಮೇಯಿಸುವ ಮಲ್ಲೇಶಿಗೆ ಹಣ ಕೊಡುತ್ತಿರುವಾಗ ಹೊರಗೆ ಬಂದ ಮಾಧವಿ ಮಲ್ಲೇಶಿಗೆ 'ನಾಳೆ ಬೆಳಿಗ್ಗೆ ದನ ಹೊಡ್ಕೊಂಡು ಹೋಗೋಕೆ ಬಂದಾಗ ತಿಂಡಿ ಕೊಡ್ತೀನಿ. ಒಳಗಿದ್ರೆ ನನ್ನನ್ನು ಕೂಗು. ಆಯ್ತಾ? ಹೇಗೂ ಇವತ್ತು ರಾತ್ರಿನೇ ನಿಮ್ಮ ರಜನಿ ಅಮ್ಮವ್ರು ಬರ್ತಾರೆ.' ಅಂದಾಗ ಖುಷಿಯಿಂದ 'ಆಗ್ಲಿ ಅಮ್ಮಾವ್ರೇ' ಅನ್ನುತ್ತಾ ತಲೆಯಲ್ಲಾಡಿಸಿದ ಮಲ್ಲೇಶಿ. ಸಿಕ್ಕು ತುಂಬಾ ಕಗ್ಗಂಟಾಗಿದೆ. ಸೂಕ್ಷ್ಮವಾಗಿ ಬಿಡಿಸಬೇಕು. ದಾರವೂ ತುಂಡಾಗಬಾರದು ಅಂದುಕೊಂಡ ಮಾಧವಿಗೆ ಬೆಳಿಗ್ಗೆ ಈ ಸಮಸ್ಯೆ ಹೇಗೆ ಬಿಡಿಸುವುದು ಅನ್ನುವುದರ ಬಗ್ಗೆ ಯೋಚನೆಯಾಯ್ತು.

ಸಂಜೆ ಮಾಧವ ಮಲ್ಲೇಗೌಡ್ರ ಮನೆಯತ್ತ ಹೆಜ್ಜೆ ಹಾಕಿದ. ಹೇಗೂ ಬರೋಕೆ ಹೇಳಿದ್ದಾರೆ. ಅದ್ರಲ್ಲೂ ಸೂಚ್ಯವಾಗಿ ಏನೋ ಹೇಳೋಕೆ ಹೊರಟಿದ್ರು ಗೌಡ್ರು. ಯಾವುದಕ್ಕೂ ಒಂದ್ಹೆಜ್ಜೆ ಹೋಗಿ ಬಂದ್ರಾಯ್ತು ಎಂದುಕೊಂಡೇ ಹೊರಟ. ಮಲ್ಲೇಗೌಡ್ರ ಮನೆಯ ಮುಂದಿನ ಹಜಾರದಲ್ಲಿ ಜೋರು ಜೋರಾಗಿ ಮಾತುಗಳು ಕಿವಿಗಪ್ಪಳಿಸಿದಾಗ ಮನೆಯ ಗೋಡೆಗಾತುಕೊಂಡು ನಿಂತುಬಿಟ್ಟ ಮಾಧವ. ಒಳಗಿನಿಂದ ಬರ್ತಾ ಇರೋ ಧ್ವನಿ ಯಾರದ್ದು ಅಂತ ಗಮನಿಸಿದಾಗ ಅದು ಮಲ್ಲೇಗೌಡರು ಮತ್ತು ಭೀಮನ ವಾಗ್ವಾದದ ತಾರಕ ಸ್ವರ. 'ಇನೊಂದ್ ಕಿತಾ ಹಿಂಗೇನಾದ್ರು ಮಾಡಿದ್ರೆ ನಿಮ್ಮಿಬ್ರನ್ನು ಹುಟ್ಲಿಲ್ಲ ಅನಿಸಿಬಿಡ್ತೀನಿ. ಮೈಮೇಲೆ ಎಚ್ರ ಇರ್ಲಿ. ಮಾಧವಪ್ನೋರು ಮತ್ತೆ ಕುಟುಂಬ ಬಂದಿರೋದಕ್ಕೆ ಬಚಾವಾದ್ರಿ. ಇಲ್ಲಾ ಅಂದಿದ್ರೆ ನಿಮ್ಮಿಬ್ಬರ ಗ್ರಾಚಾರನೇ ಬಿಡಸ್ತಿದ್ದೆ. ಸಿಗದು ತ್ವಾರಣಾ ಕಟ್ಟತೀನಿ ಇನ್ನೊಮ್ಮೆ ಹಿಂಗ್ ಮಾಡಿದ್ರೆ. ಹೆಸರಿಗೆ ಊರ ಗೌಡ. ಮರ್ವಾದೆಯಿಂದ ಇರೋದ್ ಕಲ್ತಕಾ' ಎಂದು ಜೋರ್ ಜೋರಾಗಿ ಕೂಗುತ್ತಾ ಹೋದ ಭೀಮನನ್ನು ಗೋಡೆಯ ಮರೆಯಲ್ಲಿ ನಿಂತು ನೋಡಿದ ಮಾಧವನಿಗೆ ಈ ಭೀಮನ ಉದ್ದೇಶವಾದ್ರೂ ಏನು? ತಾನೇ ಸರ್ವಾಧಿಕಾರಿ ಥರ ಮಾಡ್ತಾ ಇದ್ದಾನೆ. ಪಾಪ ಮಲ್ಲೇಗೌಡರು ನಿನ್ನೆ ಬೆಳಿಗ್ಗೆ ನನ್ನನ್ನು ಚೆನ್ನಾಗಿ ಮಾತಾಡ್ಸಿದ್ದಕ್ಕೆ ಹೊಟ್ಟೆ ಉರಿಗೆ ಹೀಗೆ ಧಮಕಿ ಹಾಕಿದ್ದಾನೆ. ಇದೆಲ್ಲಾ ಸಮಸ್ಯೆಗಳು ಸುಲಭವಾಗಿ ಮುಗಿಯುವ ಸಮಸ್ಯೆಗಳಲ್ಲಾ ಅನ್ನಿಸಿ ಚಕ್ರವ್ಯೂಹದ ಒಳಗೆ ಸಿಕ್ಕ ಅನುಭವ ಮಾಧವನದ್ದು. ಮನೆಯಲ್ಲಿ ಮಾಧವಿ ಸಮಸ್ಯೆಗಳ ಸುಳಿಯಲ್ಲಿ ಸಿಕ್ಕಿ ಹಾಕಿಕೊಂಡಿದ್ರೆ ಮನೆಯ ಹೊರಗಿನ ವ್ಯವಹಾರಗಳು ಮಾಧವನ ಪಾಲಿಗೆ ಸವಾಲಾಗಿದ್ದವು.

ಮಾಧವ ಮತ್ತು ಮಾಧವಿ ಹದಗೆಟ್ಟ ಪರಿಸ್ಥಿತಿಯನ್ನು ಸುಧಾರಿಸುವ ಮಾರ್ಗದತ್ತ ಗಂಭೀರವಾದ ಚಿಂತನೆಯಲ್ಲಿ ತೊಡಗಿದರು. ಅತ್ತೆ – ಮಾವ ಅವರಿಗೆ ಕೊಂಚವೂ ಸುಳಿವು ಕೊಡದಂತೆ ಚಾಕ – ಚಕ್ಯತೆಯಿಂದ ಈ ಕಾರ್ಯ ನಿರ್ವಹಿಸುವ ಗುರುತರವಾದ ಜವಾಬ್ದಾರಿ ಇಬ್ಬರ ಮೇಲೂ ಇತ್ತು. ಮಾಧವಿಗೆ ಈಗಿರೋ ಸಮಸ್ಯೆಗಳೇ ಸುಸ್ತು ಮಾಡಿವೆ. ಇನ್ನು ಮಲ್ಲೇಗೌಡ್ರ ಮನೇಲಿ ಭೀಮ ಸಂಜೆ ಕೂಗಾಡಿದ ವಿಷಯ ಮಾಧವಿಗೆ ಹೇಳೋದೇ ಬೇಡ ಅಂದುಕೊಂಡ ಮಾಧವ. ರಾತ್ರಿ ಬರುವ ಅನಂತು, ರಜನಿ ಮತ್ತು ಮಕ್ಕಳಿಗೆ ಎರಡು ದಿನ ಸರಿಯಾಗಿ ಊಟ ಆಗಿರಲ್ಲ ಅಂದುಕೊಂಡ ಮಾಧವಿ ಬಿಸಿಯಾದ ಅಡುಗೆ ಮಾಡಿಟ್ಟಳು. ಅತ್ತೆ, ಮಾವ ಮತ್ತು ಮಕ್ಕಳ ಜೊತೆಗೆ ಭೀಮನದ್ದೂ ಊಟವಾಯ್ತು. ಭೀಮನ ಮುಖದಲ್ಲಿ ಅಶಾಂತಿ ಎದ್ದು ಕಾಣುತ್ತಿತ್ತು. ಏನನ್ನೋ ಅಡಗಿಸಿಕೊಂಡ ಛಾಯೆ ದಟ್ಟವಾಗಿತ್ತು.

ಊಟ ಮುಗಿಸಿ ಭೀಮ ತೋಟದ ಕಡೆಗೆ ಹೋದ ಅರ್ಧ ಗಂಟೆಗೇ ಓಡೋಡಿ ಒಳಬಂದ ರೋಹಿತ್ 'ದೊಡ್ಡಮ್ಮ ನಾವು ಬಂದ್ವಿ. ಹಸಿವಾಗ್ತಿದೆ, ಬೇಗ ಊಟಾ ಹಾಕಿ' ಅಂದಾಗ 'ಅಯ್ಯೋ ಕಂದಾ, ಮೊದ್ಲು ಕಾಲು ತೊಳ್ಕೊಳಪ್ಪಾ. ಅಜ್ಜಾ ಅಜ್ಜಿ ನಿಮ್ಮ ದಾರಿನೇ ಕಾಯ್ತಾ ಇದ್ದಾರೆ. ಎಲ್ರು ಹೋಗಿ ಅವರನ್ನು ಭೇಟಿಯಾಗಿ ಬನ್ನಿ. ಪ್ರಸಾದ ಬೆಳಿಗ್ಗೆ ಕೊಟ್ಟೀರಂತೆ.' ಎಲ್ಲರೊಂದಿಗೆ ಊಟ ಮುಗಿಸಿದ ಮಾಧವಿ ಅಡುಗೆ ಕಟ್ಟೆ ಸ್ವಚ್ಛಗೊಳಿಸುತ್ತಿರುವಾಗ ಒಳಬಂದ ರಜನಿ 'ಅಕ್ಕಾ, ಎಲ್ಲಾ ಕೆಲಸ ನಿಮ್ಗೆ ಆಯ್ತಕ್ಕಾ. ಪಾಪ ಅಲ್ಲೂ ನಿಮಗೆ ರೆಸ್ಟ್ ಇಲ್ಲ, ಇಲ್ಲೂ ಇಲ್ಲಾ' ರಜನಿಯ ಕೈ ಹಿಡಿದ ಮಾಧವಿ 'ಅಯ್ಯೋ ಇದ್ಯಾವ್ ಮಹಾ ಕೆಲ್ಸಾನೇ, ನಾನೇನು ಯಾವತ್ತೂ ಮಾಡದ್ದಾ ಹೇಳು. ಹೋಗು ಸುಸ್ತಾಗಿದ್ದೀ. ಆರಾಮಾಗಿ ನಿದ್ದೆ ಮಾಡು. ಹಾ ! ಅಂದಹಾಗೆ ನಾಳೆ ತಿಂಡಿಗೆ ಇಡ್ಲಿಹಿಟ್ಟು ರೆಡಿ ಮಾಡಿದ್ದೀನಿ. ಬೇಗ ಎದ್ದು ಚಟ್ನಿ, ಸಾಂಬಾರ್ ಮಾಡ್ತೀನಿ. ಗಂಗಮ್ಮ ಮತ್ತು ಭೀಮನ ಜೊತೆಗೆ ಮಲ್ಲೇಶಿಗೂ ತಿಂಡಿಗೆ ಬರೋಕೆ ಹೇಳಿದ್ದೀನಿ.' ಅಂದಾಗ 'ಅಕ್ಕಾ, ಮಲ್ಲೇಶಿ ಬಂದಿದ್ನಾ ಮನೆಗೆ? ಯಾಕೆ ಬಂದಿದ್ದಾ? ಏನಾದ್ರು ಹೇಳಿದ್ನಾ? ನನ್ನನ್ನೇನಾದ್ರೂ ಕೇಳಿದ್ನಾ?' ರಜನಿಯ ಗಡಿಬಿಡಿಯ ಆತಂಕದ ಅಷ್ಟೊಂದು ಪ್ರಶ್ನೆಗಳು ಒಟ್ಟಿಗೇ ಬಂದಾಗ ಮಾಧವಿ 'ಅಬ್ಬಬ್ಬಾ ಇದೇನ್ ರಜನಿ, ಇಷ್ಟೊಂದು ಗಾಬ್ರಿ ಯಾಕೆ? ಇಷ್ಟೊಂದು ಪ್ರಶ್ನೆಗಳನ್ನ ಒಟ್ಟಿಗೆ ಕೇಳಿದ್ರೆ ಯಾವುದಕ್ಕಂತ ಉತ್ರಾ ಕೊಡ್ಲಿ. ಮಲ್ಲೇಶಿ ಮನೆಗೆ ಬಂದಿದ್ರಲ್ಲಿ ಅಂಥಾ ವಿಶೇಷ ಏನಿದೆ? ದನ ಮೇಯಿಸಿದ್ದಕ್ಕೆ ಪಗಾರ ತಗೋಂಡ್ಹೋಗೋಕೇ ಬಂದಿದ್ದಾ ಅಷ್ಟೇ. ಅಷ್ಟಕ್ಕೂ ನಿನ್ನನ್ಯಾಕೆ ಕೇಳ್ಬೇಕು ಅವ್ನು ಅಲ್ವಾ?' 'ಅದೇನೋ ನಿಜ ಬಿಡಿ ಅಕ್ಕಾ. ಸುಮ್ನೆ ಕೇಳ್ದೆ' ಅನ್ನುತ್ತಲೇ ನೆಮ್ಮದಿಯ ನಿಟ್ಟುಸಿರು ಬಿಟ್ಟ ರಜನಿ ಮಲಗಲು ತೆರಳಿದಳು.

ಎಲ್ಲರೂ ಮಲಗಿದಾಗ ಮಧ್ಯರಾತ್ರಿ ಯಾರೋ ಪಿಸಪಿಸನೇ ಮಾತಾಡಿದ್ದು ಕೇಳಿದಂತೆನಿಸಿ ಧ್ವನಿ ಬಂದತ್ತ ಹೆಜ್ಜೆ ಹಾಕಿದ ಮಾಧವಿಗೆ ಕಂಡಿದ್ದು ಬಾಗಿಲು ಓರೆ ಮಾಡಿದ ಚಂದನಳ ಕೋಣೆ. ಲೈಟ್ ಉರೀತಾ ಇತ್ತು. ಇಣುಕಿದ ಮಾಧವಿಗೆ ಕಂಡಿದ್ದು, ಚಂದನಾಳ ನಾಚಿಕೆಯ ಮುಖ ಮತ್ತು ವಿಡಿಯೋ ಕಾಲ್ ನಲ್ಲಿ ಯಾರೊಂದಿಗೆ ಮೆಲ್ಲಗೇ ಮಾತಾಡ್ತಿದ್ದಾಳೆ. ಏನೊಂದೂ ಮಾತಾಡದೆ ಮಾಧವಿ ತನ್ನ ಕೋಣೆಯತ್ತ ತೆರಳಿದಳು.

ಮರುದಿನ ಮಾಧವ ಎದ್ದಾಗ ಆಗಲೇ ಮಾಧವಿ ಕಾಫಿ ಬೆರೆಸುತ್ತಿದ್ದು, ಮುಖ ತೊಳೆದುಬಂದ ಮಾಧವನಿಗೂ ಹಬೆಯಾಡುವ ಬಿಸಿ ಕಾಫಿ ಕೈಗಿತ್ತಾಗ ಹೆಂಡತಿಯತ್ತ ಮೆಚ್ಚುಗೆಯಿಂದ ನೋಡಿದ ಮಾಧವ 'ನಾನು ತೋಟದ ಕಡೆ ಒಂದು ವಾಕ್ ಹೋಗ್ಬರ್ತೀನಿ. ತಿಂಡಿ ಹೊತ್ತಿಗೆ ಭೀಮನ ಜೊತೆಗೆ ಬರ್ತೀನಿ.' ಅಂದಾಗ 'ಆಗ್ಲಿ' ಎಂಬಂತೆ ತಲೆ ಅಲ್ಲಾಡಿಸಿದ ಮಾಧವಿ 'ಪಾಪ ಮಾಧವ ತುಂಬಾ ಚಿಂತೇಲಿದ್ದಾರೆ. ಏನೇ ಆಗ್ಲಿ ಇಲ್ಲಿ ಪರಿಸ್ಥಿತಿನ ಒಂದು ಹಂತಕ್ಕೆ ತರೋತನ್ಕಾ ಇಬ್ರಿಗೂ ನೆಮ್ಮದಿ ಇಲ್ಲಾ' ಅಂದುಕೊಂಡಳು. ಮನೆಯಿಂದ ಹೊರಟ ಮಾಧವ ತೋಟ ತಲುಪಿದಾಗ ಭೀಮ ತೆಂಗಿನ ಗಿಡಗಳಿಗೆ ನೀರು ಬಿಡುತ್ತಿದ್ದ. ವಯಸ್ಸಿಗೆ ಮೀರಿದ ಆಳ್ತನ. ಮುಖ ನೋಡಿದ್ರೆ ಮುಗ್ಧನ ಕಳೆ. ಆದ್ರೆ ಇವನ ಚಟುವಟಿಕೆಗಳೇ ನಿಗೂಢವಾಗಿವೆಯಲ್ಲಾ, ಅರ್ಥಾನೇ ಆಗ್ತಿಲ್ಲ ಇವನು ಅಂದುಕೊಳ್ಳುತ್ತ 'ಭೀಮಾ, ಏನೋ ಕೇಳ್ತೀನಿ ನಿನ್ ಹತ್ರ. ಮುಚ್ಚಿಡದೇ ಹೇಳ್ಬೇಕು' ಅಂದಾಗ ಒಂದರೆಕ್ಷಣ ವಿಚಲಿತನಾದಂತೆ ಕಂಡ ಭೀಮ 'ಸಾವ್ಕಾರ್ರೇ ಈಗ ಗಿಡಗಳಿಗೆ ನೀರ್ ಉಣಿಸ್ತ ಇವ್ನಿ. ಹೊತ್ತು ಮ್ಯಾಕೆ ಏರಿದ್ರೆ ಕಷ್ಟ. ನೀವು ತ್ವಾಟದ್ ತುಂಬಾ ಸುತ್ತಾಡ್ಕಂಡ್ ಬನ್ನಿ. ಅಷ್ಟರೊಳಗೆ ನನ್ ಕೆಲ್ಸ ಮುಗ್ಸಿ ಬಿರ್ನನೆ ಬರ್ತೀನಿ' ಅಂದಾಗ ಮುಖದಲ್ಲಿ ಆತಂಕ ಎದ್ದು ಕಾಣುತ್ತಿತ್ತು. ನಾನು ಮುಚ್ಚಿಟ್ಟ ಸತ್ಯ ಎಲ್ಲಾ ಸಾವಕಾರ್ಗೆ ಏನಾದ್ರು ಗೊತ್ತಾಯ್ತಾ ಹೇಗೆ. ಏನ್ ಕೇಳ್ತಾರೋ. ಮಲ್ಲೇಗೌಡ ಏನಾದ್ರು ಕಿವಿ ಊದಿಬಿಟ್ನಾ ಹೇಗೆ ಅಂದುಕೊಳ್ಳುತ್ತಲೇ ಕೆಲಸದಲ್ಲಿ ತೊಡಗಿದ.

ಇತ್ತ ಮಾಧವ ತೋಟದ ತುಂಬಾ ಅಡ್ಡಾಡಿದಾಗ ಅಚ್ಚುಕಟ್ಟಾದ ತೋಟ, ಕಸಕಡ್ಡಿ ಇಲ್ಲದ, ಕಳೆ ಇಲ್ಲದ ಹುಲುಸಾಗಿ ಬೆಳೆದ ಗಿಡಮರಗಳು. ಎಲ್ಲಿ ನೋಡಿದರೂ ಹಸಿರು ಹೊದ್ದಂತೆ ಭೂರಮೆ. ಆಳುಗಳು ತಮ್ಮ ಕೆಲಸದಲ್ಲಿ ಮಗ್ನರಾಗಿದ್ದು ಗೊಬ್ಬರದ ಗುಂಡಿಗೆ ಕೊಟ್ಟಿಗೆಯ ಸೆಗಣಿಯನ್ನು ತಂದು ಹಾಕಿ, ಹಸಿರು ಎಲೆಗಳನ್ನೆಲ್ಲ ಹಾಕಿ ಆಧುನಿಕ ಪದ್ಧತಿಯಲ್ಲಿ ಸಾವಯವ ಗೊಬ್ಬರ ತಯಾರಿಸುವ ಕ್ರಮ ನೋಡಿ ಆಶ್ಚರ್ಯವಾಯ್ತು. ಹತ್ತಿರ ಬಂದ ನಿಂಗಜ್ಜ 'ತ್ವಾಟಾ ನೋಡಕ್ಕೆ ಬಂದ್ರಾ? ಸುತ್ತಲೂ ಹತ್ತ್ ಹಳ್ಳೀಲಿ ನಮ್ ತ್ವಾಟದಂತ ತ್ವಾಟ ಇಲ್ಲ ಸಾವ್ಕಾರೇ. ನಮ್ಮನ್ನೆಲ್ಲಾ ಚಂದಾಗಿ ನೋಡ್ಕಂತಿರೋ

ನಿಮ್ ವಂಸಾ ಹಿಂಗೇ ಬೆಳೀಲಿ' ಅಂದಾಗ ಅನಂತೂ ಬಗ್ಗೆ ಅಭಿಮಾನ ಮೂಡಿತು. ಡಿಗ್ರಿ ಮುಗಿಸಿ ಪಟ್ಟಣಕ್ಕೆ ಜೋತು ಬೀಳದೇ ವ್ಯವಸಾಯವನ್ನು ನಂಬಿ ಹಳ್ಳಿಯನ್ನೇ ಆಶ್ರಯಿಸಿದ ಅನಂತು ಬಗ್ಗೆ ಹೆಮ್ಮೆಯೆನಿಸಿತು.

ತೋಟದ ಮನೆಯತ್ತ ಬಂದ ಮಾಧವನ ಹತ್ತಿರ ಬಂದ ಭೀಮ 'ಹೇಳಿ ಸಾವ್ಕಾರ್ರೆ, ಏನೋ ಕೇಳ್ಬೇಕಂದ್ರಿ. ಮನೆ ಕಡೆಗೆ ಬರ್ತಿದ್ದೆ. ಅಲ್ಲೇ ಕೇಳ್ಬೋದಿತ್ತು. ಇಲ್ಲಿಗಂಟ ಯಾಕ ಬರಕ್ಹೋದ್ರಿ. 'ಭೀಮನನ್ನೇ ದಿಟ್ಟಿಸಿ ನೋಡುತ್ತಾ 'ಇದು ಮನೇಲಿ ಕೇಳೋ ವಿಷಯ ಅಲ್ಲಾ ಅಂತಾನೆ ಇಲ್ಲಿಗೆ ಬಂದಿದ್ದು. ನಿನ್ನೆ ನೀನು ಮಲ್ಲೇಗೌಡ್ರ ಮನೇಲಿ ಕೂಗಾಡ್ತಾ ಇದ್ದದ್ದನ್ನ ನೋಡಿದೆ. ಹಿರಿಯ ಗೌಡ್ರಿಗೆ ಗೌರವ ಕೊಡೋದು ಗೊತ್ತಿಲ್ವಾ ನಿಂಗೆ? ಏನ್ ಕೂಗ್ತಿದ್ದೆ ಅನ್ನೋದು ನಂಗೆ ಕೇಳ್ಲಿಲ್ಲ.' ಮಾಧವನ ಮಾತನ್ನ ಮೊಟಕುಗೊಳಿಸುತ್ತಾ ಭೀಮ 'ಅಯ್ಯೋ ಅದಾ, ಆಳಿನ ಬಗ್ಗೆ ಕೇಳಕ್ಹೋಗಿದ್ದೆ ಅಷ್ಟೇ ಸಾವ್ಕಾರ್ರೆ. ನಿಮಗೆ ಕೂಗಿದಂಗೆ ಕೇಳಿದೆ ಅಷ್ಟೇ. ನಮ್ಮ ತ್ವಾಟದ ಆಳುಗೊಳನ್ನ ತಮ್ಮ ತ್ವಾಟದ ಕೆಲ್ಸಕ್ಕೆ ಕೇಳಿದ್ರಂತೆ ಗೌಡ್ರು. ಹೆಚ್ಗೆ ಸಂಬಳಾ ಕೊಡ್ತೀನಿ ಅಂದ್ರಂತೆ. ನಮ್ಮ ಆಳುಗಳು ಹೋಗ್ಲಿಲ್ಲಂತೆ'. ಭೀಮನ ಸುಳ್ಳು ಹೇಳುತ್ತಿರುವ ಮುಖಭಾವ ಗಮನಿಸಿದ ಮಾಧವ ನಖಶಿಖಾಂತ ಉರಿದುಬಿಟ್ಟ.

ಭೀಮನ ಮಾತು ಕೇಳಿ ಮಾಧವನಿಗೆ ಸಿಟ್ಟು ಭುಗಿಲೆದ್ದಿತು. 'ಪೋಲಿ ಅಲೀತಿದ್ದ ನಿನ್ನನ್ನು ಕರೆತಂದು ಜೀವನಕ್ಕೆ ಮಾರ್ಗ ತೋರಿಸಿದ ಮನೆಗೇ ದ್ರೋಹ ಬಗೀತಾ ಇದ್ದೀಯಲ್ಲೋ ಪಾಪಿ. ಅನಂತೂ ಇಲ್ದಾಗ ತೋಟದಲ್ಲಿ ಬೆಳೆದದ್ದೆಲ್ಲ ಮಾರಿ ಕೈತುಂಬಾ ದುಡ್ಡು ಮಾಡ್ಕೋತ ಇರೋದು ನಂಗೆ ಗೊತ್ತಾಗ್ತಾ ಇಲ್ಲಾ ಅನ್ಕೊಂಡಿದ್ದೀಯಾ? ಮೂರು ವರ್ಷದ ಬುದ್ಧಿ ನೂರು ವರ್ಷದ ತನಕ ಅಂತೇ. ನಾನೂ ಎರಡು ದಿನದಿಂದ ನೋಡ್ತಾ ಇದ್ದೀನಿ. ನಿನ್ನ ಅವ್ಯವಹಾರಗಳ್ನ ಮತ್ತು ನಿನ್ನ ಬದಲಾಗದ ನಡುವಳಿಕೆಗಳನ್ನ. ಇವತ್ತು ಯಾವುದಕ್ಕೂ ಇತ್ಯರ್ಥ ಆಗ್ಬೇಕು. ನಿಜ ಹೇಳಿದಿ ಸರಿ, ಇಲ್ಲಾ ಅಂದ್ರೆ ಗಂಟೂ ಮೂಟೆ ಕಟ್ಟಿಕೊಂಡು ನಿನ್ನ ಹಳ್ಳಿಗೆ ಹೋಗ್ತಾ ಇರು. ಅನಂತೂನ ಮೃದು ಸ್ವಭಾವಾನಾ ದುರುಪಯೋಗ ಮಾಡ್ಕೋತಾ ಇದ್ದೀಯೇನೋ ಭಡವಾ. ಕಳ್ಳನ ಕೈಲಿ ಕೀಲಿಕೊಟ್ಟು ಯಾತ್ರೆಗೆ ಹೋದಂಗಾಯ್ತು. ಮಲ್ಲೇಗೌಡ್ರು ಹಿರೀರು. ಅವರಿಗೆ ಹಾಗೆಲ್ಲಾ ಕೂಗಾಡಿದ್ದೀ. ನಾಚಿಕೆ ಆಗಲ್ವಾ?'

ಮಾಧವ ಮುಖ ಕೆಂಪಗೆ ಮಾಡಿಕೊಂಡು ಏದುಸಿರು ಬಿಡುತ್ತಾ ಆವೇಶದಿಂದ ಒಂದೇ ಉಸಿರಲ್ಲಿ ಮಾತಾಡಿದ್ದು ಕೇಳಿದ ಭೀಮ ಗರಬಡಿದು ನಿಂತ. ಅದೇ ವೇಳೆಗೆ ಮನೆಯಿಂದ ದೀಪ್ತಿಯ ಫೋನ್ 'ಅಪ್ಪಾ, ತಿಂಡಿ

ತಿನ್ನೋಕೆ ಬರ್ಬೇಕಂತೆ' ಬೇಗನೇ ಸಾವರಿಸಿಕೊಂಡ ಮಾಧವ 'ಸರಿ ಬರ್ತಾ ಇದ್ದೀನಿ' ಉತ್ತರಿಸಿದವನೇ ಭೀಮನ ಮುಖ ನೋಡೋಕೂ ಇಷ್ಟವಿಲ್ಲದೆ ಧಡಧಡನೇ ಮನೆ ಕಡೆಗೆ ನಡೆದು ಬಂದ.

ಅಷ್ಟರಲ್ಲಾಗಲೇ ಮಲ್ಲೇಶಿ ಮತ್ತು ಗಂಗಮ್ಮ ಮನೇಲಿದ್ದರು. ಜೊತೆಗೆ ರತ್ನಾಳನ್ನು ಕರೆತಂದಿದ್ದಳು. 'ಭೀಮ ಬರ್ಲಿಲ್ವಾ'? ಮಾಧವಿಯ ಪ್ರಶ್ನೆಗೆ ಅವಳತ್ತ ತೀಕ್ಷ್ಣವಾದ ನೋಟ ಬೀರಿ, ಹುಬ್ಬು ಗಂಟಿಕ್ಕಿ 'ಬರ್ತಾನೆ ಬಿಡು. ಅವನೇನು ಬೀಗನಾ? ಪದೇ ಪದೇ ಊಟ ತಿಂಡಿಗೆ ಕರೆಯೋಕೆ. ಹೊಟ್ಟೆ ಹಸಿವಾದ್ರೆ ಬರ್ತಾನೆ ಬಿಡು. ನಾಯಿಗಾದ್ರೂ ಒಂದು ತುತ್ತು ತಿಂದ ಸ್ವಾಮಿನಿಷ್ಠೆ ಇರುತ್ತೆ. ಈ ಮನುಷ್ಯರು ಹೊತ್ತು ನೋಡಿ ಪೊರೆ ಕಳಚ್ತಾರೆ. ಯಾರನ್ನೂ ನಂಬೋ ದಿನ ಅಲ್ಲ ಈಗ' ಸಂಯಮ ಕಳೆದುಕೊಂಡು ಬಿರುನುಡಿಯುತ್ತಿರುವ ಮಾಧವನ ಮಾತುಗಳನ್ನು ಕೇಳಿ ಆಶ್ಚರ್ಯಚಕಿತಳಾದಳು ಮಾಧವಿ. ಯಾರಿಗೂ ಒಂದೂ ಒರಟು ಮಾತನಾಡದ ಗಂಡನ ಬಾಯಿಂದ ಬಂದ ಇಂಥ ಮಾತುಗಳನ್ನು ಕೇಳಿ, ಮನಸ್ಸಿಗೆ ಏನೋ ಹೆಚ್ಚೇ ನೋವಾಗಿದೆ ಅಂದುಕೊಂಡ ಮಾಧವಿ ಮರುನುಡಿಯದೇ ಒಳಸರಿದಳು.

ಹಿತ್ತಲ ಬಾಗಿಲ ಹತ್ತಿರ ರಜನಿ ಯಾರೊಂದಿಗೋ ಮಾತನಾಡುತ್ತಿದ್ದುದನ್ನು ಗಮನಿಸಿದ ಮಾಧವಿ ಅತ್ತ ಹೆಜ್ಜೆ ಹಾಕಿದಾಗ ಕಂಡದ್ದು ಮಲ್ಲೇಶಿ !! 'ನಂಗೆ ಹಣ ಕೊಡದೇ ಇದ್ರೆ ಎಲ್ಲರ ಎದುರಿಗೂ ನಿಮ್ಮ ಬಗ್ಗೆ ಹೇಳಿಬಿಡ್ತೀನಿ ನೋಡ್ತಿರಿ. ಹಣ ಇಲ್ಲಾ ಅಂದ್ರೆ ಯಾವುದಾದ್ರೂ ಒಡವೆ ಆದ್ರೂ ಕೊಡಿ' ಮಲ್ಲೇಶಿಯ ಮಾತಿಗೆ ರಜನಿ 'ಹಾಗೆಲ್ಲಾ ಮಾಡಬೇಡ್ವೋ ಮಲ್ಲೇಶಿ, ಈಗ ಸಧ್ಯ ದುಡ್ಡಿಲ್ಲಾ. ಊರಿಗೆ ಹೋಗಿ ಖರ್ಚಾಗಿದೆ. ಇನ್ನೆರಡು ದಿನ ಬಿಟ್ಟು ಕೊಡ್ತೀನಿ. ಈಗ ಹೋಗು' ಅಂದಾಗ ಸಿಟ್ಟಿನಿಂದ ದಾಪುಗಾಲಿಡುತ್ತಾ ಹೊರಟ ಮಲ್ಲೇಶಿ. ಇಬ್ಬರ ಮಾತುಗಳನ್ನು ಕೇಳಿದರೂ ಕೇಳದಂತೇ ಅವಸರವಸರವಾಗಿ ಒಳ ಸರಿದಳು ಮಾಧವಿ. ಇದಕ್ಕೊಂದು ಅಂತ್ಯ ಹಾಡಲೇಬೇಕೆಂದು ಗಟ್ಟಿಯಾಗಿ ನಿರ್ಧರಿಸಿದಳು. ರಜನಿ ತುಂಬಾ ಅನ್ಯಮನಸ್ಕಳಾಗಿದ್ದಳು. ನಡೆದದ್ದು ಯಾವುದನ್ನೂ ಗಮನಿಸದಂತೆ ಇದ್ದುಬಿಟ್ಟಳು ಮಾಧವಿ. ಬಾಡಿದ ಮೊಗದಿಂದ ಒಳ ಬಂದ ಭೀಮ ಮತ್ತು ಮಲ್ಲೇಶಿ ಮುಖಾಮುಖಿಯಾದಾಗ ವ್ಯಂಗ್ಯವಾದ ನಗೆ ಬೀರಿದ ಮಲ್ಲೇಶಿ ಶಿಳ್ಳೆ ಹಾಕುತ್ತಾ ಅಲ್ಲಿಂದ ಹೊರನಡೆದ.

ಮನೆಯ ಆಗುಹೋಗುಗಳನ್ನೆಲ್ಲಾ ಒಂದು ಜೊತೆ ಕಣ್ಣುಗಳು ತಮ್ಮ ಕಣ್ಣ ಕ್ಯಾಮೆರಾದ ಜೊತೆ ಜೊತೆಗೆ ಮೊಬೈಲ್ ಕ್ಯಾಮೆರಾದಲ್ಲೂ

ಸೆರೆಹಿಡಿಯುತ್ತಿದ್ದವು. ಮಾಧವಿ ಮತ್ತು ರಜನಿ ಅಡುಗೆ ಕೆಲಸದಲ್ಲಿ ಮಗ್ನರಾದರೆ, ಚಿರಾಗ್ ಮತ್ತು ರೋಹಿತ್ ಭೀಮನೊಂದಿಗೆ ತೋಟಕ್ಕೆ ಹೊರಟರು. ರತ್ನಳೊಂದಿಗೆ ದೀಪ್ತಿ ಮತ್ತು ಚಂದನಾ ಹೊಳೆಯ ಕಡೆಗೆ ಹೆಜ್ಜೆ ಹಾಕಿದರು.. ದೀಪ್ತಿಗೆ ಹೊಳೆ, ತೋಟ ಇವೆಲ್ಲಾ ಅಪರೂಪದ ದೃಶ್ಯಗಳು. ಜೊತೆಗೆ ಆಗಾಗ ಹೊಳೆಯಾಚೆ ನವಿಲುಗಳು ಗರಿಬಿಚ್ಚಿ ಕುಣಿವ ನೋಟ ಮನಮೋಹಕ. ಚಂದನಾಳಿಗೋ ತಿರುಗಾಡುವ ಹುಚ್ಚು ಜೊತೆಗೆ ಸೆಲ್ಫಿ ತಕ್ಕೊಳ್ಳುವ ಚಟ. ಅದರೊಂದಿಗೆ ಇತ್ತೀಚಿಗೆ ಟಿಕ್ ಟಾಕ್ ಹುಚ್ಚು ಜೊತೆಗೂಡಿತ್ತು. ಟಿಕ್ ಟಾಕ್ ಸಲುವಾಗಿ ವಿಡಿಯೋ ಮಾಡಲು ಹಳ್ಳದಲ್ಲೇ ನಿಲ್ಲುತ್ತಿದ್ದಳು. ರಸ್ತೆಯಲ್ಲಿ ಹೋಗುವ ಚಕ್ಕಡಿಯನ್ನೇ ಹಿಡಿದು ಓಡುತ್ತಿದ್ದಳು. ನೀರಿನಲ್ಲಿ ಕಾಲು ಇಳಿಬಿಟ್ಟು ಕುಳಿತುಕೊಂಡು, ನೀರಿಗೆ ಧುಮುಕುವಂತೆ ಏನೇನೊ ವಿಡಿಯೋಗಳನ್ನು ಸೆರೆಹಿಡಿವ ಶ್ರಮ ರತ್ನಳದ್ದು. ಹಾಡಿಗೆ ತಕ್ಕಂತೆ ವಿಡಿಯೋ ತುಣುಕುಗಳಿಗೆ ಅಭಿನಯಿಸುವುದಕ್ಕಾಗಿ ಬಿಡುವಿದ್ದಾಗಲೆಲ್ಲಾ ಚಂದನಳಿಗೆ ಜೊತೆಗೂಡುತ್ತಿದ್ದುದು ರತ್ನಳೆ. ರತ್ನಾಳಿಗೆ ಇದು ಅನಿವಾರ್ಯ ಕೂಡ ಆಗಿತ್ತು. ತನಗೆ ನೋಟ್ ಪುಸ್ತಕಗಳನ್ನು, ಪೆನ್ ಮತ್ತು ಪೆನ್ಸಿಲ್ ಅವಶ್ಯಕವಿರುವ ಎಲ್ಲಾ ಸಾಮಗ್ರಿಗಳನ್ನು ಧಾರಾಳವಾಗಿ ಕೊಡ್ತಾ ಇದ್ದಳು ಚಂದನ. ಜೊತೆಗೆ ಉಟ್ಟುಬಿಟ್ಟ ಒಳ್ಳೊಳ್ಳೆ ಡ್ರೆಸ್ ಕೂಡ ಕೊಡೋದ್ರಿಂದ ಚಂದನಾಳ ಸ್ನೇಹ ರತ್ನಳೊಂದಿಗೆ ಗಾಢವಾಗಿತ್ತು.

ಮಕ್ಕಳೆಲ್ಲಾ ಆಚೆ ಹೋದ ನಂತರ ಮಾಧವಿ ಮತ್ತು ರಜನಿ ಅತ್ತೆ ಮತ್ತು ಮಾವನನ್ನು ಅವರ ಕೋಣೆಯಿಂದ ಆಚೆ ಕೈ ಹಿಡಿದು ಕರೆತಂದು ದೊಡ್ಡ ಹಾಲ್ನಲ್ಲಿ ಕೂಡ್ರಿಸಿಕೊಂಡರು. ಸ್ನಾನ, ಜಪ ಮತ್ತು ತಿಂಡಿ ಸೇವನೆ ಮುಗಿಸಿದ್ದ ಹಿರಿಯರು ಮಕ್ಕಳು ಮತ್ತು ಸೊಸೆಯರೊಂದಿಗೆ ಮಾತಿಗೆ ತೊಡಗಿದರು. 'ಅನಂತೂ, ತೋಟದ ವ್ಯವಹಾರ ಎಲ್ಲಾ ಚೆನ್ನಾಗಿ ನಡೀತಿದೆಯಾ'? ರಾಮಪ್ಪನವರ ಮಾತಿಗೆ 'ಹುಂ ಅಪ್ಪಾ. ಆ ಬಗ್ಗೆ ಚಿಂತೆ ಇಲ್ಲ. ಚೆನ್ನಾಗಿ ನಡೀತಿದೆ' ಅನಂತುನ ಉತ್ತರಕ್ಕೆ ಮಾಧವನದ್ದು ಅಸಹನೆಯ ನೋಟ.

'ಅನಂತೂ, ಏನೋ ಕೇಳ್ಬೇಕು ಅಂತಿದ್ದೀನಿ. ಬೇಜಾರು ಮಾಡ್ಕೊಳ್ದೇ ಉತ್ರಾ ಕೊಡ್ತೀಯಾ'? ಮಾಧವಿಯ ಪ್ರಶ್ನೆಗೆ 'ಏನತ್ತಿಗೇ, ಯಾವತ್ತೂ ಇಲ್ಲದ್ದು ಇವತ್ತು ಹೀಗೇಕೆ ಅನುಮತಿ ಕೇಳ್ತಾ ಇದ್ದೀರಿ? ನೀವೇನೇ ಕೇಳಿದ್ರು ಹೇಳ್ತಿನಿ' ಮೈದುನನ ಮಾತಿಗೆ ಅಭಿಮಾನದ ನೋಟ ಬೀರುತ್ತಾ 'ಏನಿಲ್ಲಪ್ಪ, ರಜನಿಗೆ ಖರ್ಚಿಗೆ ಅಂತಾ ಪ್ರತಿ ತಿಂಗಳು ಎಷ್ಟು ದುಡ್ಡು ಕೊಟ್ಟಿರ್ತಿ? ಅವಳಿಗೂ ಖರ್ಚು ಇರುತ್ತಲ್ವಾ'? ಅತ್ತಿಗೆಯ ಮಾತಿಗೆ ಚಕಿತನಾದ ಅನಂತ 'ಅಯ್ಯೋ ಅತ್ತಿಗೆ, ಅವಳಿಗ್ಯಾಕೆ ದುಡ್ಡು ಕಾಸು? ಅವಳಿಗೆನಿರುತ್ತೆ ಖರ್ಚು. ಪ್ರತಿಯೊಂದನ್ನೂ ನಾನೇ ನೋಡ್ಕೊಂಡಿರ್ತೀನಿ. ಊರಿಗೆ ಕಳಿಸಿ

ಬಂದಿರ್ತೀನಿ. ಕರೆಯೋಕು ಹೋಗಿರ್ತೀನಿ. ಪೇಟೆ ಕಡೆ ಹೋದಾಗ ಬಟ್ಟೆ ಮತ್ತೆ ಬೇಕಾದ್ದೆಲ್ಲಾ ಕೊಡ್ಸಿರ್ತೀನಿ. ಮಕ್ಕಳಿಗೂ ಅಷ್ಟೇ. ಪುಸ್ತಕ ಕೂಡ ತಂದು ಕೊಟ್ಟಿರ್ತೀನಿ. ಮತ್ಯಾಕೆ ಅತ್ತಿಗೆ ಅವಳಿಗೆ ದುಡ್ಡು?' ಅನಂತನ ಮಾತಿನ್ನೂ ಮುಗೀತಿದ್ದಂತೆ 'ಅಕ್ಕಾ, ಇವರ ಮಾತು ಕೇಳಿದ್ರಾ. ನಂಗೇನು ಬೇರೆ ಖರ್ಚು..' ರಜನಿಯ ಮಾತನ್ನು ಮೊಟಕುಗೊಳಿಸಿದ ಮಾಧವಿ 'ಅನಂತೂ, ಇದೇ ನೀನು ಮಾಡ್ತಾ ಇರೋ ತಪ್ಪು. ಅವಳಿಗೂ ತವರಿಗೆ ಹೋದಾಗ, ಸಮಾರಂಭಗಳಿಗೆ ಹೋದಾಗ ಏನಾದ್ರು ತಗೋಬೇಕು ಅನ್ಸಲ್ವಾ? ಎಲ್ಲದಕ್ಕೂ ನಿಂಗೇ ಕೈಯೊಡ್ಡಬೇಕಾ? ಪಾಪ ರಜನಿ ನಿನ್ನನ್ನಲ್ಲದೇ ದುಡ್ಡಿಗೆ ಇನ್ಯಾರನ್ನು ಕೇಳ್ಬೇಕು? ನಿನ್ನ ಈ ರೀತಿಯ ಮನೋಭಾವನೆ ನಂಗೆ ಇಷ್ಟ ಆಗ್ತಿಲ್ಲಪ್ಪಾ. ಇನ್ನುಮುಂದೆ ಪ್ರತಿ ತಿಂಗಳೂ ರಜನಿಗೆ ಖರ್ಚಿಗೆ ಅಂತ ದುಡ್ಡು ಕೊಡ್ಬೇಕು ನೀನು. ರಜನಿ, ನೀನೂ ಅಷ್ಟೇ, ಕೊಟ್ಟ ಹಣ ಪೋಲಾಗದಂತೆ ಎಚ್ಚರವಹಿಸಬೇಕು. ನೀನು ಖರ್ಚು ಮಾಡಿದ್ದು ಲೆಕ್ಕ ಬರೆದಿಡು. ಬಂಗಾರದ ಬೆಲೆ ಕಡಿಮೆ ಇದ್ದಾಗ ತಿಳಸ್ತೀನಿ. ಬೆಂಗಳೂರಿಗೆ ಬಂದು ನೀನು ಕೂಡಿಟ್ಟ ಹಣದಲ್ಲಿ ಬಂಗಾರ ಖರೀದಿಸಿ ಇಟ್ಟುಕೋ. ಮಗಳ ಮದುವೆಗೆ ಭಾರ ಆಗಲ್ಲ. ಅನಂತೂ ಕೊಡೋ ಹಣ ಸದ್ವಿನಿಯೋಗ ಆಗ್ಬೇಕಷ್ಟೆ'. ಅಕ್ಕನ ಮಾತುಗಳನ್ನು ಕೇಳಿದ ರಜನಿಯ ಕಣ್ಣು ತುಂಬಿ ಬಂತು. 'ಅಕ್ಕಾ, ನಂಗೆ ನಿಜಕ್ಕೂ ಏನ್ ಮಾತಾಡ್ಬೇಕು ಅಂತಾ ತೋಚ್ತಾ ಇಲ್ಲ. ಇವರನ್ನು ಹಣ ಕೇಳೋಕೂ ಮುಜುಗರ ಮತ್ತೆ ಹೆದ್ರಿಕೆ. ಮೊದ ಮೊದಲು ನಂಗೆ ಸ್ವಲ್ಪ ಹಣ ಬೇಕಿತ್ತು ಅಂದಾಗ್ಲೆಲ್ಲಾ ಇವರದ್ದು ಒಂದೇ ಮಾತು 'ಏನ್ ಬೇಕೋ ಅದನ್ನೆಲ್ಲ ನಾನು ತಂದು ಕೊಟ್ಟಿರ್ತೀನಿ. ಮತ್ಯಾಕೆ ಹಣ? ಮಕ್ಳು ಏನೇನೊ ಆಶೆ ಪಡ್ತವೆ. ಇವ್ರು ಅರ್ಥಾನೇ ಮಾಡ್ಕೊಳಲ್ಲ.' ಅಂದಾಗ, 'ಆಯ್ತು ಅತ್ತಿಗೆ. ಇನ್ಮುಂದೆ ನಿಮ್ಮ ಆಜ್ಞೆ ಶಿರಸಾವಹಿಸಿ ಪಾಲಿಸ್ತೀನಿ. ಆದ್ರೆ ಇವ್ಳು ಕಂಡದ್ದೆಲ್ಲಾ ತಗೋಳ್ಳೋಹಾಗಿಲ್ಲಾ ಅಷ್ಟೇ'. ಮಗನ ಮಾತಿಗೆ ಸೊಸೆಯ ಪರವಾಗಿ 'ಅವಳೇನು ಚಿಕ್ಕೋಳೇನೋ ಮಗು. ಅವಳಿಗೂ ಜವಾಬ್ದಾರಿ ಇದೆ. ಹೆಣ್ಣಿನ ಕಣ್ಣಲ್ಲಿ ನೀರು ಹಾಕಿಸ್ಬೇಡಾ.' ಅಮ್ಮನ ಪ್ರೀತಿ ತುಂಬಿದ ಮಾತುಗಳಿಗೆ ಅನಂತೂ 'ಯಾಕೋ ಇವತ್ತು ನಾನು ಎದ್ದ ಗಳಿಗೇನೇ ಸರಿ ಇಲ್ವೇನೋ. ಮನೆಯ ಹೆಂಗಸರೆಲ್ಲಾ ಯಾಕೋ ಒಮ್ಮೆಲೇ ಅಟ್ಯಾಕ್ ಮಾಡ್ತಾ ಇದ್ದಾರೆ. ನೀನಾದ್ರೂ ಕಾಪಾಡು ಅಣ್ಣಾ' ಅಂದಾಗ ಮನೆಯಲ್ಲಿ ನಗುವಿನ ಅಲೆ.

'ಅಂದಹಾಗೇ ನಾಳೆ ಅಣ್ಣಾ ಇಲ್ಲಿಗೆ ಬರ್ತಿದ್ದಾನೆ ಅತ್ತೆ. ಜೊತೆಗೆ ಅವನ ಗೆಳೆಯ ಕೇಶವನೂ ಬರ್ತಿದ್ದಾರೆ. ಅಣ್ಣನಿಗೆ ಬ್ಯಾಂಕ್ ಕೆಲಸ ಇದೆಯಂತೆ ಈ ಹಳ್ಳಿ ಮತ್ತು ಪಕ್ಕದ ಹಳ್ಳೀಲಿ. ಎಮ್ಮೆ ಸಾಲಕ್ಕೆ ಅರ್ಜಿ ಹಾಕಿದ್ದವರ ಪರಿಶೀಲನೆ ಇದೆಯಂತೆ, ಅದಕ್ಕೆ ಬರ್ತಿದ್ದಾರೆ.' ಸೊಸೆಯ ಮಾತಿಗೆ 'ಎಷ್ಟೊಂದು ವರ್ಷಗಳೇ ಆಯ್ತಮ್ಮಾ ನಿನ್ನ ತವರಿನವರು ಬರದೇ. ಬರ್ಲಿ ತಾಯಿ.

ಭೀಮನಿಗೆ ಹೇಳಿ ತೆಂಗಿನಕಾಯಿ, ಹಣ್ಣುಗಳು ಕೀಳಿಸಿಡು. ಹಾಗೇ ಅಕ್ಕಿ ಮೂಟೆನೂ ತೆಗೆಸಿಡು. ಅಂದ ಹಾಗೆ ರಜನಿ, ಮೊನ್ನೆ ಕಾಯಿಸಿ ಇಟ್ಟಿಯಲ್ಲಮ್ಮ ಎರಡು ಕೆಜಿ ಹಸುವಿನ ತುಪ್ಪ ಅದನ್ನು ಮಾಧವಿಯ ಅಣ್ಣನಿಗೆ ಕಳಿಸಿ ಬಿಡಮ್ಮಾ' ಅತ್ತೆಯ ಮಾತಿಗೆ 'ಆಗ್ಲಿ ಅತ್ತೆ.' ಅಂದ ರಜನಿಯ ಮುಖದಲ್ಲಿ ಇಂದೇಕೋ ನೆಮ್ಮದಿಯ ಛಾಯೆ !! 'ಅತ್ತೆ, ತಾಯಿಯಿಲ್ಲದ ಕೊರತೆ ಕಂಡು ಬರದಂತೆ ನಮ್ಮನ್ನು ನೋಡ್ಕೋತಾ ಇದ್ದೀರಿ. ಪುಣ್ಯ ಮಾಡಿದ್ದೀವಿ ನಾವು' ಮಾಧವಿ ಕಣ್ಣಂಚಲ್ಲಿ ಇಣುಕಿದ ಹನಿಯನ್ನು ಯಾರಿಗೂ ಕಾಣದಂತೆ ಒರೆಸುತ್ತಾ' 'ರೀ' ಅಂದಾಗ 'ಏನ್ರೀ' ಅಂದ ಮಾಧವ 'ಅಂತೂ ನಾನೂ ಒಬ್ನು ಇಲ್ಲಿದ್ದೀನಿ ಅಂತ ಈಗ್ಲಾದ್ರೂ ನಿನ್ನ ಗಮನಕ್ಕೆ ಬಂತಲ್ಲಾ' 'ಏನಿಲ್ಲಾ. ಹೇಗಿದ್ರೂ ಅಣ್ಣಾ ಬರ್ತಿದ್ದಾನೆ. ನಾವೂ ಎಲ್ರು ತೋಟದಲ್ಲಿ ಊಟ ಮಾಡ್ಬೇಕು ಅನ್ಕೊಂಡಿದ್ವಿ. ನಾಳೇನೇ ಯಾಕೆ ತೋಟದ ಊಟಕ್ಕೆ ಹೋಗ್ಬಾರ್ದು? ಚಂದನಾ ಮತ್ತು ರೋಹಿತ್ ಇಬ್ರ ಶಾಲೇನೂ ಒಂದೇ ಅಲ್ವಾ, ಅವರ ಮೇಷ್ಟುಗಳಿಗೂ ಕರೆಯೋಣಾರಿ. ಹಾಗೇ ರಜನಿ ತವರಿಗೂ ಫೋನ್ ಮಾಡೋಣ. ಅವರನ್ನು ಆಮಂತ್ರಿಸೋಣ. ಒಂದು ಫ್ಯಾಮಿಲಿ ಮೀಟ್ ಆಗುತ್ತೆ.' ಅಂದಾಗ 'ಓ ಇದೆಲ್ಲಾ ನಿಮ್ಮ ಪ್ರೀ ಪ್ಲಾನಾ? ಅಣ್ಣ ಬರ್ತಿರೋ ಖುಷಿಗೆ ನಮ್ಮನ್ನೆಲ್ಲಾ ಮರೀಬೇಡಿ ಮೇಡಂ. 'ಮಾಧವನ ಮಾತಿಗೆ ಮಾಧವಿ ನಸು ಮುನಿಸು ತೋರಿದಾಗ 'ಪಾಪ ಬಿಡೋ ಮಾಧು. ಮಕ್ಳು ಖುಷಿ ಪಡ್ಲಿ. ನಾವೂ ಬರ್ತೀವಮ್ಮಾ ತೋಟಕ್ಕೆ. ತೋಟದ ಕಡೆಗೆ ಹೋಗಿ ವರ್ಷದ ಮೇಲಾಯ್ತು' ಮಾವನವರ ಮಾತಿಗೆ 'ನಿಮ್ಮನ್ನು ಬಿಟ್ಟು ಹೋಗೋದುಂಟೇ ಮಾವಯ್ಯ? ನೀವು ಮತ್ತು ಅತ್ತೆ ಬರೋದೇ ನಾಳೆ. ರೀ ಮೊದ್ಲೇ ಭೀಮನಿಗೆ ತಿಳಿಸಿಬಿಡಿ ನಾವು ನಾಳೆ ತೋಟಕ್ಕೆ ಬರ್ತೀವಿ ಅಂತ. ಗಂಗಮ್ಮ ಇರ್ತಾಳೆ ಹೇಗಿದ್ರೂ. ನಾನು ಮತ್ತೆ ರಜನಿ ಇವತ್ತಿಂದಾನೇ ಅಡುಗೆ ತಯಾರಿ ಮಾಡ್ತೀವಿ' ಮಾಧವಿಯ ಮಾತಿನಲ್ಲಿ ಸಂಭ್ರಮದ ಹೊನಲು.

'ತುಂಬಾ ದಿನ ಆಗಿತ್ತಕ್ಕ ನಾವೆಲ್ಲಾ ಒಟ್ಟಿಗೆ ಹೀಗೆ ತೋಟದ ಊಟಕ್ಕೆ ಹೋಗಿ. ಅಂದಹಾಗೆ ಅಕ್ಕಾ ಭೀಮನ ಅಪ್ಪ ಮಾದೇವಪ್ಪಾ ಇವತ್ತು ರಾತ್ರಿ ಇಲ್ಲಿಗೆ ಬರ್ತಿದ್ದಾನೆ. ಅವನಿಗೂ ಅವನ ಹಳ್ಳೀಲಿ ಮೊದಲಿನಂತೆ ಕೆಲಸ ಮಾಡ್ಕೋಕೆ ಆಗ್ತಾ ಇಲ್ವಂತೆ. ಇಲ್ಲಿಗೇ ಬರ್ತೀನಿ. ಮಗನ ಜೊತೆಗೆ ಇರ್ತೀನಿ ಅಂದ. ಆಗಬಹುದಾ ಮಾವಯ್ಯಾ?' ರಜನಿಯ ಮಾತಿಗೆ 'ಹುಂ ಬರ್ಲಿ. ಒಳ್ಳೇದೇ ಆಯ್ತು ಬಿಡಮ್ಮಾ. ಬರೋಕೆ ಹೇಳು' ಮಾಧವ ಸಿಡಿಮಿಡಿಗೊಳ್ಳುತ್ತಾ 'ಹುಂ. ಇಷ್ಟು ದಿನ ಮಗ ಒಬ್ನೇ ಲೂಟಿ ಮಾಡಿದ. ಇನ್ನು ಅಪ್ಪಾ ಮಗ ಕೂಡಿ ಬಿಟ್ರೆ ಮುಗೀತು ತೋಟದ ಕಥೆ' ಸ್ವಗತದಲ್ಲೇ ಅಂದುಕೊಂಡ.

ಎಲ್ಲರ ಸಮ್ಮತಿಯೊಂದಿಗೆ ಮರುದಿನ ತೋಟದೂಟಕ್ಕೆ ಹೋಗುವ ಸಂಭ್ರಮ. ಮಕ್ಕಳಿಗೆ ಈ ವಿಷಯ ತಿಳಿಸಿದ್ರೆ ಖುಷಿ ಪಡ್ತವೆ ಅಂದುಕೊಂಡ ಮನೆಯ ಹಿರಿಯರು ಮಕ್ಕಳ ನಿರೀಕ್ಷೆಯಲ್ಲಿದ್ರೆ ಮಕ್ಕಳು ಇನ್ನೂ ಮನೆಗೇ ಬರ್ಲಿಲ್ವಲ್ಲ, ಯಾಕೆ ತಡವಾಯ್ತು? ಅನ್ನುವ ಆಲೋಚನೆ ಮಾಧವಿಗೆ. ಕರೆ ಮಾಡಿದಾಗ ಅತ್ತ ಕಡೆಯಿಂದ ನಡುಗುತ್ತಿರುವ ಧ್ವನಿಯಲ್ಲಿ ದೀಪ್ತಿ 'ಬರ್ತಾ ಇದ್ದೀವಮ್ಮಾ' ಅಂದಾಗ ಏನೋ ಆತಂಕದ ಕಾರ್ಮೋಡ ಮಾಧವಿಯ ಮನದಲ್ಲಿ ಮನದಲ್ಲಿ !!

ಟಿಕ್ – ಟಾಕಿಗಾಗಿ ವಿಡಿಯೋ ಮಾಡಲು ಚಂದನಳ ಜೊತೆ ಹೊರಟ ರತ್ನಳಿಗೆ ಅಸಹನೆ. ರಜೆಯಲ್ಲಿ ಹೆಚ್ಚು ಹೆಚ್ಚು ಓದಿನತ್ತ ಗಮನ ಕೊಡಬೇಕು ಎಂದು ಅಂದುಕೊಂಡಿದ್ದರೆ, ಚಂದನಳಿಂದಾಗಿ ಓದಲು ಆಗುತ್ತಲೇ ಇಲ್ಲ. ಆಗಾಗ ಕರೆ ಮಾಡುವುದು, ಟಿಕ್ ಟಾಕ್ ಮಾಡಿದ ತುಣುಕು ಹಾಕುವುದು, ವಾಟ್ಸಪ್ಪ್ ಚಾಟಿಂಗ್ ಮೂಲಕ ಹರಟೆಗೆ ಇಳಿಯುವುದು. ಎಳ್ಳಷ್ಟೂ ಇಷ್ಟವಿರಲಿಲ್ಲ ಚಂದನಳ ಒಡನಾಟ. ಹಾಗಂತ ಚಂದನಾ ಕೆಟ್ಟವಳೂ ಅಲ್ಲಾ. ಒಡಹುಟ್ಟಿದ ತಂಗಿಯಂತೆ ಪ್ರೀತಿ ತೋರಿಸುವ ಸ್ನೇಹಿತೆ. ಮನೆಯಲ್ಲಿ ಏನೇ ವಿಶೇಷ ತಿಂಡಿ ತಿನಿಸು ಮಾಡಿದ್ರೂ ರತ್ನಳೊಂದಿಗೆ ಹಂಚಿ ತಿನ್ನುವ ಸದ್ಗುಣಿ. ಅನಿವಾರ್ಯತೆ ರತ್ನಳನ್ನು ಕಟ್ಟಿ ಹಾಕಿತ್ತು. ಚಂದನಾ ಹೋದಲ್ಲೆಲ್ಲಾ ರತ್ನಾ ಹೋಗಲೇಬೇಕು. ನೀರಿನಲ್ಲಿಳಿದು ಸಿನೆಮಾ ಹಾಡಿಗೆ ತಕ್ಕಂತೆ ಅಭಿನಯಿಸ್ತಾ ಇರೋ ಚಂದನಾಳು ಒಂದೆರಡು ಬಾರಿ ಆಯ ತಪ್ಪಿ ನೀರಿಗೆ ಬಿದ್ದಾಗ ಎತ್ತಿದ್ದವಳೇ ರತ್ನಾ. ಊರಾಚೆಯ ಬಯಲು, ತೋಟ, ಭತ್ತದ ಗದ್ದೆ ಇಷ್ಟಲ್ಲದೇ ಪೇಟೆಯ ಕಡೆಗೆ ಹೋಗುವ ಚಕ್ಕಡಿಗಳಿಗೆ ಅಡ್ಡಲಾಗಿ ಕುಳಿತು ಕೂಡಾ ಟಿಕ್–ಟಾಕ್‌ಗೆ ಪೋಸು ಕೊಡೋದು, ಅದನ್ನು ವಾಟ್ಸಪ್ಪ್ ಮತ್ತು ಫೇಸ್ಬುಕ್‌ಗೆ ಹರಿಬಿಡೋದು, ಲೈಕ್ಸ್ ಮತ್ತು ಕಾಮೆಂಟ್ಸ್ ಎಷ್ಟು ಬಂದಿವೆ ಅಂತ ಆಗಾಗ ನೋಡುತ್ತಿರೋದು. ಓದಿನಲ್ಲಿ ತುಂಬಾ ಜಾಣೆಯಾಗಿದ್ದ ಚಂದನಾಳು ವಯೋಸಹಜವಾದ ಆಶೆಗಳು, ಹರೆಯದ ವಯೋಮಾನದ ಚಂಚಲತೆಗೆ ಈಡಾಗಿದ್ದಳು. ಇದ್ಯಾವುದರ ಅರಿವೇ ಇರದ ಅನಂತು ಮತ್ತು ರಜನಿ ಮಗಳಿಗೆ ಹೇಗೆ ತಾನೇ ಬುದ್ದಿ ಹೇಳಬಲ್ಲರು? ಮಕ್ಕಳನ್ನು ಪ್ರತಿಹೆಜ್ಜೆಯೂ ಸೂಕ್ಷ್ಮವಾಗಿ ಗಮನಿಸುತ್ತಾ ತಪ್ಪು ಸರಿಗಳ ಬಗ್ಗೆ ತಿಳಿಹೇಳುತ್ತಾ ಬೆಳೆದ ಮಕ್ಕಳೊಂದಿಗೆ ಸ್ನೇಹಿತರಂತೆ ಇರುವ ಮಾಧವ ದಂಪತಿಗಳೆಲ್ಲಿ? ಪಟ್ಟಣದ ಶೋಕಿಗೆ ಮರುಳಾಗಿ ದಾರಿ ತಪ್ಪುತ್ತಿರುವ ಮಕ್ಕಳನ್ನು ಕೂಡ ಗಮನಿಸದೇ ಅಲಕ್ಷತನದಿಂದ ಇರುವ ಅನಂತ ದಂಪತಿಗಳೆಲ್ಲಿ? ಎಷ್ಟೊಂದು ವ್ಯತ್ಯಾಸ ಒಂದೇ ಮನೆಯಲ್ಲಿ !!

ಇಂದು ಕೂಡಾ ಊರಾಚೆಯ ಅಡಿಕೆ ತೋಟದ ಮಧ್ಯೆ ಚಂದನಾ ಹೆಜ್ಜೆ ಹಾಕಿದಾಗ ಅವರೊಂದಿಗೆ ಈಗಾಗಲೇ ಬಹುದೂರ ಕ್ರಮಿಸಿದ್ದ ದೀಪ್ತಿಗೆ ಒಳಗೊಳಗೇ ಯಾಕೋ ಮುಂದೆ ಹೋಗಲು ಮನಸ್ಸು ಒಪ್ಪಲಿಲ್ಲ. ರಜೆಯಲ್ಲಿ ಮುಗಿಸಲೇ ಬೇಕಾದ ಅಂತಿಮ ವರ್ಷದ ಪ್ರಾಜೆಕ್ಟ್ ವರ್ಕ್ ನೆನಪಾಗಿ ಮನೆಗೆ ಮರಳಲು ಇಚ್ಛಿಸಿದಳು. ಯಾವುದೇ ಒಂದು ಸದುದ್ದೇಶವಿಲ್ಲದೇ ಈ ರೀತಿ ಅಲ್ಲಿ ಇಲ್ಲಿ ಸುತ್ತುವುದು ದೀಪ್ತಿಗೆ ಹೊಂದಿಕೆಯಾಗಲಾರದ ವಿಷಯ. ಯಾಕಾದ್ರೂ ಬಂದೆನಪ್ಪಾ ಇವರ ಜೊತೆಗೆ ಅಂದುಕೊಂಡು 'ನಂಗೆ ಸ್ವಲ್ಪ ಕಂಪ್ಯೂಟರ್ ವರ್ಕ್ ಇದೆ ಚಂದು. ನಾನು ಮನೆಗೆ ಹೋಗ್ತೀನಿ. ನೀವಿಬ್ರು ಬೇಗ ಮನೆಗೆ ಬನ್ನಿ. ಹೆಚ್ಚು ಸುತ್ತಾಡೋಕೆ ಹೋಗ್ಬೇಡಿ' ಅಂದಾಗ 'ಆಯ್ತಕ್ಕಾ. ನಾವಿಬ್ರೂ ಆಮೇಲೆ ಬರ್ತೀವಿ. ನೀನು ಮನೆಗೆ ಹೋಗು ಅಕ್ಕಾ. ಮನೇಲಿ ಯಾರಿಗೂ ಈ ಬಗ್ಗೆ ಹೇಳ್ಬೇಡಕ್ಕಾ 'ಚಂದನಾಳ ಮಾತಿಗೆ 'ಹುಂ 'ಗುಟ್ಟಿದ ದೀಪ್ತಿ ಮನೆಯ ಹಾದಿ ಹಿಡಿದಳು. ಅದೇ ಹೊತ್ತಿಗೆ ಮನೆಯಿಂದ ಕರೆ ಬಂದಾಗ ಅಳುಕುತ್ತಾ ಉತ್ತರಿಸಿದ್ದಳು.

ಇತ್ತ ಗಿಡಗಳ ಮಧ್ಯೆ ಕಣ್ಣು, ಮೂಗು, ಬಾಯಿ ವಿಚಿತ್ರವಾಗಿ ತಿರುಗಿಸುತ್ತಾ ಸೆಲ್ಫಿ ಜೊತೆಗೆ ಟಿಕ್ –ಟಾಕ್ ವಿಡಿಯೋದಲ್ಲಿ ತನ್ಮಯಳಾಗಿದ್ದ ಚಂದನಳಿಗೆ ಜಗತ್ತಿನ ಪರಿವೆಯೇ ಇಲ್ಲ. ವಿಡಿಯೋ ಚಿತ್ರೀಕರಿಸುತ್ತಿರುವ ರತ್ನಳೂ ಅಲುಗಾಡುವಂತಿಲ್ಲ. ಕರ್ಪೂರದಾ ಬೊಂಬೆ ನಾನು, ಮಿಂಚಂತೆ ಬಳಿಬಂದೆ ನೀನು. ನಿನ್ನ ಪ್ರೇಮ ಜ್ವಾಲೆ, ಸೋಕೆ ಎನ್ನ ಮೇಲೆ... ಹಾಡಿಗೆ ತಕ್ಕಂತೆ ಕುಣಿತ, ಕಣ್ಣುಗಳನ್ನು ಪಿಳುಕಿಸುವುದು ಮತ್ತು ತುಟಿಗಳನ್ನು ಪಿಟಿಪಿಟಿ ಅಲುಗಾಡಿಸುವುದರಲ್ಲಿ ಮಗ್ನಳಾದ ಚಂದನಳಿಗೇ ಆಗ್ಲಿ, ಅದನ್ನು ಸೆರೆ ಹಿಡಿಯುತ್ತಿದ್ದ ರತ್ನಳಿಗೆ ಆಗಲಿ ಮುಂದಾಗುವ ಘಟನೆಯ ಪರಿವೆಯೇ ಇಲ್ಲ !! ಅದೇ ತೋಟದ ಎದುರಿಗೆ ಪೋಲಿಯಾಗಿ ಅಲೆಯುತ್ತಿದ್ದ ಮಲ್ಲೇಗೌಡರ ಮಗ ವಿಕ್ರಮ ಮತ್ತು ಅವನ ಇಬ್ಬರು ಗೆಳೆಯರು ಚಿಕ್ಕ ಚಿಕ್ಕ ಕಲ್ಲುಗಳನ್ನಾಯ್ದು ಅವರಿಬ್ಬರತ್ತ ಎಸೆಯುತ್ತಾ ಚುಡಾಯಿಸತೊಡಗಿದರು. ಧೈರ್ಯವಿಲ್ಲದ ಚಂದನಾ ಹೆದರುತ್ತಾ ಗಾಬರಿಯಾಗಿ ನಿಂತಾಗ, ದಿಟ್ಟ ಸ್ವಭಾವದ ರತ್ನಾ ಅವರಿಗೆದುರಾಗಿ ನಿಂತು 'ಎಷ್ಟೋ ಕೊಬ್ಬು ನಿಮಗೆ? ಮಾನ ಮರ್ಯಾದೆ ಇಲ್ವಾ? ಚುಡಾಯಿಸೋಕೆ ನಾಚಿಕೆ ಆಗಲ್ವಾ? ನಿನ್ನ ತಂಗಿಗೆ ಯಾರಾದ್ರೂ ಹೀಗೆ ಮಾಡಿದ್ರೆ ಸುಮ್ನೆ ಇರ್ತಿಯೇನೋ? ಮನೆಗೆ ಹೋಗಿ ಅವ್ವಗೆ ಹೇಳ್ತಿನಿ ಇರು. ಚಂದನಾ ಮನೇಲೂ ಹೇಳ್ತಿನಿ' ಅಂದಾಗ ಮೂವರೂ ಚಪ್ಪಾಳೆ ತಟ್ಟುತ್ತಾ ಗಹಗಹಿಸಿ ನಗತೊಡಗಿದರು.

'ಲೇ ರತ್ನಿ, ಸಾವಕಾರನ ಮನೆ ಬಿಟ್ಟಿ ಕೂಳು ತಿಂತಾ ಇರೋ ನಿಂಗೇ ಇಷ್ಟು ಪೊಗರು ಇರ್ಬೇಕಾದ್ರೆ ಊರ ಗೌಡರ ಒಬ್ನೇ ಮಗಾ ನಾನು

ನಂಗೆಷ್ಟಿರಬೇಡ. ಆ ಭೀಮನ ಹತ್ರ ಚಾಡಿ ಹೇಳಿದ್ದೆ ಏನೇ ಮೊನ್ನೆ?. ಮನೆ ಕಡೆ ಬಂದಿದ್ನಂತೆ. ಅಪ್ಪಯ್ಯಂಗೆ ಆವಾಜ್ ಹಾಕಿದ್ನಂತೆ. ಅವನ ಜೊತೆ ಅಲ್ಲಿ ಇಲ್ಲಿ ನಿಂತು ಹರಟೆ ಹೊಡೀತಿಯಲ್ಲಾ, ನಂಗೆ ಗೊತ್ತಿಲ್ಲಾ ಅನ್ಕೊಂಡಿದ್ದೀಯಾ ನಿಮ್ಮಿಬ್ಬರದ್ದೂ ಲವ್ವು. ಇವತ್ತು ಯಾವನು ಬರ್ತಾನೆ ನೋಡ್ತೀನಿ. ಹೆಚ್ಚು ಕಡಿಮೆ ನೀವಿಬ್ರೂ ಹಾರಾಡಿದ್ರೆ ನಿಮ್ಮಿಬ್ಬರನ್ನೂ ಎತ್ತಿ ಹಾಕ್ಕೊಂಡು ಹೋಗ್ತಿವಿ. ಹುಷಾರ್!!' ಎನ್ನುತ್ತಾ ರತ್ನ ಮತ್ತು ಚಂದನಾಳ ಕೈ ಹಿಡಿದು ಎಳೆಯತೊಡಗಿದರು. ಇಬ್ಬರೂ ಜೋರಾಗಿ ಕಿರಿಚುತ್ತಿರುವುದರಿಂದ ಅಪಾಯವೆಂದು ತಿಳಿದ ವಿಕ್ರಮ, ಇನ್ನೊಮ್ಮೆ ನೋಡ್ಕೋತೀನಿ ನಿಮ್ಮಿಬ್ಬರನ್ನೂ ಅನ್ನುವಂತೆ ತೋರುಬೆರಳಲ್ಲಿ ಎಚ್ಚರಿಸುತ್ತಾ ಚಂದನಾ ಮತ್ತು ರತ್ನಳ ಮುಖಕ್ಕೆ ಮೂವರೂ ಹುಡುಗರು ಸಿಗರೇಟಿನ ಹೊಗೆಯನ್ನು ಉಗುಳುತ್ತಾ ಕೇಕೆಹಾಕುತ್ತಾ ತೆರಳಿದ ಅವರಿಗೆಲ್ಲಾ ನಡೆದ ಘಟನೆಯನ್ನೆಲ್ಲ ಸೆರೆಹಿಡಿಯುತ್ತಿರುವ ಆ ಕಣ್ಣುಗಳ ಅರಿವಿಲ್ಲ !!

ಓಡೋಡುತ್ತ ಮನೆ ಕಡೆಗೆ ಬಂದ ಚಂದನಾ ಅಕ್ಷರಶಃ ಹೆದರಿದ್ದಳು. ರತ್ನಾಳು ತನ್ನ ಮನೆ ಕಡೆಗೆ ಹೋದಾಗ ಹೆದರುತ್ತಲೇ ಒಬ್ಬಳೇ ಮನೆಗೆ ಬಂದಳು ಚಂದನಾ. ಆಗಾಗ ಹಿಂದೆ ಬಂದು ಏನಾದರೂ ಚುಡಾಯಿಸುತ್ತಿದ್ದ ವಿಕ್ರಮ ಇವತ್ತು ಗೆಳೆಯರೊಂದಿಗೆ ಸೇರಿಕೊಂಡು ವರ್ತಿಸಿದ ರೀತಿ ನಿಜಕ್ಕೂ ಗಾಬರಿಗೊಳಿಸಿತ್ತು. ಈ ವಿಚಾರ ಇಬ್ಬರಿಗೂ ನುಂಗಲಾರದ ತುತ್ತಾಗಿತ್ತು. ಮನೆಯಲ್ಲಿ ಹೇಳುವಂತಿಲ್ಲ, ಹೇಳಿದರೆ ದೊಡ್ಡ ಗಲಾಟೆಯಂತೂ ಆಗುವುದು ಖಚಿತ.. ಹೇಳದೇ ಸುಮ್ಮನೇ ಇದ್ದರೆ ವಿಕ್ರಮ್ ಇನ್ನೂ ಕೊಬ್ಬೇರುತ್ತಾನೆ. ಹಾಗಂತ ತಮ್ಮ ಈ ಸಮಸ್ಯೆಗೆ ತಾವೇ ಪರಿಹಾರ ಹುಡುಕಿಕೊಳ್ಳುವಷ್ಟು ದೊಡ್ಡವರಲ್ಲ ಇಬ್ಬರೂ.

ಮೊದಲೇ ಮನೆ ತಲುಪಿದ್ದ ದೀಪ್ತಿಯನ್ನು 'ಅವರಿಬ್ಬರೆಲ್ಲಿ?' ಅಂತಾ ಕೇಳಿದ ಮಾಧವಿಯ ಪ್ರಶ್ನೆಗೆ 'ಬರ್ತಾರೆ ಬಿಡಿ ಅಕ್ಕಾ. ಮಕ್ಕಳಲ್ವಾ. ರಜೆ ಇದೆ. ಆರಾಮಾಗಿ ತಿರುಗಾಡಿ ಬರಲಿ. ಇಂಥ ಹಳ್ಳೀಲಿ ಹೋಗ್ತಾರಾದ್ರು ಎಲ್ಲಿಗೆ. ಇಲ್ಲಿ ನೋಡೋಕಾದ್ರು ಏನಿದೆ?.' ರಜನಿಯ ಮಾತು ಕೂಡ ಒಂದರ್ಥದಲ್ಲಿ ಸರಿ ಅನ್ನಿಸಿ 'ನಿಜ' ಅನ್ನುವಂತೆ ಕತ್ತಾಡಿಸಿದಳು ಮಾಧವಿ. ದೀಪ್ತಿ ಮರು ಮಾತಾಡದೇ ಕೋಣೆಯತ್ತ ನಡೆದು ತನ್ನ ಅಭ್ಯಾಸದತ್ತ ಗಮನ ಹರಿಸಿದಳು.

ಚಂದನಾ ಮನೆಗೆ ಬಂದಾಗ ಮನೆಯಲ್ಲಿ ಎಲ್ಲರೂ ಅವರವರ ಕೆಲಸದಲ್ಲಿ ವ್ಯಸ್ಥರಾಗಿದ್ದರು. ಮಾಧವ ಮತ್ತು ಅನಂತು ಇಬ್ಬರೂ ರಾಮಪ್ಪನವರೊಂದಿಗೆ ಕುಳಿತು ಗಂಭೀರವಾದ ಮಾತಿನಲ್ಲಿ ತೊಡಗಿದ್ದರು. ತಮ್ಮ ತೋಟದ ಪಕ್ಕದ ತೋಟ ಮಾರಾಟಕ್ಕಿರುವ ವಿಷಯ ತಿಳಿದು ಅದನ್ನು

ಖರೀದಿಸುವ ಬಗ್ಗೆ ಸುದೀರ್ಘವಾದ ಚರ್ಚೆ ನಡೆಸಿದ್ದರು. ಪಕ್ಕದ ತೋಟದ ಮಾಲೀಕರಾದ ಸುಬ್ಬಣ್ಣನವರು ನಿಧನರಾದ ಕಾರಣ ಅವರ ಒಬ್ಬನೇ ಮಗ ತೋಟ ಮಾರುವ ಇಚ್ಛೆ ವ್ಯಕ್ತಪಡಿಸಿದಾಗ ಬಂಗಾರದಂಥ ಮಣ್ಣಿರುವ ೪ ಎಕರೆ ತೋಟವನ್ನು ಕೊಂಡುಕೊಳ್ಳುವ ಬಗ್ಗೆ ಮನೆಯ ಗಂಡಸರಿಗೆಲ್ಲಾ ಮನಸ್ಸಿತ್ತು. ಮಾಧವಿ ಮತ್ತು ರಜನಿ ಅಡುಗೆ ಕೆಲಸ ಮುಗಿಸಿ ಹೊರಬರುತ್ತಾ ಇರುವಾಗಲೇ ಹಿರಿಯರು ಮಾತನಾಡುತ್ತಿದ್ದ ವಿಷಯ ಕಿವಿಗೆ ಬಿದ್ದಿತು.

ಹೆಂಗಸರಿಬ್ಬರನ್ನೂ ಉದ್ದೇಶಿಸಿ 'ನಿಮ್ಮಿಬ್ಬರ ಅಭಿಪ್ರಾಯ ಏನು ತೋಟ ಕೊಳ್ಳೋದರ ಬಗ್ಗೆ'? ಮಾಧವನ ಪ್ರಶ್ನೆಗೆ 'ತಗೊಂಡೇ ಬಿಡಿ. ಹೆಚ್ಚು ವಿಚಾರ ಮಾಡಲೇಬೇಡಿ. ರೀ, ಹೇಗಿದ್ರೂ ಭೀಮನ ಅಪ್ಪಾ ಮಹಾದೇವಪ್ಪ ಬರೋನಿದ್ದಾನೆ ಇಲ್ಲಿಗೆ. ಅವನಿಗೂ ಏನಾದ್ರೂ ಕೆಲಸ ಕೊಡಬೇಕು. ಆ ತೋಟದ ಜವಾಬ್ದಾರಿ ಅವನಿಗೇ ಕೊಡಬಹುದು'. ಹೆಂಡತಿಯ ಮಾತು ಒಂದು ರೀತಿಯಲ್ಲಿ ಸರಿ ಅನ್ನಿಸಿದ್ರೂ, ಭೀಮನ ಕೈಲಿ ಮೊದ್ಲೇ ಈ ತೋಟ ಲೂಟಿಯಾಗ್ತಿದೆ, ಇನ್ನು ಅವರಪ್ಪನೂ ಕೈಜೋಡಿಸಿದ್ರೆ ಮುಗಿದೋಯ್ತು ಕಥೆ ಅಂದುಕೊಂಡ ಮಾಧವ. 'ರೀ, ಕೇಳ್ತಾ ಇದೆಯಾ ನನ್ನ ಮಾತು? ಎರಡೂ ತೋಟಗಳ ಮಧ್ಯದ ಬೇಲಿ ತೆಗೆದುಬಿಡಿ. ಸುಬ್ಬಣ್ಣನವರ ತೋಟದಲ್ಲಿ ಬೋರ್ ನೀರು ತುಂಬಾ ಸಮೃದ್ಧಿಯಾಗಿದೆ. ಅಲ್ಲಿ ಯಾಕೆ ತರಕಾರಿ ಬೆಳೀಬಾರದು? ಮಹದೇವಪ್ಪನಿಗೆ ಕೈತುಂಬಾ ಕೆಲಸ ಆಗುತ್ತೆ, ಜೊತೆಗೆ ಮನೆಗೂ ತರಕಾರಿ ಸಿಗುತ್ತೆ. ಒಳ್ಳೇ ಆದಾಯ ಕೂಡಾ ಇದೆ. ಈಗಾಗ್ಲೇ ಅಲ್ಲಿ ಫಲ ಕೊಡುತ್ತಿರುವ ಗಿಡಗಳೇ ಇವೆ. ಇನ್ನು ಹಾಲು ಕೊಡುವ ಹಸುಗಳು ಎರಡೇ ಇವೆ. ಇನ್ನು ಮೂರು ಹಸುಗಳನ್ನು ಯಾಕೆ ತರಬಾರ್ದು? ಕೊಟ್ಟಿಗೆ ಕೆಲಸ ಮತ್ತು ಹಾಲು ಕರೆಯೋದು ಇದನ್ನೆಲ್ಲಾ ಹೇಗೂ ಗಂಗಮ್ಮ ನೋಡ್ಕೋತಾಳೆ. ತೋಟದಲ್ಲೊಂದು ಕೊಟ್ಟಿಗೆ ಕಟ್ಟಿಸಿಬಿಡಿ. ಹಸುಗಳನ್ನು ಹಗಲು ಹೊತ್ತಿನಲ್ಲಿ ಮಹದೇವಪ್ಪ ತೋಟದಲ್ಲೇ ಮೇಯಿಸಲಿ. ಹಸಿರು ಹುಲ್ಲಿರುತ್ತೆ ಹೇಗಿದ್ರೂ. ನಮ್ಮ ತೋಟದಲ್ಲಿ ತೋಟದ ಮನೆ ಪಕ್ಕ ಜಾಗ ಖಾಲಿ ಇದೆ. ಅಲ್ಲಿ ಒಂದು 'ಗೋಬರ್ ಗ್ಯಾಸ್' ಕೂಡಿಸಿಬಿಡಿ. ಸೆಗಣಿ ಉಪಯೋಗ ತಗೋಬಹುದು. ಹೆಚ್ಚಿನ ಹಾಲನ್ನು ಡೇರಿಗೆ ಹಾಕಿದ್ರಾಯ್ತು. ಹಾಲಿನ ಜವಾಬ್ದಾರಿ ಮತ್ತು ಹಣದ ಲೆಕ್ಕ ಎಲ್ಲವನ್ನು ರಜನಿ ನೋಡ್ಕೋತಾಳೆ' ಮಾಧವಿಯ ಸಮಯೋಚಿತ ಸಲಹೆಗೆ ಗಂಡಸರು ಮೆಚ್ಚುಗೆ ಸೂಚಿಸಿದರೆ, ರಜನಿ ಹಿರಿ ಹಿರಿ ಹಿಗ್ಗಿದಳು. 'ಆಗ್ಲಕ್ಕಾ. ಖಂಡಿತ ಹಾಲಿನ ಜವಾಬ್ದಾರಿ ಎರಡೂ ಹೊತ್ತು ನಾನು ನಿಭಾಯಿಸ್ತೀನಿ' ರಜನಿಯ ಮಾತು ಅವಳಲ್ಲಿ ಜವಾಬ್ದಾರಿ ನಿಭಾಯಿಸುವ ಕೆಚ್ಚನ್ನು ಅನಾವರಣ ಮಾಡಿತ್ತು. 'ಗೋಬರ್ ಗ್ಯಾಸ್ ಏನು ಉಪಯೋಗ ಮಾಧವಿ? ನಮ್ಮ ಮನೆ ತೋಟದಿಂದ ಇಷ್ಟು ದೂರ ಇದೆ. ತೋಟದ ಮನೆಗೆ ಇಂಧನ ಯಾಕ್ ಬೇಕು?' ಮಾಧವನ ಪ್ರಶ್ನೆಗೆ ಮಾಧವಿ 'ಗೊತ್ತಿತ್ತು

ನೀವು ಹೀಗೆ ಕೇಳ್ತೀರಿ ಅಂತ. ನಿಮ್ಮ ಪ್ರಶ್ನೆಗೆ ಉತ್ತರ ಸಧ್ಯದಲ್ಲೇ ಸಿಗುತ್ತೆ. ಸ್ವಲ್ಪ ತಾಳ್ಮೆ ಇರ್ಲಿ ಪತಿದೇವ್ರೇ' ಅಂದಾಗ ತುದಿಗಣ್ಣಲ್ಲೇ ಹೆಂಡತಿಯ ಕಡೆ ನೋಡುತ್ತಾ ಹೆಂಡತಿಯ ಬಗ್ಗೆ ಹೆಮ್ಮೆ ಅನ್ನಿಸಿ ಹೆಬ್ಬೆಟ್ಟೆತ್ತಿ ಮುಗುಳ್ನಕ್ಕ ಮಾಧವ. 'ಆಗ್ಲಿ ಅಣ್ಣಾ. ಅತ್ತಿಗೆ ಹೇಳಿದ್ದು ಸರಿ ಇದೆ. ಹಸುಗಳನ್ನು ಹೆಚ್ಚಿಸೋಣ. ಮಹದೇವಪ್ಪನಿಗೂ ಕೆಲಸ ಕೊಟ್ಟಂಗೆ ಆಗುತ್ತೆ.' ಅನಂತುನ ಮಾತಿಗೆ ತಲೆದೂಗಿದ ಮಾಧವ.

ಊಟದ ಸಮಯದಲ್ಲಿ ಎಲ್ಲರೂ ಒಂದೆಡೆ ಸೇರಿದಾಗ ಭೀಮನೂ ತೋಟದಿಂದ ಬಂದ. ಭೀಮನಿಗಿಂತ ಮೊದಲೇ ಚಿರಾಗ್ ಮತ್ತು ರೋಹಿತ್ ಮನೆ ಸೇರಿಯಾಗಿತ್ತು. ಮರುದಿನ ತೋಟದೂಟಕ್ಕೆ ಹೋಗುವ ವಿಷಯ ಪ್ರಸ್ತಾಪ ಮಾಡಿದಾಗ ಮಕ್ಕಳು ಖುಷಿಯಿಂದ ಕುಣಿದಾಡಿಬಿಟ್ಟರು. ಚಂದನಳ ಹತ್ತಿರ ಲಭ್ಯವಿರುವ ಎಲ್ಲಾ ೮ ಜನ ಶಿಕ್ಷಕರ ಫೋನ್ ನಂಬರಗಳನ್ನು ಪಡೆದ ಮಾಧವಿ ಅನಂತನಿಗೆ ಕೊಟ್ಟು ಅವರನ್ನೆಲ್ಲಾ ತೋಟದೂಟಕ್ಕೆ ಆಮಂತ್ರಿಸಲು ತಿಳಿಸಿದಳು. ಇದನ್ನು ಕೇಳಿದ ಚಂದನಾಳಿಗೋ ಹಿಗ್ಗೋ ಹಿಗ್ಗು. ತನ್ನ ಪ್ರೀತಿಯ ಮೇಷ್ಟ್ರು ಕೂಡ ತೋಟಕ್ಕೆ ಬರೋದು, ಅವರ ಕುಡಿನೋಟ, ತಮಾಷೆಯ ಮಾತುಗಳನ್ನಾಡಿ ನಗಿಸುವ ಪರಿ. ಜೊತೆಗೆ ಅವರ ಗರಿ ಗರಿ ಉಡುಪು, ಸುಗಂಧ ದ್ರವ್ಯದ ವಾಸನೆ ಇವೆಲ್ಲವೂ ಚಂದನಾಳನ್ನು ಆಕರ್ಷಿಸಿದ್ದವು. ಗಂಗಮ್ಮ ಸಂಜೆ ಹಾಲು ಕರೆಯಲು ಬಂದಾಗ ಅವಳಿಗೂ ಮಕ್ಕಳನ್ನು ತೋಟಕ್ಕೆ ಕರೆತರುವಂತೆ ತಿಳಿಸಿದಳು ಮಾಧವಿ. ಸಂಜೆಯಿಂದಲೇ ಅಡುಗೆಯ ತಯಾರಿ ಶುರುವಾಯ್ತು. ಸಂಭ್ರಮವೋ ಸಂಭ್ರಮ !!

ಭೀಮನಿಗೆ ತನ್ನ ಅಪ್ಪ ತನ್ನೊಂದಿಗೆ ಇರಲು ಬರುತ್ತಿರುವುದು ಖುಷಿಯ ವಿಷಯ. ಭೀಮನ ವಿಚಾರವೇ ಬೇರೆ ಇತ್ತು. ಅಪ್ಪ ಬಂದರೆ ಅದಕ್ಕೆ ಇನ್ನೂ ಹೆಚ್ಚು ಬೆಂಬಲ ಸಿಗುತ್ತದೆ ಎನ್ನುವ ದೂರಾಲೋಚನೆ ಭೀಮನದ್ದು. ಒಟ್ಟಿನಲ್ಲಿ ತನ್ನ ಮನಸಿನ ಆಶೆ ಪೂರೈಸಿಕೊಂಡು ಕಾರ್ಯ ಸಾಧಿಸಿಕೊಳ್ಳುವ ಅವಕಾಶಕ್ಕಾಗಿ ಕಾಯುತ್ತಿದ್ದ ಭೀಮ. ಒಟ್ಟಿನಲ್ಲಿ ಮರುದಿನದ ತೋಟದೂಟ ಯಾರ್ಯಾರ ಜೀವನದಲ್ಲಿ ಯಾವ್ಯಾವ ತಿರುವು ತರುವುದೋ. ಎಲ್ಲರ ಮನಗಳಲ್ಲೂ ತಾಕಲಾಟ. ಗೊತ್ತಿರುವ ವಿಷಯಗಳನ್ನೂ ಹೊರಹಾಕದ ವಿಷಮ ಸ್ಥಿತಿ.

ಮರುದಿನ ತೋಟದೂಟಕ್ಕೆ ಹೋಗುವದಕ್ಕಾಗಿ ಸಡಗರದ ತಯಾರಿ. ಸಂಜೆಯ ಹಾಲನ್ನೆಲ್ಲ ಕಾಯಿಸಿ ಹೆಪ್ಪು ಹಾಕುವುದು, ಚಟ್ನಿಪುಡಿ, ಕಾಯಿ ಹೋಳಿಗೆ, ಹೆಸರುಕಾಳು ಮೊಳಕೆಗೆ ಕಟ್ಟಿಡುವುದು, ಕೂಡಿಸಿಟ್ಟ ಕೆನೆಯಿಂದ ಬೆಣ್ಣೆ ತೆಗೆಯುವುದು ತಯಾರಿ ಭರದಿಂದ ಸಾಗಿತು. ಊಟದ ನಂತರ

ತಾಂಬೂಲಕ್ಕೆ ಸೋಂಪುಕಾಳು, ಏಲಕ್ಕಿ, ಜಾಕಾಯಿ, ಗಸಗಸೆ, ಒಣಕೊಬ್ಬರಿ ತುರಿ, ಲವಂಗ ಮತ್ತು ಅಡಿಕೆಪುಡಿಯನ್ನು ತುಪ್ಪದಲ್ಲಿ ಹುರಿದು, ಕರ್ಪೂರ ಬೆರೆಸಿದ ಮಸಾಲೆ ಅಡಿಕೆಪುಡಿ ಮಾಡಿದಾಗ ಮನೆಯೆಲ್ಲ ಸುವಾಸನೆ !! ಚಂದನಾ ಮತ್ತು ದೀಪ್ತಿಗೂ ಬಿಡುವಿಲ್ಲದಷ್ಟು ಕೆಲಸ. ಕಸಗುಡಿಸುವ, ಮರುದಿನಕ್ಕೆ ಅಂಬೊಡೆಗೆ ಬೇಳೆ ನೆನೆ ಹಾಕುವುದು, ಮಿಕ್ಸಿಗೆ ಹಾಕಿಕೊಡುವ ಮತ್ತು ಮರುದಿನಕ್ಕೆ ಬೇಕಾಗುವ ತರಕಾರಿಗಳನ್ನು ತೊಳೆದಿಡುವ ಕೆಲಸಗಳಲ್ಲಿ ತೊಡಗಿಸಿಕೊಂಡು ಅಮ್ಮಂದಿರಿಗೆ ಆಸರೆಯಾಗಿದ್ದರು. ಗಂಗಮ್ಮ ಕಾಯಿ ತುರಿದುಕೊಡುವದು, ಊಟ ಒಯ್ಯಲು ಡಬ್ಬಿಗಳನ್ನು ತೊಳೆದಿಡುವದು. ಮನೆಯೆಲ್ಲಾ ಹಬ್ಬದಡುಗೆಯ ಘಮ !! ಮಧ್ಯೆ ಮಧ್ಯೆ ಕಾಫಿ ಕೇಳುವ ಮಾಧವ, ಅತ್ತಿಗೆಯ ಕಣ್ಣಿಗೆ ಕಾಣದಂತೆ ನೀರು ಕುಡಿಯುವ ನೆಪ ಮಾಡಿ ಬಾಯಿತುಂಬಾ ಮಸಾಲೆ ಅಡಿಕೆ ತುಂಬಿಕೊಂಡು ಕಳ್ಳನಂತೆ ಜಾಗ ಖಾಲಿ ಮಾಡುವ ಅನಂತೂ, ಕೆಲಸದಲ್ಲಿ ಅಡ್ಡಡ್ಡ ಬರುವ ಚಿರಾಗ್ ಮತ್ತು ರೋಹಿತ್‌ಗೆ ಅಕ್ಕಂದಿರಿಂದ ಪೊರಕೆ ಸೇವೆ, ನೀರು ಎರಚುವುದು. ಒಟ್ಟಿನಲ್ಲಿ ಮನೆಯಲ್ಲಿ ಹಬ್ಬದ ಸಂಭ್ರಮ !!

ರಾತ್ರಿಯೇ ಹೊರಟು ನಸುಕಿಗೆ ಮನೆಗೆ ಬಂದ ಮಾಧವಿಯ ಅಣ್ಣ ಅಚ್ಯುತ ಮತ್ತು ಗೆಳೆಯ ಕೇಶವ ಇಬ್ಬರನ್ನೂ ಸ್ವಾಗತಿಸಿದ್ದು ಅಂಗಳದಲ್ಲಿ ಹರಡಿಕೊಂಡ ಅಂದವಾದ ಬಣ್ಣ ತುಂಬಿದ ರಂಗವಲ್ಲಿ. ರತ್ನಳ ಕೈಚಳಕದಲ್ಲಿ ಬಿಡಿಸಲಾದ ದೊಡ್ಡದಾದ ರಂಗವಲ್ಲಿಗೆ, ರತ್ನಳ ಮಾರ್ಗದರ್ಶನದಂತೆ ಚಂದನ ಮತ್ತು ದೀಪ್ತಿ ಬಣ್ಣ ತುಂಬಿದ್ದರು. ಮನೆಗೆ ಬಂದ ಇಬ್ಬರಿಗೂ ಮನೆಯ ಹಿರಿ–ಕಿರಿಯರಿಂದ ಆದರದ ಸ್ವಾಗತ. ಮುಖ ತೊಳೆದುಬಂದ ಇಬ್ಬರಿಗೂ ಮಾಧವ ಮತ್ತು ಅನಂತನ ಜೊತೆಗೆ ಘಮ ಘಮಿಸುವ ಫಿಲ್ಟರ್ ಕಾಫಿ. ಕಾಫೀ ಕುಡಿಯುತ್ತಿದ್ದ ಅಣ್ಣನೊಂದಿಗೆ ಅತ್ತಿಗೆಯ ಮತ್ತು ಅಳಿಯನ ಕ್ಷೇಮ ಸಮಾಚಾರದ ಬಗ್ಗೆ ವಿಚಾರಿಸಿದ ಮಾಧವಿ, ಮತ್ತೆ ಮುಂದಿನ ತಯಾರಿಗೆ ಅಡುಗೆಮನೆ ಹೊಕ್ಕಳು. ಅಡುಗೆಯ ತಯಾರಿ ಭರದಿಂದ ನಡೆಯಿತು. ತಯಾರಾದ ಅಡುಗೆಗಳು ಒಂದೊಂದೇ ಡಬ್ಬಿ ಸೇರತೊಡಗಿದವು. ರಾತ್ರಿ ಇಲ್ಲಿಯೇ ಮಲಗಿದ್ದ ಗಂಗಮ್ಮ ಮತ್ತು ರತ್ನಳಿಗೂ ಬಿಡುವಿಲ್ಲದಷ್ಟು ಕೆಲಸ.

ಬೆಳಗಾಗುತ್ತಿದ್ದಂತೇ ದನ ಮೇಯಿಸಲು ಗುಡ್ಡದ ಕಡೆಗೆ ಹೋಗಲು ದನಗಳನ್ನು ಒಯ್ಯಲು ಬಂದ ಮಲ್ಲೇಶಿಗೆ 'ಇವತ್ತು ದನಗಳನ್ನು ಗುಡ್ಡಕ್ಕೆ ಒಯ್ಯೋದು ಬೇಡ. ಕೊಟ್ಟಿಗೆಯಲ್ಲೇ ಮೇವು ಹಾಕಿಬಿಡು. ಹಾಗೇ ಅವುಗಳಿಗೆ ಕುಡಿಯಲು ನೀರಿಡು. ನಮ್ಮೊಂದಿಗೆ ನೀನೂ ತೋಟಕ್ಕೆ ಬಂದುಬಿಡು' ಅನಂತನ ಮಾತಿಗೆ 'ಆಗ್ಲಿ' ಎಂಬಂತೆ ತಲೆ ಅಲ್ಲಾಡಿಸಿದ ಮಲ್ಲೇಶಿ. ಬೆಳಗಿನ

ತಿಂಡಿಗೆ ಉಪ್ಪಿಟ್ಟೇ ಇರಲಿ ಎಂದು ಒಕ್ಕೊರಲಿನ ತೀರ್ಮಾನವಾಯ್ತು. ಎಲ್ಲರೂ ಸ್ನಾನ ಮುಗಿಸಿ ತಿಂಡಿಯ ಜೊತೆಗೆ ಅಚ್ಯುತ ತಂದ ನಿಪ್ಪಟ್ಟು, ಕೋಡುಬಳೆ, ಕೊಬ್ರಿಮಿಠಾಯಿ ಕೂಡಾ ತಿಂದು ತೋಟಕ್ಕೆ ಹೊರಡಲು ಅಣಿಯಾದರು. ನಸುಕಿಗೆ ಮನೆಗೆ ಬಂದಿದ್ದ ಭೀಮ ಮನೆಯ ಮುಂದೆ ನಿಲ್ಲಿಸಿದ ಮೂರೂ ಕಾರುಗಳನ್ನು ತೊಳೆದು ಹೂಮಾಲೆಗಳಿಂದ ಅಲಂಕರಿಸಿದ್ದ. ಹಿರಿಯ ದಂಪತಿಗಳನ್ನು ಕೈಹಿಡಿದು ಕರೆತಂದು ಕಾರಿನಲ್ಲಿ ಕೂಡ್ರಿಸಿದ ಭೀಮ. ಕಾರಿನಲ್ಲಿ ಮಕ್ಕಳ ಕೇಕೆ, ನಗು ಮುಗಿಲು ಮುಟ್ಟಿತ್ತು.

ಎಲ್ಲರೂ ತೋಟ ತಲುಪಿದಾಗ ಕಂಡ ದೃಶ್ಯ ಅಮೋಘ !! ಮಾವಿನ ತೋಪಿನ ತಂಪಾದ ಗಾಳಿ ಬೀಸುವಲ್ಲಿ ಒಂದು ಚಿಕ್ಕ ಕಲ್ಲೂ ಇಲ್ಲದಂತೆ ಶುಭ್ರಗೊಳಿಸಿ, ಹಚ್ಚ ಹಸುರಿನ ಹುಲ್ಲುಹಾಸಿನ ಮೇಲೆ ಮೆತ್ತನೆಯ ಜಮಖಾನೆ ಹಾಸಿ ರೆಡಿ ಮಾಡಲಾಗಿತ್ತು. ಮಹದೇವಪ್ಪನು ಸೀದಾ ತೋಟದ ಮನೆಗೇ ಬಂದಿದ್ದ. ಕುಡಿಯಲು ನೀರಿನ ವ್ಯವಸ್ಥೆ, ಕೈ ತೊಳೆಯಲು ನೀರು, ಕೈಯೊರೆಸಲು ಶುಭ್ರವಾದ ಟವೆಲ್ಲು ಜೊತೆಗೆ ಹರವಾದ ಹಸಿರು ಬಾಳೆ ಎಲೆಗಳನ್ನು ಮತ್ತು ಹದವಾಗಿ ಹಣ್ಣಾದ ಹಲಸಿನ ತೊಳೆಗಳನ್ನು ಬಿಡಿಸಿ, ಹಣ್ಣಾದ ಬಾಳೆಯ ಗೊನೆಯನ್ನು ಕೊಯ್ದು ಒಂದು ಗಿಡದ ಕೊಂಬೆಗೆ ಜೋತು ಬಿಟ್ಟಿದ್ದರು ಭೀಮ ಮತ್ತು ಅವನಪ್ಪ. ತೋಟದ ಮನೆಯಲ್ಲೇ ಇಡಲಾಗಿದ್ದ ಕುರ್ಚಿಗಳಿಗೆ ಮೆತ್ತನೆಯ ದಿಂಬುಗಳನ್ನು ಆಸರೆಯಾಗಿಟ್ಟು ರಾಮಪ್ಪ ಮತ್ತು ಲಲಿತಮ್ಮ ಅವರನ್ನು ಕೂಡ್ರಿಸಿದರು.

ತೋಟದಲ್ಲೆಲ್ಲಾ ಸುತ್ತಾಡುತ್ತ ಪೇರಲೆ, ಮಾವಿನಕಾಯಿ, ಹುಣಸೆಕಾಯಿ ಕೀಳುತ್ತಾ ತಿನ್ನುತ್ತಾ ಮಕ್ಕಳೊಂದಿಗೆ ಮಕ್ಕಳಾಗಿ ದೊಡ್ಡವರೂ ಸಂಭ್ರಮಿಸತೊಡಗಿದರು. ಗಂಗಮ್ಮನ ಮಕ್ಕಳೊಂದಿಗೆ ಮನೆಯ ಮಕ್ಕಳು ಭೇದ ಭಾವವಿಲ್ಲದೇ ನಕ್ಕು ನಲಿಯತೊಡಗಿದರು. ಹೆಂಗಸರೆಲ್ಲಾ ಒಂದು ಕಡೆ, ಗಂಡಸರೆಲ್ಲಾ ಒಂದು ಕಡೆ ಕುಳಿತು ಅಂತ್ಯಾಕ್ಷರಿಯನ್ನು ಶುರು ಮಾಡಿದರು. ಮಧ್ಯೆ ಮಧ್ಯೆ ಮಕ್ಕಳ ಕೀಟಲೆ, ಒಬ್ಬರಿಗೊಬ್ಬರು ಕಾಲೆಳೆಯುತ್ತಾ ತಾರಕ ಸ್ವರದಲ್ಲಿ ಹಾಡುತ್ತಾ ಮುಕ್ತಾಯದ ಹಂತಕ್ಕೆ ಬಂದಾಗ ಗಂಡಸರ ಟೀಮ್‌ಗೆ 'ನ' ಅಕ್ಷರ ಬಂತು. ಎಲ್ಲಾ ಹಾಡುಗಳೂ ಮುಗಿದಂತಾಗಿದ್ದವು. ಗಂಡಸರು ಸೋಲುವ ಹೊತ್ತು ಬಂತು ಎಂದು ಹೆಂಗಸರ ಚಪ್ಪಾಳೆ, ಕೇಕೆ ಜೋರಾದಾಗ ಅಲ್ಲಿಯವರೆಗೂ ಶಾಂತವಾಗಿ ಕುಳಿತು, ಮುಗುಳ್ನಗುತ್ತಾ ಮಕ್ಕಳ ಮತ್ತು ಮೊಮ್ಮಕ್ಕಳ ಗಲಾಟೆ ನೋಡುತ್ತಿದ್ದ ರಾಮಪ್ಪನವರಲ್ಲಿದ್ದ ಹುಮ್ಮಸ್ಸು ಹೊರಹೊಮ್ಮಿತು !! 'ನಿನ್ನೊಲುಮೆಯಿಂದಲೆ ಬಾಳು ಬೆಳಕಾಗಿರಲು ಚಂದ್ರಮುಖಿ ನೀನೆನಲು ತಪ್ಪೇನೇ'? ನಿರೀಕ್ಷೆ ಕೂಡ ಇಲ್ಲದೇ ರಾಮಪ್ಪನವರು ನಡುಗುವ ಧ್ವನಿಯಿಂದ ಹಾಡುತ್ತಾ ಪ್ರೀತಿ ತುಂಬಿದ ನೋಟವನ್ನು

ಹೆಂಡತಿಯೆಡೆಗೆ ಬೀರಿದಾಗ ಎಲ್ಲರ ಕುಣಿತ ಮತ್ತು ಚಪ್ಪಾಳೆಯ ಧ್ವನಿ ಕಿವಿಗಡಚಿಕ್ಕುವಂತಿತ್ತು. ನಾಚಿ ನೀರಾದ ಹಿರಿಯ ಮುತ್ತೈದೆ ಲಲಿತಮ್ಮನವರ ಮುಖ ಕೆಂಪಡರಿತ್ತು. ಅಜ್ಜನಿಂದ ತಮ್ಮ ಟೀಮ್ ಗೆದ್ದ ಖುಷಿಗೆ ಮಕ್ಕಳು ಅಜ್ಜನನ್ನು ಸುತ್ತುವರಿದು ಕುಣಿದಾಡುತ್ತಿರುವ ದೃಶ್ಯ ಮನಮೋಹಕವಾಗಿತ್ತು.

ಅಚ್ಯುತನೊಂದಿಗೆ ಮಾಧವ ಮತ್ತು ಅನಂತೂ ಹರಟೆಗಿಳಿದರು. ಪಕ್ಕದ ತೋಟ ಕೊಳ್ಳಲು ಲೋನ್ ತೆಗೆಯುವ ಬಗ್ಗೆ, ಅದಕ್ಕೆ ಬೇಕಾಗುವ ಕಾಗದ ಪತ್ರಗಳು ಇದೆಲ್ಲದರ ಬಗ್ಗೆ ಅಚ್ಯುತನಿಂದ ಮಾಹಿತಿ ಪಡೆಯುತ್ತಿದ್ದರು. ಮಾಧವನ ಆಗ್ರಹಕ್ಕೆ ಕಟ್ಟುಬಿದ್ದು ಮಲ್ಲೇಗೌಡರು ತೋಟ ಪ್ರವೇಶಿಸಿದಾಗ ಭೀಮನ ಕಣ್ಣುಗಳು ಕಿಡಿಕಾರಿದವು. ಭೀಮನತ್ತ ವ್ಯಂಗ್ಯ ನಗೆ ಬೀರಿದ ಮಲ್ಲೇಗೌಡ್ರು ಎಲ್ಲರೊಂದಿಗೆ ನಗುನಗುತ್ತಾ ಮಾತಿಗಿಳಿದರು. ಭೀಮನಂತೇ ಗೌಡರನ್ನು ದ್ವೇಷಿಸುವ ಇನ್ನೊಂದು ವ್ಯಕ್ತಿ ಗೌಡರನ್ನೇ ಕೆಕ್ಕರಿಸಿ ನೋಡುತ್ತಿದ್ದುದು ಯಾರ ಗಮನಕ್ಕೂ ಬರಲಿಲ್ಲ. ಎಲ್ಲರೂ ಅವರವರ ಹರಟೆಯಲ್ಲಿ ಮಗ್ನರಾದಾಗ ಕೇಶವ ಕುಳಿತಲ್ಲಿಂದ ಮೆಲ್ಲನೆದ್ದು ಭೀಮನನ್ನು ಪಕ್ಕಕ್ಕೆ ಕರೆದು ಮೆಲುಧ್ವನಿಯಿಂದ ಮಾತನಾಡತೊಡಗಿದ. ಇದ್ದಕ್ಕಿದ್ದಂತೆ ಕೇಶವ 'ಸ್ವಲ್ಪ ಭೀಮನ ಜೊತೆಗೆ ಆಚೆ ಹೋಗಿ ಬರ್ತೀನಿ' ಅಂದಾಗ ಅಲ್ಲಿ ಕುಳಿತ ಅನೇಕರ ಹುಬ್ಬು ವಿಸ್ಮಯವಾಗಿ ಮೇಲೇರಿದವು. 'ಹಳ್ಳಿ ನೋಡಲು ಏನಿದೆ? ಎಲ್ಲರೂ ಇಲ್ಲೇ ಇದ್ದಾಗ ಇವರ್ಯಾಕೆ ಆಚೆ ಹೋದ್ರು? ಅನಂತೂ ಮುಖದಲ್ಲಿ ಅಸಹನೆ.

ಚಂದನಾಳ ಶಾಲೆಯ ಶಿಕ್ಷಕರೆಲ್ಲರೂ ಒಟ್ಟಾಗಿಯೇ ಬಂದಾಗ ಅನಂತ ಮತ್ತು ರಜನಿ ಅವರಿಗೆಲ್ಲ ಸ್ವಾಗತ ಕೋರಿದರು. ಮುಖ್ಯೋಪಾಧ್ಯಾಯರು ಕೂಡ ಬಂದಿದ್ದು ವಿಶೇಷ ಕಳೆ ತಂದಿತ್ತು. ಬಂದ ಶಿಕ್ಷಕರೊಂದಿಗೆ ಎಲ್ಲರೂ ಹರಟುತ್ತಾ, ಮಕ್ಕಳ ಅಭ್ಯಾಸದ ಬಗ್ಗೆ ವಿಚಾರಿಸುತ್ತಿದ್ದರೆ, ಚಂದನಾ ಮುಗುಳ್ನಗುತ್ತಾ ಚಾಟಿಂಗ್ ನಲ್ಲಿ ಮಗ್ನಳಾಗಿದ್ದಳು. ಕೇಶವ ಭೀಮನೊಂದಿಗೆ ಅರ್ಧ ಗಂಟೆಯಲ್ಲಿ ತೋಟಕ್ಕೆ ವಾಪಸ್ಸಾದಾಗ ದಣಿದಂತಿದ್ದ ಮುಖಾರವಿಂದ. ಭೀಮನದ್ದು ಎಂದಿನಂತೆ ಗಾಂಭೀರ್ಯ ಮುಖಭಾವ. ಅರ್ಥವೇ ಆಗದ ವ್ಯಕ್ತಿತ್ವ. ಎಲ್ಲಾ ಶಿಕ್ಷಕರನ್ನು ತಾವೇ ಮುಂದಾಗಿ ಪರಿಚಯಿಸಿಕೊಳ್ಳುತ್ತ, ಅವರೊಂದಿಗೆ ಶಾಲೆಗೆ ಬೇಕಾಗುವ ಶೈಕ್ಷಣಿಕ ಸಾಮಗ್ರಿಗಳಿಗಾಗಿ ಇಬ್ಬರೂ ಗೆಳೆಯರು ದೇಣಿಗೆಯನ್ನು ಕೊಡುವ ಅಭಿಲಾಷೆಯನ್ನು ವ್ಯಕ್ತಪಡಿಸಿದರು. ಅದರಲ್ಲೂ ಕೇಶವ ಪ್ರತಿಯೊಬ್ಬ ಗುರುಗಳ ಕೈಕುಲುಕಿ ಅವರೊಂದಿಗೆ ನಗುನಗುತ್ತಾ ಮಾತನಾಡುವುದನ್ನು ನೋಡಿದರೆ ಎಲ್ಲರಿಗೂ ಎಷ್ಟೋ ವರ್ಷಗಳಿಂದ ಪರಿಚಿತನಾ ಅನ್ನುವ ಭಾವನೆ ಬಂದಿದ್ದು ಸುಳ್ಳಲ್ಲಾ.

ತೋಟಕ್ಕೆ ಬಂದ ತಕ್ಷಣ ಭೀಮ ಇಳಿಸಿಟ್ಟ ತೆಂಗಿನ ಎಳೆನೀರು ಮತ್ತು ಹಲಸಿನ ತೊಳೆಗಳನ್ನು ತಿಂದಿದ್ದ ಎಲ್ಲರಿಗೂ ಹೊತ್ತು ಏರುತ್ತಿದ್ದ ಹಾಗೇ ಹೊಟ್ಟೆ ತಾಳ ಹಾಕುತ್ತಿದ್ದಂತೆ ಊಟದ ಕಡೆಗೆ ಗಮನ ಹರಿಯಿತು. ಹಿರಿಯ ದಂಪತಿಗಳೊಂದಿಗೆ ಶಿಕ್ಷಕರಿಗೆ ಮತ್ತು ಮಕ್ಕಳಿಗೆ ಊಟ ಬಡಿಸಲು ಪ್ರಾರಂಭಿಸಿದರು ಮಾಧವಿ ಮತ್ತು ರಜನಿ. ಮಾಧವ ಮತ್ತು ಅನಂತ ಕೂಡಾ ಸಹಾಯಕ್ಕೆ ನಿಂತಾಗ ಊಟ ಬೇಗ ಬೇಗ ಸಾಗತೊಡಗಿತು. ಮಲ್ಲೇಶಿಯೊಂದಿಗೆ ಗಂಗಮ್ಮನ ಮಕ್ಕಳು ಮತ್ತು ಮಹಾದೇವಪ್ಪನನ್ನೂ ಊಟಕ್ಕೆ ಕೂಡ್ರಿಸಿದಾಗ ಸಂಕೋಚದಿಂದ ಮುದ್ದೆಯಾದ ಮಹದೇವಪ್ಪ. ಪಂಕ್ತಿಭೇದವಿಲ್ಲದೇ ಎಲ್ಲರಿಗೂ ಬಾಳೆಎಲೆ ಹಾಸಿ ಮಾಡಿದಡುಗೆಯನ್ನು ಬಡಿಸಿದಾಗ ಊಟ ಮಾಡುವವರ ಮೊಗದಲ್ಲಿ ಸಂತುಷ್ಟ ಭಾವನೆ. ಬಡಿಸುವವರ ಮುಖದಲ್ಲಿ ಸಾರ್ಥಕತೆ !! ಪ್ರತಿಯೊಂದು ಪದಾರ್ಥಗಳನ್ನೂ ಮತ್ತೆ ಮತ್ತೆ ಕೇಳಿ ಧಾರಾಳವಾಗಿ ಬಡಿಸುವ ಅಕ್ಕ ತಂಗಿಯರು ಸಾಕ್ಷಾತ್ ಅನ್ನಪೂರ್ಣೆಯರಂತೆ ಕಾಣುತ್ತಿದ್ದರು.

ಭೀಮನಿಗೆ ಊಟಕ್ಕೆ ಕುಳಿತವರ ಹತ್ತಿರವೇ ತಲೆ ಮೇಲೆ ಹಾರಾಡುತ್ತಿರುವ ಕಾಗೆಗಳನ್ನು ಓಡಿಸುವ ಕೆಲಸ. 'ಒಂದಗುಳ ಕಂಡರೆ ಕರೆವುದು ತನ್ನ ಬಳಗವನ್ನು' ಎಂಬಂತೆ 'ಕಾ,,,ಕಾ' ಎನ್ನುತ್ತಾ ಹಾರಾಡುತ್ತಿರುವ ಕಾಗೆಗಳಿಗೂ ಅನತಿ ದೂರದಲ್ಲಿ ಸ್ವಲ್ಪ ಅನ್ನ ಮತ್ತು ಚಪಾತಿಯ ತುಣುಕುಗಳನ್ನು ಹಾಕಿದಾಗ ಅವುಗಳ ಕೂಗು ಶಾಂತವಾಯ್ತು. ಮೊದಲನೆಯ ಪಂಕ್ತಿಯವರ ಊಟ ಮುಗಿಯುತ್ತಿದ್ದಂತೇ ಅವರೆಲ್ಲರೂ ಕೈತೊಳೆದು ಎಳೆಯ ವೀಳ್ಯದೆಲೆಗಳು, ಮಸಾಲೆ ಅಡಿಕೆ ಮತ್ತು ಸುಗಂಧಭರಿತ ಸುಣ್ಣ ಹಾಕಿಕೊಂಡು ತಾಂಬೂಲ ಮೆಲ್ಲತೊಡಗಿದರು. ಇತ್ತ ಉಳಿದವರು ಊಟದ ತಯಾರಿಯಲ್ಲಿ ತೊಡಗಿದರೆ, ಊಟ ಮುಗಿಸಿದವರು ಹರಟೆಯಲ್ಲಿ ತೊಡಗಿದರು.

ಕೇಶವ ಮತ್ತು ಅಚ್ಯುತ ಶಾಲೆಯ ಗುರುಗಳೊಂದಿಗೆ ಹಾಸ್ಯಚಟಾಕಿ ಹಾರಿಸುತ್ತಾ ಕುಳಿತಾಗಲೇ ಕೇಶವ ಯಾರಿಗೋ ಫೋನ್ ಮಾಡುವುದಕ್ಕೆ ಎದ್ದು ಹೊರಟ. ಗಣಿತದ ಹೊಸ ಮೇಷ್ಟ್ರು ಮತ್ತು ಚಂದನಾಳ ಚಾಟಿಂಗ್ ಶುರುವಾಗುತ್ತಿದ್ದಂತೆ ಅಲ್ಲಿಯೇ ಕುಳಿತರೆ ಹಿರಿಯರ ಕೆಂಗಣ್ಣಿಗೆ ಗುರಿಯಾಗುವ ಸಾಧ್ಯತೆಯನ್ನರಿತು ಇಬ್ಬರೂ ಬೇರೆ ಬೇರೆ ದಿಕ್ಕಿನತ್ತ ಸಾಗಿದರು. ಎಲ್ಲರ ಊಟ ಮುಗಿಯುವವರೆಗೂ ಮಹತ್ವದ ಫೋನ್ ಕರೆಯಲ್ಲಿ ವ್ಯಸ್ಥನಾಗಿದ್ದ ಕೇಶವ ಜೋರಾಗಿ ನಿಟ್ಟುಸಿರು ಬಿಡುತ್ತಾ ಎಲ್ಲರೂ ಕುಳಿತೆಡೆಗೆ ಬಂದು ಕುಳಿತ. ಕೆಲನಿಮಿಷಗಳ ನಂತರ ಬೇರೆ ಬೇರೆ ದಿಕ್ಕುಗಳಿಂದ ಬಂದ ಚಂದನಾ ಮತ್ತು ಮೇಷ್ಟ್ರ ಮುಖದಲ್ಲಿ ಪ್ರೇತ ಕಳೆ !! ಗಣಿತದ ಮೇಷ್ಟ್ರು ಅವಸರವಸರವಾಗಿ ಧಾವಿಸಿ ಬಂದು ಮುಖ್ಯಗುರುಗಳನ್ನುದ್ದೇಶಿಸಿ 'ಸರ್, ನಾನು ಊರಿಗೆ

ಹೋಗ್ತಾ ಇದ್ದೀನಿ. ರಜೆ ಮುಗಿದು ವಾರದ ನಂತರ ಬರ್ತೀನಿ. ದಯವಿಟ್ಟು ನನ್ನ ರಜೆ ಮಂಜೂರು ಮಾಡಿ' ಎಂದಾಗ 'ಯಾಕೆ ಸರ್? ಏನಾಯ್ತು? ಮನೆಯಲ್ಲಿ ಎಲ್ಲರೂ ಕ್ಷೇಮವಾಗಿದ್ದಾರೆ ತಾನೇ?' ಮುಖ್ಯೋಪಾಧ್ಯಾಯರಲ್ಲದೇ ಮಾಧವ ಮತ್ತು ಅನಂತು ಕೂಡ ಆತಂಕದ ಧ್ವನಿಯಲ್ಲಿ ಕೇಳಿದಾಗ ಉತ್ತರಿಸುವ ವ್ಯವಧಾನವಿಲ್ಲದೇ ಕೇಳಿಸಿದರೂ ಕೇಳಿಸದಂತೆ ದಾಪುಗಾಲು ಹಾಕುತ್ತಾ ತೋಟದಿಂದ ತೆರಳಿದರು ಮೇಷ್ಟ್ರು. ಎಲ್ಲರ ಮೊಗದಲ್ಲೂ ಉತ್ತರವೇ ಸಿಗದ ಪ್ರಶ್ನಾರ್ಥಕ ಭಾವ. ಫೋನ್ ಆದರೂ ಮಾಡಿ ವಿಚಾರಿಸಲು ಹೊರಟ ಅನಂತುಗೆ ಮೇಷ್ಟ್ರ ಮೊಬೈಲ್ ಸ್ವಿಚ್‌ಆಫ್ ಆಗಿದ್ದು ಇನ್ನೂ ಆತಂಕಕ್ಕೆ ನೂಕಿತು.

ಶಾಲಾ ದಿನಗಳಿಂದಲೂ ಹಾಡು ಮತ್ತು ನೃತ್ಯದ ಆಸಕ್ತಿಯಿದ್ದ ಚಿರಾಗ್ ಅನೇಕ ಬಹುಮಾನಗಳನ್ನು ಬಾಚಿಕೊಂಡಿದ್ದನು. ತೋಟದಲ್ಲಿ ಎಲ್ಲರೂ ಸುಮ್ಮನೇ ಕುಳಿತಾಗ 'ಈಗ ಎಲ್ಲರಿಂದಲೂ ಒಂದೊಂದು ಹಾಡು. ಹಾಡಲು ಬರದೇ ಇದ್ದವರು ಯಾವುದೇ ವಿಷಯದ ಬಗ್ಗೆ ಮಾತನಾಡಬಹುದು' ಅಂದಾಗ ಮೊದಲಿಗೆ ಲಲಿತಮ್ಮನವರಿಂದ 'ಭಾಗ್ಯದಾ ಲಕ್ಷ್ಮಿ ಬಾರಮ್ಮ' ಹಾಡು ಸುಶ್ರಾವ್ಯವಾಗಿ ಹರಿದುಬಂತು. ಎಲ್ಲರಿಂದ ಕರತಾಡನ. ನಂತರ ಒಬ್ಬೊಬ್ಬರೇ ಹಾಡಲು ಉದ್ಯುಕ್ತರಾದರು. ದೇವರ ನಾಮಗಳು, ಭಾವ ಗೀತೆಗಳು ಮತ್ತು ಜಾನಪದ ಗೀತೆಗಳನ್ನು ಹಾಡಲುಪಕ್ರಮಿಸಿದರು. ಮುಖ್ಯ ಗುರುಗಳಿಂದ ಸುತ್ತಲಿನ ಪರಿಸರ ಸ್ವಚ್ಛವಾಗಿಟ್ಟುಕೊಳ್ಳುವ ಬಗ್ಗೆ ಅದ್ಭುತವಾದ ಭಾಷಣ ಮೂಡಿ ಬಂತು. ಗಂಗಮ್ಮನಿಂದ ಬೀಸುವ ಕಲ್ಲಿನ ಮುಂದೆ ಹಾಡುವ ಪದ, ಭೀಮನಿಂದ 'ಗುಣದಲ್ಲಿ ಮೇಲ್ಯಾವುದೋ' ಹಾಡು ಹೇಳಲ್ಪಟ್ಟಾಗ ಚಿರಾಗ್ ಮತ್ತು ರೋಹಿತ್ತರ ಕುಣಿತ ಜೊತೆ ಕೊಟ್ಟಿತ್ತು. ಮಹದೇವಪ್ಪನು ತನ್ನ ಹಳ್ಳಿಯ ಶಾಲೆಯಲ್ಲಿ ದಿನವೂ ಕೇಳಿ ಕೇಳಿ ಅಭ್ಯಾಸವಾಗಿ 'ಜನಗಣಮನ' ಪ್ರಾರಂಭಿಸಿದಾಗ ಕುಳಿತವರೆಲ್ಲಾ ಎದ್ದುನಿಂತು ರಾಷ್ಟ್ರಗೀತೆಗೆ ಧ್ವನಿಗೂಡಿಸಿದರು. ಮುಖ್ಯ ಗುರುಗಳಿಂದ ರಾಷ್ಟ್ರಗೀತೆಗೆ ಇರುವ ಮಹತ್ವ, ರಾಷ್ಟ್ರಗೀತೆ ಹಾಡುವಾಗ ಮಿಸುಗಾಡದೇ ನಿಂತು ಮರ್ಯಾದೆಯಿಂದ ಹಾಡುವ ಬಗೆ, ಎಲ್ಲೆಂದರಲ್ಲಿ ಇದನ್ನು ಹಾಡದಿರುವಂತೆ ಮಾರ್ಗದರ್ಶನ ನೀಡಲಾಯಿತು. ತೋಟದೂಟದ ಸಂಭ್ರಮ ಮುಗಿಯುತ್ತಿದ್ದಂತೆ ಎಲ್ಲ ಗುರುಗಳು ರಾಮಪ್ಪನವರಿಗೆ ಮತ್ತು ಲಲಿತಮ್ಮನವರಿಗೆ ನಮಸ್ಕರಿಸಿ, ತೋಟದಲ್ಲಿ ಬೆಳೆದ ಹಣ್ಣು ಮತ್ತು ತರಕಾರಿಯ ಚೀಲಗಳೊಂದಿಗೆ ಮನೆಯತ್ತ ನಡೆದರು.

ಮಾಧವಿಗೆ ಊರಿಗೊಯ್ಯಲು ಹುಣಸೇ ತೊಕ್ಕು ಮಾಡಲು ಹುಣಸೇ ಕಾಯಿ ಬೇಕು ಅಂದಾಗ ಅನಂತೂ 'ಭೀಮ, ಅಮ್ಮಾವ್ರಿಗೇ ಚೆನ್ನಾಗಿ ಬಲಿತಿರೋ ಹುಣಸೇಕಾಯಿ ಕಿತ್ತಿಕೊಡೋ' ಅಂದಾಗ ಮಲ್ಲೇಶಿಯೊಂದಿಗೆ

ಚಿರಾಗ್, ರೋಹಿತ್ ಕೂಡ ಓಡುತ್ತಾ ಮರದೆಡೆಗೆ ಧಾವಿಸಿದರು. 'ಸ್ವಲ್ಪ ತಾಳ್ರೋ. ನಾವೂ ಬರ್ತೀವಿ 'ಮಾಧವಿ ಕೂಗುತ್ತಿದ್ದರೂ ಕೇಳದಂತೇ ಮೂವರೂ ಓಡಿ ಹೋಗಿ ಮರದಡಿ ನಿಂತರು. ಭೀಮ ಮರ ಹತ್ತುತ್ತಾ' 'ಕೆಳಗಡೆ ಬಿದ್ದ ಕಾಯ್ನ ಆಯ್ಕೋಳೋ ಮಲ್ಲೇಶಿ' ಅಂತ ದರ್ಪದಿಂದ ಹೇಳಿದಾಗ ಅಸಡ್ಡೆಯಾಗಿ ಹುಂಕರಿಸಿದ ಮಲ್ಲೇಶಿ.

ಭೀಮ ಕಾಯಿ ಕೀಳುತ್ತಿದ್ರೆ ಕೆಳಗೆ ನಿಂತ ಚಿರಾಗ್ ಮೊಬೈಲ್ನಲ್ಲಿ ಹಾಡಿನ ಮತ್ತು ನೃತ್ಯದ ವಿಡಿಯೋಗಳನ್ನು ನೋಡಲುಪಕ್ರಮಿಸಿದ. ಮಲ್ಲೇಶಿಯು ಇಣುಕಿ ಇಣುಕಿ ನೋಡತೊಡಗಿದ. ಇನ್ನೂ ಮೊಬೈಲ್ ಪ್ರಪಂಚದ ಬಗ್ಗೆ ಹೆಚ್ಚು ಜ್ಞಾನವಿಲ್ಲದ ಮಲ್ಲೇಶಿಗೆ ಅದನ್ನೆಲ್ಲಾ ನೋಡಿ ಸೋಜಿಗವೆನಿಸಿತು. ಅದರಲ್ಲಿಯ ಕೆಲವು ವಿಡಿಯೋಗಳನ್ನು ನೋಡಿದ ಮಲ್ಲೇಶಿ ಗರಬಡಿದಂತೆ ನಿಂತ. ಅಷ್ಟರಲ್ಲೇ ಅಲ್ಲಿಗೆ ಬಂದ ಕೇಶವ 'ನನ್ನ ಮೊಬೈಲ್‌ಲಿ ಇನ್ನೂ ಚಂದದ ವಿಡಿಯೋ ಇವೆ ಬಾ ತೋರಿಸ್ತೀನಿ' ಅಂತ ಮಲ್ಲೇಶಿಯ ಹೆಗಲು ಬಳಸಿ ಫೋಟೋಗಳನ್ನು ಮತ್ತು ವಿಡಿಯೋಗಳನ್ನು ತೋರಿಸತೊಡಗಿದಂತೇ ಮಲ್ಲೇಶಿ ಅಧೀರನಾಗಿ ಕಂಪಿಸತೊಡಗಿದ. ಹುಣಸೆಕಾಯಿ ಆಯಲು ಭೀಮ ಗಿಡದ ಮೇಲಿನಿಂದ ಕೂಗು ಹಾಕಿದಾಗ ಕೂಗಿದ್ದು ಕೂಡಾ ಕೇಳದಂತೆ ಮರಗಟ್ಟಿ ನಿಂತಿದ್ದ ಮಲ್ಲೇಶಿ.

ಸಂಜೆಯಾಗುತ್ತಿದ್ದಂತೆ ಎಲ್ಲರಿಗೂ ಮನೆಗೆ ಹೋಗಬೇಕಲ್ಲ ಎನ್ನುವ ಬೇಸರ. ಮನೆಯಿಂದ ತಂದ ವಸ್ತುಗಳನ್ನೆಲ್ಲ ಕಾರುಗಳ ಡಿಕ್ಕಿಯಲ್ಲಿ ಇಡತೊಡಗಿದರು ಭೀಮ ಮತ್ತು ಮಲ್ಲೇಶಿ. ಭೀಮ ಹೆದರಿದ ಹುಲ್ಲೆಯಾಗಿದ್ದ ಮಲ್ಲೇಶಿಯ ಕಡೆಗೆ ನೋಡಿದ. ಯಾಕೋ ಅಂತಃಕರಣ ಉಕ್ಕಿ ಬಂತು. ಇನ್ನೂ ಮೀಸೆ ಚಿಗುರದ ಹುಡುಗ. ವಯೋಸಹಜ ತಪ್ಪುಗಳನ್ನು ಮಾಡುವುದು ಸಾಮಾನ್ಯ. ಪಾಪ ಅನ್ನಿಸಿ ಮಲ್ಲೇಶಿಯ ಬಳಿ ಸಾರಿ ಅವನ ಭುಜವನ್ನು ಬಳಸಿ ಆತ್ಮೀಯತೆಯ ನಗು ಬೀರಿದ. ಇದೊಂದು ಸ್ಪರ್ಶಕ್ಕೆ ಮುದಗೊಂಡ ಮಲ್ಲೇಶಿಗೆ ತಾನು ಮಾಡುತ್ತಿದ್ದ ಮಾನಗೇಡಿ ಕೆಲಸದಿಂದ ಎಷ್ಟೊಂದು ಜನರ ಪ್ರೀತಿಯಿಂದ ವಂಚಿತನಾಗಿದ್ದೆನಲ್ಲ ಅನ್ನಿಸಿತು. ಅಣ್ಣನಂತೆ ಭೀಮನ ಭದ್ರತೆಯ ನೆರಳಿರುವಾಗ ಇನ್ನುಮುಂದೆ ಹೆಜ್ಜೆ ತಪ್ಪಿ ನಡೆಯಬಾರದೆಂದು ತೀರ್ಮಾನಿಸಿದ ಮಲ್ಲೇಶಿ. ಎರಡೂ ಕಾರುಗಳಲ್ಲಿ ಹಿರಿಯರು, ಮಕ್ಕಳು, ಅನಂತ, ಅಚ್ಯುತ ಮತ್ತು ಕೇಶವ ಹೊರಟಾಗ ಬರುವಾಗ ಇದ್ದ ಸಂಭ್ರಮ ಹಿಂದಿರುಗುವಾಗ ಇರಲಿಲ್ಲ.

ಮಲ್ಲೇಶಿಯೂ ತನ್ನ ಮನೆಯ ಕಡೆಗೆ ಹೊರಟಾಗ ತಡೆದು ನಿಲ್ಲಿಸಿದ ಮಾಧವಿ 'ಇನ್ನು ಸರಿಯಾಗಿ ಇರ್ತೀಯ ಅಲ್ವ ಮಲ್ಲೇಶಿ?' ಮಾಧವಿಯ

ಪ್ರಶ್ನೆಗೆ 'ಹುಂ ಅಮ್ಮಾವ್ರೇ. ನಾನು ಇಂಥಾ ಮಣ್ಣು ತಿನ್ನೋ ಕೆಲ್ಸ ಮಾಡ್ಬಾರ್ದಿತ್ತು. ಇಷ್ಟ್ ದಿನಾ ನಾನ್ ಮಾಡಿದ್ ತಪ್ಪುಗೋಳ್ನ ಹೊಟ್ಯಾಗ್ ಹಕ್ಕಳ್ಳಿ. ಇನ್ನೊಂದ್ ಕಿತಾ ಇಂತಾದ್ದೆಲ್ಲ ತೆಪ್ಪು ಮಾಡಾಕಿಲ್ಲಾ. ಕ್ಸಮ್ಸಬುಡಿ ಅಮ್ಮಾವ್ರೇ' ದಳದಳನೇ ಇಳಿಯುವ ಕಣ್ಣೀರನ್ನು ತನ್ನ ಟವೆಲ್ ಇಂದ ಒರೆಸಿಕೊಂಡ. 'ಸರಿ. ನಿನ್ನ ತಪ್ಪಿಗೆ ಒಂದು ಶಿಕ್ಷೆಯಿದೆ. ಇನ್ಮುಂದೆ ನೀನು ಮತ್ತು ನಿಮ್ಮವ್ವಾ ಹೊಸ ತೋಟದ ಮನೇಲಿ ಇರ್ಬೇಕು. ದನ ಮೇಯಿಸೋದು, ತೋಟ ಕಾಯೋದು, ಗಿಡಗಳಿಗೆ ತೆಗ್ಗು ಮಾಡೋದು ಎಲ್ಲಾ ಕೆಲ್ಸಗಳು ನಿನ್ನವೇ ಇನ್ನುಮುಂದೆ. ಈಗ ಕೊಡ್ತಾ ಇರೋ ಸಂಬಳದ ೩ ಪಟ್ಟು ಹೆಚ್ಚು ಸಂಬಳ ಸಿಗುತ್ತೆ. ನಿಮ್ಮ ಅವ್ವನೂ ತೋಟದಲ್ಲಿ ಕೆಲ್ಸ ಮಾಡಲಿ. ಅವಳಿಗೂ ಕೂಲಿ ಸಿಗುತ್ತೆ. ಬೇರೆ ಎಂಜಲು ಕಾಸಿಗೆ ಆಶಿಸದೇ ನಿಯತ್ತಾಗಿ ಇರ್ಬೇಕು. ಆಯ್ತಾ?' ಮಾಧವಿಯ ಮಾತಿಗೆ ಜೋರಾಗಿ ಅಳುತ್ತಾ ಮಾಧವಿಯ ಪಾದಗಳ ಮೇಲೆ ಕುಸಿದು ಕುಳಿತು, ಕಾಲುಗಳನ್ನು ಗಟ್ಟಿಯಾಗಿ ಹಿಡಿದುಕೊಂಡು ಜೋರಾಗಿ ಅಳುತ್ತಾ 'ನಿಮ್ಮದು ದೇವರಂಥಾ ಗುಣಾ ಅಮ್ಮಾವ್ರೇ. ಇನ್ಮುಂದೆ ನಾನು ಈ ತ್ವಾಟದಾಗೆ ಬೆವರು ಸುರಿಸಿ ದುಡೀತೀನಿ. ನಿಯತ್ತಿಂದ ಬಾಳ್ತೀನಿ. ಅನ್ನಾ ಹಾಕಿದ ಮನೆಗೆ ಕನ್ನಾ ಹಾಕ್ತಿದ್ದ ಪಾಪಿ ನಾನು. ಕಣ್ಣು ತೆಗಿಸಿಬಿಟ್ರಿ ಅಮ್ಮೋರೆ.' ಮಲ್ಲೇಶಿಯ ಕಣ್ಣೀರು ನೋಡಿ ಮಾಧವಿಯ ಕಣ್ಣಲ್ಲೂ ನೀರು ತುಂಬಿತು. ರಜನಿಯ ಮುಖದಲ್ಲೂ ತಪ್ಪಿತಸ್ಥ ಭಾವ. 'ಈ ಪ್ರಕರಣ ಇಲ್ಲಿಗೇ ಮುಗಿಯಲಿ. ಇದು ಅನಂತನಿಗೆ ಆಗ್ಲಿ, ಅತ್ತೆ - ಮಾವ ಅವರ ಕಿವಿಗೆ ಆಗ್ಲಿ ಬೀಳಕೂಡದು'. ಮಾಧವಿಯ ಮಾತಿಗೆ ಅಲ್ಲಿದ್ದವರೆಲ್ಲಾ ಆಯ್ತು ಎನ್ನುವಂತೆ ಗೋಣಲ್ಲಾಡಿಸಿದರು.

ಆಗಿದ್ದಿಷ್ಟೇ, ಅಂದು ಮಲ್ಲೇಶಿ ಮನೆಗೆ ಬಂದು ರಜನಿಯ ಜೊತೆ ಹಿತ್ತಿಲ ಬಾಗಿಲಲ್ಲಿ ಹಣಕ್ಕಾಗಿ ಪೀಡಿಸತೊಡಗಿದಾಗ ಕೋಣೆಯಲ್ಲಿ ಓದಿಕೊಳ್ಳುತ್ತಿದ್ದ ಚಿರಾಗ್ ಕಿವಿಗೆ ಪಿಸ- ಪಿಸನೇ ಮಾತನಾಡುವುದು ಕೇಳಿದಾಗ, ಅದರಲ್ಲೂ ಚಿಕ್ಕಮ್ಮನ ಮುಖದಲ್ಲಿ ನೋವಿನ ಛಾಯೆ ಗುರುತಿಸಿದ ಚಿರಾಗ್ ಕೋಣೆಯ ಕಿಟಕಿಯಿಂದಲೇ ಅವರಿಬ್ಬರ ಮಾತನ್ನು ರೆಕಾರ್ಡ್ ಮಾಡಿಕೊಳ್ಳುತ್ತಾ, ದೃಶ್ಯವನ್ನೂ ಚಿತ್ರೀಕರಿಸಿಕೊಂಡಿದ್ದ. ಅದನ್ನು ತನ್ನ ಅಮ್ಮನಿಗೆ ತೋರಿಸಿದ. ಮಾಧವಿ ಕೂಡ ಅಂದು ಅವರಿಬ್ಬರ ಮಾತನ್ನು ಅಸ್ಪಷ್ಟವಾಗಿ ಕೇಳಿಸಿಕೊಂಡಿದ್ದಳು. ಆದರೆ ಚಿರಾಗನ ಮೊಬೈಲಿನಲ್ಲಿ ಪುರಾವೆ ಸಹಿತ ಪ್ರಕರಣದ ಪೂರ್ತಿ ಚಿತ್ರಣ ದೊರಕಿದಾಗ ಸಮಸ್ಯೆಯ ಪರಿಹಾರಕ್ಕೆ ಸರಳವಾದ ಸೂತ್ರ ಸಿಕ್ಕಿತು.

ಅಣ್ಣ ಹೇಗೂ ಬರ್ತಿದ್ದಾನೆ. ಅಣ್ಣನ ಗೆಳೆಯ ಕೇಶವನಿಗೂ ಬರೋಕೆ ಹೇಳ್ಬೇಕು. ಅವನು ಹೇಗಿದ್ರೂ ದಕ್ಷ ಪೊಲೀಸ್ ಅಧಿಕಾರಿ !!. ದೊಡ್ಡ

ಖದೀಮರನ್ನೇ ಹಿಡಿದು ಮಟ್ಟ ಹಾಕಿದವನಿಗೆ ಮಲ್ಲೇಶಿಯ ಕೇಸ್ ಅಷ್ಟೊಂದು ತೊಂದರೆ ಅನಿಸಲಿಕ್ಕಿಲ್ಲ ಅಂದುಕೊಳ್ಳುತ್ತಲೇ, ಕೇಶವನಿಗೆ ಈ ವಿಡಿಯೋ ಕಳಿಸಿ ಸಮಸ್ಯೆ ಬಗೆಹರಿಸುವಂತೆ ಕೇಳಿಕೊಂಡಾಗ 'ಇದೊಂದು ಸಮಸ್ಯೆಯೇ ಅಲ್ಲಾ. ಚಿಟಿಕೆ ಹೊಡೆಯೋ ಅಷ್ಟರಲ್ಲಿ ಬಗೆಹರಿಸ್ತೀನಿ ಚಿಂತೆ ಬಿಡು. ನಂಗು ನಿಮ್ಮ ಹಳ್ಳಿ ನೋಡೋ ಅವಕಾಶ ಸಿಕ್ತು.' ಕೇಶವ ಭರವಸೆ ಇತ್ತಂತೆ ಹುಣಸೇ ಮರದ ಕೆಳಗೆ ಮಲ್ಲೇಶಿಗೆ ವಿಡಿಯೋ ತೋರಿಸುವೆನೆಂದು ಆತ್ಮೀಯವಾಗಿ ಹೆಗಲ ಮೇಲೆ ಕೈ ಹಾಕಿ, ರಜನಿಗೆ ಮಲ್ಲೇಶಿ ಧಮಕಿ ಹಾಕುತ್ತಿರುವ ವಿಡಿಯೋ ಮತ್ತು ತಾನು ಪೊಲೀಸ್ ಅಧಿಕಾರಿಯ ದಿರಿಸಿನಲ್ಲಿ ಖೈದಿಗಳನ್ನು ಬಲವಾಗಿ ಥಳಿಸುತ್ತಾ, ಏರೋಪ್ಲೇನ್ ಹತ್ತಿಸುತ್ತಿರುವ, ಬಿಸಿನೀರು ಎರಚುವ ಮತ್ತು ಕಬ್ಬಿಣದ ಕುರ್ಚಿಯಲ್ಲಿ ಕೂಡ್ರಿಸಿ ಕರೆಂಟ್ ಶಾಕ್ ಕೊಡುತ್ತಿರುವ ವಿಡಿಯೋಗಳನ್ನು ತೋರಿಸತೊಡಗಿದಾಗ ಮಲ್ಲೇಶಿಗೆ ಕಾಲ ಕೆಳಗಿನ ಭೂಮಿ ಬಿರಿದ ಅನುಭವ.

ತನ್ನ ತಪ್ಪುಗಳಿಗೆಲ್ಲ ಏನೆಲ್ಲ ಶಿಕ್ಷೆ ಅನುಭವಿಸಬೇಕಾಗುವುದೋ ಎಂದು ಕಂಪಿಸಿ ಥರಗುಟ್ಟುತ್ತಿದ್ದ ಮಲ್ಲೇಶಿಯ ಕೈಗೆ ಎರಡು ಸಾವಿರದ ಒಂದು ನೋಟನ್ನಿಟ್ಟು 'ಇನ್ನು ಮುಂದೆ ನಿನ್ನ ಆಟಗಳನ್ನೆಲ್ಲ ಇಲ್ಲಿಗೇ ನಿಲ್ಲಿಸ್ತಿ ಅಂದುಕೊಂಡಿದ್ದೇನೆ' ಪೊಲೀಸ್ ಗತ್ತಿನ ಭಾಷೆಯಲ್ಲಿ ಮಲ್ಲೇಶಿಯನ್ನು ಎಚ್ಚರಿಸುತ್ತಾ ಕಾರಿನತ್ತ ಹೆಜ್ಜೆ ಹಾಕಿದ ಕೇಶವ. ಯಾರಿಗೂ ಶಂಕೆ ಕೂಡ ಬಾರದಷ್ಟು ಸೂಕ್ಷ್ಮವಾಗಿ ಸಮಸ್ಯೆಗೆ ಪರಿಹಾರ ಸಿಕ್ಕಿತು.

ಮಲ್ಲೇಗೌಡರು ತಮ್ಮ ಬೈಕನ್ನೇರಿ ಹೊರಟಾಗ ಅವರಲ್ಲಿಗೆ ಬಂದ ಭೀಮ 'ಗೌಡ್ರೇ, ಮಾಧವಪ್ಪನೋರು ತೋಟದ ಮನೆ ತಾವ ಕರೀತಾ ಅವ್ರೆ. ಬಿರ್ರನೆ ಬರ್ಬೇಕಂತೆ.' ಅಂದಾಗ, 'ಓ ಮಾಧುನಾ. ಸರಿ ಬರ್ತೀನಿ ನಡಿ' ಎನ್ನುತ್ತಲೇ ಭೀಮನನ್ನು ಹಿಂಬಾಲಿಸಿದರು. ಗೌಡ್ರು ತೋಟದ ಮನೆಯೊಳಗೆ ಬರುತ್ತಿದ್ದಂತೇ ಬಾಗಿಲು ಭದ್ರಪಡಿಸಿದ ಭೀಮ. ಮಾಧವನಿಗೆ ಅಚ್ಚರಿ. 'ಇದೇನು ಭೀಮಾ? ಗೌಡ್ರನ್ಯಾಕೆ ಕರೆತಂದೆ. ನನ್ನನ್ಯಾಕೆ ಇಲ್ಲಿಗೆ ಬನ್ನಿ ಅಂದೆ?' ಅಂದಾಗ, ಈ ಗೌಡನ ಕಚ್ಚೆಹರುಕತನ ಬಯಲು ಮಾಡೋಕೆ ಸಾವ್ಕಾರ್ರೆ. ಈ ಗೌಡಾ ಕಳೆದ ತಿಂಗಳು ಗಂಗಕ್ಕನ ಮನೇಗ್ಹೋಗಿ ನಿಂಗೆ ಹೆಂಗೂ ಗಂಡ ಸತ್ತವನೇ, ಒಬ್ಳೆ ಎಷ್ಟು ದಿನಾ ಅಂತ ಹಿಂಗಿರ್ತೀಯಾ?' ಅಂತ ಗಂಗಕ್ಕನ್ನ ಹಿಡಿಯಾಕ್ಕೇ ಹೊಂಟಾ. ಮನೆ ಒಳಗೆ ಮಕ್ಳು ಇರ್ಲಿಲ್ಲಾ. ಯಾರ್ದೋ ಮದುವೆಗೆ ಹೋಗಿದ್ವು ಬೇರೆ ಊರ್ಗೆ. ನಾನು ಊಟ ಮುಗಿಸ್ಕಂಡು ತ್ವಾಟದ ಮನೆಕಡೆ ಹೊಂಟಾಗ್ ರಜನಕ್ಕವ್ರು ಪಾಯ್ಸ ಮಾಡಿದ್ದು ಮಿಕ್ಕಯ್ತೇ. ಗಂಗಮ್ಮನ ಮನೆಗೆ ಕೊಟ್ಹೋಗು ಅಂದ್ರು. ಗಂಗಕ್ಕನ ಮನೆಗೆ ಬಂದ್ರೆ ಗಂಗಕ್ಕ ಚೀರಾಡೋದು ಕೇಳ್ತು. ಹಿತ್ಲ ಬಾಗ್ಲಿಂದ ಒಳಗ್ ಬಂದವ್ನೆ ಈ ಗೌಡಂಗೆ

ಚಪ್ಲೀಲಿ ನಾಕು ಬಾರಿಸ್ದೇ ನೋಡಿ. ಬಾಲ ಮುದ್ರುಕೊಂಡು ಹೋದ. ಆದ್ರೆ ನನ್ನ ಬಗ್ಗೆ ನಿಮ್ಮ ಹತ್ರ ಚಾಡಿ ಹೇಳಿದ್ದು ಗೊತ್ತಾಯ್ತು. ಇವ್ನು ನಿಮ್ಮ್ ತಾವ ತಪ್ಪು ಒಪ್ಪಿಕೊಂಡಾ ಸರಿ. ಇಲ್ಲಾಂದ್ರೆ ಇವ್ನ್ ಕತ್ತು ಹಿಸುಕಿ ಪ್ರಾಣಾ ತೆಗ್ದ್ ಬಿಡ್ತಿವ್ನಿ' ಅಂದಾಗ ಮಾಧವನಿಗೆ ಇದು ಅರಗಿಸಿಕೊಳ್ಳಲಾಗದ ಭಯಂಕರ ಸತ್ಯ ಅನ್ನಿಸಿತು. 'ನಿಜವೇ ಗೌಡ್ರೆ? ಗಂಗಮ್ಮಾ ನಮ್ಮನೇ ಮಗಳಿದ್ದಂತೆ. ನಂಗೆ ತಂಗಿ ಸಮಾನ. ನೀವು ಹೀಗೆ ಮಾಡಿದ್ರಿ ಅಂದ್ರೆ ನಿಮ್ಮನ್ನು ನೋಡಕ್ಕೂ ನಂಗೆ ಅಸಹ್ಯ ಅನಿಸ್ತಿದೆ' ಮಾಧವನ ಮಾತುಗಳನ್ನು ಕೇಳುತ್ತಿದ್ದಂತೆ ಮಲ್ಲೇಗೌಡರಿಗೆ ಪಾತಾಳಕ್ಕಿಳಿದ ಅನುಭವ. ಮರು ಮಾತಾಡದೇ ತಲೆ ತಗ್ಗಿಸಿದ ಗೌಡ್ರ ಮುಖದಲ್ಲಿ ಅಪರಾಧಿ ಮನೋಭಾವ. 'ನನ್ನನ್ನು ಕ್ಷಮಿಸಪ್ಪಾ ಮಾಧವ' ಅನ್ನುತ್ತಾ ಕೈ ಜೋಡಿಸಿ ತಲೆ ತಗ್ಗಿಸಿ ತೋಟದ ಮನೆಯಾಚೆ ಹೊರಟರು ಮಲ್ಲೇಗೌಡರು. ಯಾರಿಗೂ ಗೊತ್ತಾಗದಂತೆ ಸೂಕ್ಷ್ಮವಾಗಿ ಇಂಥ ಸಮಸ್ಯೆ ಬಗೆಹರಿದಾಗ ಮಾಧವನಿಗೆ ನಿರಾಳ ಭಾವ. ಮರುಕ್ಷಣವೇ ಭೀಮನ ಮಾತು 'ನಾನು ನಾಳೆ ಅಪ್ಪನ ಜೊತಿಗೆ ಊರಿಗೆ ಹೋಗ್ತೀನಿ. ನನ್ನ ಋಣ ಇಷ್ಟೇ ಇತ್ತೇನೋ' ಮಾಧವನನ್ನು ಹುಬ್ಬೇರಿಸುವಂತೆ ಮಾಡಿತು.

'ಏನೂಂತ ಮಾತಾಡ್ತಿದೀಯೋ ಭೀಮಾ? ತಲೆ ಕೆಟ್ಟಿದೆಯಾ ನಿಂಗೆ?' ಮಾಧವನ ಮಾತಿಗೆ 'ಸಾವ್ಕಾರ್ರೆ, ಹಳ್ಯಾಗೆ ನಾನು ಚಿಕ್ಕೋನಿದ್ದಾಗ ಪೋಲಿ ತಿರಗ್ತಾ ಇದ್ದೆ ದಿಟ. ಆದ್ರೆ ಅವ್ವ ಇಲ್ದೇ ಬುದ್ದಿ ಹೇಳೋರಿಲ್ದ ಅನಾತ್ ಮಗನ್ ಇಲ್ಲಿಗೆ ಕರಕಂಡ್ ಬಂದು ರಜನಿ ಅಕ್ಕವ್ರು ಮಗನ್ ತರಾ ನೋಡ್ಕಂಡ್ರು. ದೊಡ್ಡ ಅವ್ವಾರು ಬೋ ಪಿರೂತಿ ತೋರ್ಸೋರು. ಇಲ್ಲಿ ಬಂದು ಬದ್ಲಾಗಿಬಿಟ್ಟೆ. ಒಂದೊಂದು ಪೈಸೆ ಲೆಕ್ಕಾಚಾರನೂ ಅನಂತಪ್ಪಂಗೆ ಕೊಟ್ಟಿರ್ತೀನಿ. ಮೋಸಾ ಮಾಡಿ ಕಾಸು ಮಾಡ್ಕಲ್ಲೋ ಅವಶ್ಯಕತೆ ಏನೈತಿ ನಂಗೆ. ಹೊಟ್ಟೆ ತುಂಬಾ ಮೂರೊತ್ತು ಊಟಕ್ ಹಾಕಿ, ಬಟ್ಟೆ ತಂದ್ಕೊಟ್ಟು, ಕೈ ತುಂಬಾ ಕಾಸು ಕೊಡೊ ದೇವರಂತಾ ನಿಮಗೆಲ್ಲಾ ಮೋಸಾ ಮಾಡಿದ್ರೆ ಆ ಪರಮಾತ್ಮ ಮೆಚ್ತಾನಾ? ನಂಗೆ ಖರ್ಚಾದ್ರೂ ಏನೈತೆ ಸಾವ್ಕಾರೆ. ದುಡದ್ ಕಾಸ್ನೆಲ್ಲ ಅವ್ವೋರೆ ಬ್ಯಾಂಕಿನ್ಯಾಗೆ ಇಟ್ಟವ್ರೆ. ಅವತ್ತು ನೀವು ನನ್ಯಾಕೆ ಸಂದೆಯ ಪಟ್ ಬಿಟ್ರಿ. ಅವತ್ತೇ ಅನಕಂಡ್ಬಿಟ್ಟೆ ಇರ್ಬಾರ್ದು ಇನ್ನೂ ಅಂತಾ. ಅಪ್ಪನ ಜೊತೆಗೇ ಹಳ್ಳಿಗೆ ಹೋಗ್ತೀವ್ನಿ. ಅಪ್ಪಂಗೂ ಇದೆಲ್ಲಾ ಗೊತ್ತಿಲ್ಲಾ. ಹೆಂಗೋ ಏನೋ ಒಂದು ಹೇಳ್ಕತೀನಿ. ನಂಗೆ ಹೊತ್ತಾರೆ ಹೋಗಕ್ಕೆ ಅಪ್ಪಣೆ ಕೊಡಿ' ಭೀಮನ ಮಾತಿಗೆ ಮಾಧವನ ಮನಸ್ಸಿಗೆ ತುಂಬಾ ಖೇದವೆನಿಸಿತು. ಪ್ರತ್ಯಕ್ಷ ಕಂಡರೂ ಪ್ರಮಾಣಿಸಿ ನೋಡಬೇಕು ಅನ್ನೋದು ಇದಕ್ಕೇ ಏನೋ.

ಭೀಮಾ, ನಿನ್ನ ಬಗ್ಗೆ ನಂಗೆ ಅವತ್ತು ಸಂಶಯ ಮೂಡಿದ್ದು ನಿಜ. ಆದ್ರೆ ನಿನ್ನ ಬಗ್ಗೆ ಈಗ ನಂಗೆ ಅಭಿಮಾನ ಅನಿಸ್ತಿದೆ. ನಿನ್ನಂತವನನ್ನು ಕಳ್ಕೊಳೋಕೆ

ನಾವು ತಯಾರಿಲ್ಲಾ. ನಾನು ಹೇಳಿದಷ್ಟು ಕೇಳ್ಬೇಕಷ್ಟೆ. ಈ ವಿಚಾರ ನಮ್ಮಿಬ್ಬರಲ್ಲೇ ಇರಲಿ. ನೀನು ಮತ್ತು ನಿನ್ನಪ್ಪ ಇಲ್ಲೇ ತೋಟದ ಮನೇಲೆ ಇರಿ. ಅನಂತನಿಗೆ ಬಲಗೈ ನೀನು. ನನ್ನಿಂದ ನಿನ್ನ ಮನಸ್ಸಿಗೆ ನೋವಾಗಿದ್ರೆ ಕ್ಷಮಿಸಿಬಿಡು ಭೀಮಾ' ಅಂದಾಗ ಸಾವ್ಕಾರ್ರೆ, ಏನೂಂತ ಮಾತಾಡ್ತೀರಿ. ಕ್ಷಮೆ ಗಿಮೆ ಕೇಳಂಗಿಲ್ಲಾ. ನೀವ್ ದೊಡ್ಡೋರು. ಇದೇ ಪಿರೂತಿ ಕೊನೆವರ್ಗು ಇದ್ರೆ ಸಾಕು. ನಿಮ್ ನಂಬ್ಗೆ ಉಳಸ್ಕಂತೀನಿ. ನನ್ನ ಕೊನೆ ಉಸಿರಿರೋಗಂಟ ಮನಿ ಋಣ ತೀರ್ಸಕ್ಕೆ ದುಡೀತೀನಿ ನನ್ನಪ್ಪಾ. 'ಭೀಮನ ಕಣ್ಣುಗಳಲ್ಲಿ ವಿಶ್ವಾಸದ ನಕ್ಷತ್ರಗಳು ಮಿನುಗಿದವು. ಕಣ್ಣೀರ ಕೋಡಿ ಇಬ್ಬರ ಕಣ್ಣಲ್ಲೂ. ಮನದಲ್ಲಿದ್ದ ಸಂದೇಹವನ್ನು ಕಣ್ಣೀರು ಕೊಚ್ಚಿ ಹಾಕಿತು.

ತೋಟದ ಮನೆಯಿಂದ ಭೀಮ ಮತ್ತು ಮಾಧವ ಹೊರಬಂದಾಗ ಮಹದೇವಪ್ಪ ಬಾಗಿಲಲ್ಲೇ ನಿಂತು ಎಲ್ಲಾ ಕೇಳ್ಕೊಂಡಿದ್ದ. ಅವನತ್ತ ಅಚ್ಚರಿಯಿಂದ ಒಮ್ಮೆ ನೋಡಿ ಏನೊಂದೂ ಮಾತಾಡದೇ ಮಾಧವ ಆಚೆ ನಡೆದ. ಭೀಮನ ಭುಜ ಬಳಸಿದ ಮಹದೇವಪ್ಪ 'ಭೀಮಾ, ಇಲ್ಲಿ ನಿನ್ನೋಡಿ ಬೊ ಕುಸಿಯಾಯ್ತು ಕನ್ಲಾ. ಹೆಸರ್ ಪಡ್ಕಂಡ್ ಬಿಟ್ಟೆ ಮಗ್ನೆ. ಸಾರ್ತಕ ಆಯ್ತ್ ಬಿಡ್ಲಾ ಇಲ್ಲಿ ನಿನ್ನ ಕಳ್ಸಿದ್ದು. ಮುಂದ್ಕೂ ಇಂಗೇ ಇರು. ಯಾವತ್ತೂ ಉಂಡ ಮನಿ ಜಂತಿ ಎಣಿಸ್ಬಾರ್ದು' ಅಪ್ಪ ಹನಿಗಣ್ಣಾಗಿ ಬೆನ್ನು ಚಪ್ಪರಿಸಿದಾಗ ಭೀಮನಿಗೆ ಸಂತೃಪ್ತ ಭಾವ ಮೂಡಿತು.

ಮಾಧವಿ ಮತ್ತು ರಜನಿ ಮನೆ ಕಡೆ ಹೋಗಲು ತವಕಿಸುತ್ತಿದ್ದರು. ಗಂಗಮ್ಮ ಮತ್ತು ಮಕ್ಕಳನ್ನು ಮನೆಗೆ ಬಿಡಲು ಭೀಮನಿಗೆ ತಿಳಿಸಿ ಎಲ್ಲರೂ ಮನೆ ಕಡೆಗೆ ತೆರಳಿದರು. ಯಾರಿಗೂ ಹಸಿವೆಯಿಲ್ಲದ್ದರಿಂದ ರಾತ್ರಿಯೂಟದ ಬದಲು ಎಲ್ಲರೂ ಹಣ್ಣುಗಳು, ಮಜ್ಜಿಗೆ ಸೇವಿಸಿದರು. ಕೇಶವ ಮತ್ತು ಅಚ್ಯುತ ತಮ್ಮ ಊರಿನತ್ತ ಹೊರಟರು. ಹೊರಡಲು ಮನಸ್ಸಿಲ್ಲದಿದ್ದರೂ ಕರ್ತವ್ಯದ ಕರೆ. ಎಲ್ಲರೂ ಹೊರಬಂದು ಇಬ್ಬರನ್ನೂ ಬೀಳ್ಕೊಟ್ಟು ಒಳಗೆ ಬಂದಾಗ ಮನೆ ಬಿಕೋ ಅಂತಿತ್ತು. ಎಲ್ಲರೂ ತುಂಬಾ ದಣಿದಿದ್ದ ಕಾರಣ ಬೇಗನೇ ನಿದ್ದೆಗೆ ಜಾರಿದರು. ಎಲ್ಲರೂ ಮಲಗಿದರೂ ದೀಪ್ತಿ ಮತ್ತು ಚಂದನಾ ಮಲಗಿದ ಕೋಣೆಯಲ್ಲಿ ಪಿಸುಮಾತುಗಳು ಕೇಳಿಬಂದಾಗ ಮಲಗಿದ್ದ ಮಾಧವಿ ಎದ್ದು ಹೋಗಿ ಅವರಿಬ್ಬರೂ ಇದ್ದ ಕೋಣೆಯ ಬಾಗಿಲ ಮರೆಯಲ್ಲಿ ನಿಂತು ಆಲಿಸತೊಡಗಿದಳು.

'ನೀನಿನ್ನೂ ಚಿಕ್ಕೋಳು ಚಂದೂ. ಇನ್ನೂ ನೀನು ತುಂಬಾ ಓದ್ಬೇಕು. ನೀನು ತುಂಬಾ ಮೊಬೈಲ್ ಉಪಯೋಗಿಸ್ತೀಯಾ. ಅದೊಂದು ಗೀಳುರೋಗ ಗೊತ್ತಾ? ಇನ್ನೂ ನಿಂದು ಪ್ರಾರಂಭದ ಹಂತ. ನೀನು ಇದಕ್ಕೆ

ಬಲಿಯಾಗ್ಬಾರ್ದು ಕಳೆದ ವಾರ ನನ್ನ ಗೆಳತಿಯ ನಿಶ್ಚಿತಾರ್ಥವಾಗಿತ್ತು. ಮರುದಿನವೇ ಇಬ್ಬರೂ ಸುತ್ತಾಡಲು ಬೈಕ್ ಮೇಲೆ ಹೋಗಿದ್ದಾರೆ. ಹಳ್ಳಿಯಲ್ಲಿ ಒಂದು ಬಾವಿ ಹತ್ರ ನಿಂತು ಇಬ್ರೂ ಟಿಕ್ –ಟಾಕ್ ಮಾಡ್ಕೊಂಡಿದ್ದಾರೆ. ಸೆಲ್ಫಿ ತಕ್ಕೊಳೋಕೆ ಅಂತಾ ಬಾವಿಯ ಮೆಟ್ಟಲಿಳಿದು ನಿಂತುಕೊಂಡ ನನ್ನ ಗೆಳತಿಯ ಕಾಲು ಜಾರಿ ಬಾವಿಗೆ ಬಿದ್ದಿದ್ದಾಳೆ. ಅವಳನ್ನು ಎತ್ತೋಕೆ ಹೋದ ಹುಡುಗನೂ ಬಾವಿಗೆ ಬಿದ್ದಿದ್ದಾನೆ. ಅವರಿಬ್ಬರ ಅರಚಾಟ ಕೇಳಿ ಅಲ್ಲಿಯೇ ಕೆಲಸ ಮಾಡುತ್ತಿದ್ದ ರೈತ ಓಡಿ ಬಂದು ಬಾವಿಗೆ ಜಿಗಿದು ಹುಡುಗನನ್ನು ಉಳಿಸಿದ. ನನ್ನ ಗೆಳತಿಯನ್ನು ಬಾವಿಯಿಂದ ಎತ್ತುವಷ್ಟರಲ್ಲಿ ನಿರ್ಜೀವವಾಗಿದ್ದಳು. ಈ ಸುದ್ದಿ ಕೇಳಿದ ಅವಳ ಅಮ್ಮಾ ಹಾರ್ಟ್ ಫೇಲ್ ಆಗಿ ನಿಂತಲ್ಲೇ ಕುಸಿದು ಬಿದ್ದು ಸತ್ತರು. ತಂದೆಯ ಸ್ಥಿತಿ ನೋಡಲಸಾಧ್ಯ. ಮಾನಸಿಕ ಸ್ಥಿಮಿತವನ್ನೇ ಕಳ್ಕೊಂಡಿದ್ದಾರಂತೆ. ಇವಳೊಬ್ಬಳೇ ಮಗಳು ಅವರಿಗೆ. ಈ ಸೆಲ್ಫಿ ಮತ್ತು ಟಿಕ್– ಟಾಕ್–ಸಹವಾಸ ಏನೆಲ್ಲಾ ಮಾಡ್ತು ನೋಡು. ಅದಕ್ಕೇ ಹೇಳೋದು ನಿಂಗೆ. ಇದೆಲ್ಲಾ ಬಿಟ್ಟುಬಿಡು ಚಂದು. ಚೆನ್ನಾಗಿ ಅಭ್ಯಾಸ ಮಾಡು. ರತ್ನಳನ್ನು ನೋಡು. ಏನೂ ಸೌಲಭ್ಯ ಇಲ್ಲದಿದ್ರು ಎಷ್ಟು ಜಾಣೆ ಇದ್ದಾಳೆ. ನೀನು ಕೂಡ ೮ ನೇ ವರ್ಗದಲ್ಲಿ ನಿನ್ನ ವರ್ಗಕ್ಕೇ ಮೊದಲಿಗಳಾಗಿ ಪಾಸಾಗಿದ್ದೀ. ಈಗ್ಯಾಕೆ ಎರಡು ವಿಷಯದಲ್ಲಿ ಫೇಲ್ ಆಗಿದ್ದೀ ಕಳೆದ ತಿಂಗಳ ಟೆಸ್ಟಿನಲ್ಲಿ? ವಾರ್ಷಿಕ ಪರೀಕ್ಷೆಲಿ ನೀನೇ ಮೊದಲಿಗಳಾಗಿ ಪಾಸ್ ಆಗ್ಬೇಕು ಚಂದೂ. 'ದೀಪ್ತಿಯ ಹಿತನುಡಿಗಳು ಚಂದನಾಳ ಮನಸ್ಸನ್ನು ಪರಿವರ್ತನೆ ಮಾಡುವಲ್ಲಿ ಗೆದ್ದವು. 'ಓ ಹೌದಾ ಅಕ್ಕಾ. ಇದೆಲ್ಲಾ ನಂಗೆ ಗೊತ್ತೇ ಇರ್ಲಿಲ್ಲಕ್ಕಾ. ಇನ್ಮುಂದೆ ಇದನ್ನೆಲ್ಲಾ ಬಿಟ್ಟಬಿಡ್ತೀನಕ್ಕಾ. ಓದ್ರೋ ಕಡೆ ಗಮನ ಕೊಡ್ತೀನಿ. ಖಂಡಿತ ಕ್ಲಾಸಿಗೆ ಫಸ್ಟ್ ಬರ್ತೀನಿ' ತಂಗಿಯನ್ನು ಬಾಚಿ ತಬ್ಬಿದ ದೀಪ್ತಿ ಚಂದನಾಳ ಗಲ್ಲಕ್ಕೆ ಹೂಮುತ್ತನ್ನಿಟ್ಟಳು. 'ಹಾಗೇ ಚಂದೂ. ರೋಹಿತ್ ಕೂಡ ಬರೀ ಗೋಲಿ, ಬುಗುರಿ, ಚಿನ್ನಿದಾಂಡು ಆಟದಲ್ಲೇ ಮುಳುಗಿರ್ತಾನೆ. ರಜೆ ಇದೆ, ಈಗ ಆಡ್ಕೊಳ್ಳಿ. ಆದ್ರೆ ಶಾಲೆ ಶುರು ಆದ್ಮೇಲೆ ಅವನನ್ನೂ ನಿನ್ನ ಜೊತೆಗೆ ಓದೋಕೆ ಕೂಡಿಸ್ಕೊ. ಹೇಗೆ ಓದ್ತಾನೆ ಅಂತಾ ಗಮನಿಸ್ತಿರು. ಆಯ್ತಾ? ಅಂದಾಗ 'ಆಗ್ಲಕ್ಕ. ಖಂಡಿತ ನೀನು ಹೇಳ್ದಂತೆ ಮಾಡ್ತೀನಿ. ಆಗಾಗ ನಿಂಗೆ ಫೋನ್ ಮಾಡಿ ನನ್ನ ಅಭ್ಯಾಸದ ಬಗ್ಗೆ ಹೇಳ್ತಿನಿ ಆಯ್ತಾ? ಅಂದಾಗ, 'ಆಯ್ತು ಚಂದು. ಕಾಯ್ತಿನಿ ನಿನ್ನ ಫೋನ್ ಕರೆಗೆ. ಈಗ ಹೊತ್ತಾಯ್ತು ಬಾ ಮಲಗೋಣ'.

ಅಕ್ಕ ತಂಗಿಯರಿಬ್ಬರೂ ಒಬ್ಬರನ್ನೊಬ್ಬರು ತಬ್ಬಿಕೊಂಡು ಮಲಗಿದಾಗ ದೀಪ್ತಿಯ ಮನಸ್ಸಲ್ಲಿ ನಿರಾಳ ಭಾವ. 'ಹೌದಲ್ವಾ ನಾನೆಂಥ ದಡ್ಡಿ. ಇಷ್ಟು ದಿನ ಸುಮ್ನೆ ಟೈಮ್ ಹಾಳು ಮಾಡ್ಕೊಂಡೆ. ಇನ್ನು ಮುಂದೆ ಚೆನ್ನಾಗಿ ಅಭ್ಯಾಸ ಮಾಡ್ಬೇಕು. ಮುಂದೆ ಬರ್ಬೇಕು' ಚಂದನಾ ಮನದಲ್ಲಿ ಮಂಥಿಸುತ್ತಲೇ ನಿದ್ರಾದೇವಿಗೆ ಶರಣಾದಳು. ಚಂದನಾಳ ಸಮಸ್ಯೆ ಹಾಗೇ ಉಳೀತು. ಹೇಗಪ್ಪಾ

ಬಗೆಹರಿಸೋದು ಅನ್ನೋ ಚಿಂತೆಯಲ್ಲಿದ್ದ ಮಾಧವಿಗೆ ನೀರಿನಲ್ಲಿಯ ಬಂಡೆಗಲ್ಲನ್ನು ಹೂವೆತ್ತಿದಷ್ಟು ಸುಲಭವಾಗಿ ದೀಪ್ತಿ ಬಗೆಹರಿಸಿದ್ದು ತಲೆ ಮೇಲಿನ ದೊಡ್ಡ ಭಾರ ಇಳಿದಂತಾಗಿತ್ತು. ಇನ್ನೂ ಒಂದು ಮುಖ್ಯವಾದ ಕೆಲಸ ಮಾಧವಿಯ ಮನಸ್ಸಲ್ಲಿ ಕುಳಿತಿತ್ತು. ಆ ಬಗ್ಗೆ ನಾಳೆ ಎಲ್ಲರೊಂದಿಗೆ ಮಾತನಾಡಿದರಾಯ್ತೆಂದು ನಿದ್ದೆಗೆ ಜಾರಿದಳು ಮಾಧವಿ.

ಇದ್ದಂಥ ಎಲ್ಲಾ ಸಮಸ್ಯೆಗಳೂ ಮನೆಯ ಸದಸ್ಯರೊಳಗೇ ಪರಿಹಾರ ಸಿಗುವಂಥದ್ದಾಗಿದ್ದವು. ಆದರೆ ಕೇಶವನಿಗೆ ತಲೆನೋವಾಗಿದ್ದು ವಿಕ್ರಮ್ ಕೇಸ್. ಅಂದು ತಿಂಡಿ ತಿಂದು ಚಿರಾಗ್ ಮತ್ತು ರೋಹಿತ್ತರೊಂದಿಗೆ ತೋಟದ ಕಡೆಗೆ ಹೊರಟ ಭೀಮನಿಗೆ ಅನಂತನ ಹತ್ರ ತೆಂಗಿನ ಗಿಡಗಳಿಗೆ ಉಪ್ಪು ಕಟ್ಟಿಸೋದರ ಬಗ್ಗೆ ಕೇಳೋದು ಮರೆತಿತ್ತು. ಫೋನಲ್ಲಿ ಇಂಥವೆಲ್ಲ ಮಾತನಾಡುವುದು ಸರಿ ಇರಲ್ಲ ಅನ್ನಿಸಿ 'ನೀವಿಬ್ರೂ ಹೋಗ್ತಾ ಇರಿ ತೋಟಕ್ಕೆ, ನಾನು ಸ್ವಲ್ಪ ಮನೆ ಕಡೆಗೆ ಹೋಗಿ ಬರ್ತೀನಿ' ಅನ್ನುತ್ತಾ ಅವರನ್ನು ಕಳಿಸಿ ಮನೆ ಕಡೆಗೆ ಬರುತ್ತಿದ್ದ ಭೀಮನಿಗೆ ರತ್ನಾ ಮತ್ತು ಚಂದನಾ ಹೋದ ಕಡೆಗೇ ವಿಕ್ರಮ್ ಗ್ಯಾಂಗ್ ಹೋಗುತ್ತಿದ್ದುದು ಕಂಡಿತು. ಭೀಮ ಮನೆ ಕಡೆಗೆ ಹೋಗುವುದರ ಬದಲಾಗಿ ಅವರನ್ನು ಹಿಂಬಾಲಿಸಿದ. ಅಲ್ಲಿ ನಡೆಯುತ್ತಿದ್ದುದನ್ನೆಲ್ಲಾ ತನ್ನ ಮೊಬೈಲಿನಲ್ಲಿ ಚಿತ್ರೀಕರಿಸಿಕೊಂಡ. ಅವರೋ ಮೂವರು ಧಾಂಡಿಗರು. ಹೆಚ್ಚು ಅನುಚಿತವಾಗಿ ವರ್ತಿಸಿದರೆ ಮನೆಗೆ ಫೋನ್ ಮಾಡಿ ವಿಷಯ ತಿಳಿಸಿ ಮೂವರೊಂದಿಗೂ ಕೈ ಕೈ ಮಿಲಾಯಿಸುವ ತಯಾರಿಯಲ್ಲಿಯೇ ಇದ್ದ ಭೀಮನಿಗೆ ಹುಡುಗಿಯರ ಚೀರಾಟಕ್ಕೆ ಅವರೆಲ್ಲರೂ ಹೋದದ್ದನ್ನು ನೋಡಿ ಬೇರೆ ದಾರಿ ಹಿಡಿದು ಹುಡುಗಿಯರಿಗಿಂತ ಮುಂದಾಗಿ ಮನೆಗೆ ಬಂದು ಮಾಧವಿಗೆ ಈ ವಿಡಿಯೋ ತೋರಿಸಿದ. ಆವಾಗಲೇ ಮಾಧವಿ ಕಾರ್ಯತತ್ಪರಳಾದಳು. ತತ್ಕ್ಷಣವೇ ಅವಳಿಗೆ ಹೊಳೆದದ್ದು ಕೇಶವನನ್ನು ಹಳ್ಳಿಗೆ ಕರೆಸುವ ವಿಚಾರ. ಅಷ್ಟಲ್ಲದೇ ಮತ್ತೊಂದು ಸ್ಫೋಟಕ ಸುದ್ದಿ ಕೇಶವನಿಂದ 'ಮಾಧವಿ, ನಿಮ್ಮ ಹಳ್ಳಿಯಲ್ಲಿ ಆ ವಿಕ್ರಮ್ ಒಂದು ಅಪ್ರಾಪ್ತ ಹುಡುಗಿಯನ್ನು ಮದುವೆಯಾಗುವುದಾಗಿ ನಂಬಿಸಿ ಪಟ್ಟಣಕ್ಕೆ ಕರೆತರುವ ಹೊತ್ತಿನಲ್ಲೇ ಆ ಹುಡುಗಿಯು ಸಮಯಪ್ರಜ್ಞೆಯಿಂದ ಪಾರಾಗಿದ್ದು, ಅವರದ್ದೊಂದು ಪಡೆಯೇ ಇದೆಯಂತೆ ಹುಡುಗಿಯರನ್ನು ಅಪಹರಿಸಿ ಮಾರಾಟ ಮಾಡೋದು. ಪಟ್ಟಣದ ಪೊಲೀಸ್ ಸ್ಟೇಷನ್ನಲ್ಲಿ ಈ ಕೇಸ್ ದಾಖಲಾಗಿದೆ. ಈ ಕೇಸ್ ನನಗೇ ವಹಿಸಿರೋದ್ರಿಂದ ನಾನು ಹಳ್ಳಿಗೆ ಬರಲೇಬೇಕಾಗಿದೆ'. ಕೇಶವನ ಮಾತು ಕೇಳಿ ಮಾಧವಿಗೆ ಅಚ್ಚರಿಯ ಜೊತೆಗೆ ಗಾಬರಿ.

ಅದೇ ಪ್ರಕಾರವಾಗಿ ಅಂದು ತೋಟದಲ್ಲಿ ಎಲ್ಲರೂ ಕುಳಿತಾಗ ಭೀಮನೊಂದಿಗೆ ಹೊರಟ ಕೇಶವ, ವಿಕ್ರಮ್ ಮತ್ತು ಗೆಳೆಯರನ್ನು ಪತ್ತೆ

ಹಚ್ಚಿದ್ದು ಮಲ್ಲೇಗೌಡ್ರ ತೋಟದಲ್ಲಿ. ತೋಟದ ಮನೆಯಲ್ಲಿ ಮಧ್ಯಪಾನದ ಜೊತೆಗೆ ಮಾಂಸದೂಟದಲ್ಲಿ ಮಗ್ನರಾಗಿದ್ದ ಎಲ್ಲರೊಂದಿಗೆ ವಿಕ್ರಮ್ ಮೈಮೇಲೆ ಸ್ಥಿಮಿತವಿಲ್ಲದೆ ಮಾತನಾಡುತ್ತಲೇ ಇದ್ದ 'ಆ ರತ್ನಿ ಮತ್ತು ಅನಂತನ್ ಮಗಳ್ನ ಎತ್ತಿ ಹಾಕ್ಕಂಡು ಹೋಗೋನ್ರೋ ಬೊಂಬಾಯಿಗೆ. ಸೊಕ್ಕಿಲೇ ಮೆರೀತವಳೇ ರತ್ನಿ. ಇಬ್ರನ್ನೂ ಮಾರಿಬರೋಣ. ಏನಂತೀರಲಾ?' ಅಂದಾಗ ಗೆಳೆಯರು ಕೂಡಾ ನಿಶೆಯಲ್ಲಿ 'ಆಯ್ತು ಕನ್ಲಾ. ಅಂಗೇ ಮಾಡ್ವಾ' ಈ ಮಾತುಗಳನ್ನೆಲ್ಲ ಕೇಳಿದ ಕೇಶವ ಪಟ್ಟಣದ ಪೊಲೀಸ್ ಸ್ಟೇಷನ್‌ಗೆ ಫೋನ್ ಮಾಡಿ ಪೇದೆಗಳೊಂದಿಗೆ ಇನ್ಸ್ಪೆಕ್ಟರ್ ಗೂ ಕೂಡ ಬರಹೇಳಿದ. ತೋಟದ ಮನೆಯೊಳಗೆ ಹೊಕ್ಕ ಕೇಶವ, ವಿಕ್ರಮ್ ಮತ್ತು ಗೆಳೆಯರನ್ನು ಬೆಂಡೆತ್ತತೊಡಗಿದ. ಅಷ್ಟರಲ್ಲೇ ಬಂದ ಪೊಲೀಸ್ ಪಡೆ ಮೂವರಿಗೂ ಧರ್ಮದೇಟು ನೀಡಿ ಜೀಪ್ ಒಳಗೆ ಹತ್ತಿಸಿಕೊಂಡು ಪೊಲೀಸ್ ಸ್ಟೇಷನ್ ಮಾರ್ಗ ಹಿಡಿಯಿತು.

ತೋಟಕ್ಕೆ ಮರಳಿದ ಕೇಶವ ದಣಿದಿದ್ದ. ಊಟದ ನಂತರ ಸ್ವಲ್ಪ ಸುಧಾರಿಸಿಕೊಂಡ ಕೇಶವನಿಗೆ ಗಣಿತದ ಮೇಷ್ಟ್ರ ಸಮಸ್ಯೆ ಸೊಳ್ಳೆ ಹೊಡೆದಷ್ಟು ಸುಲಭವಿತ್ತು. ಯಾವುದೋ ಫೋನ್ ಕರೆ ಎಂದು ಎದ್ದು ಹೋದ ಕೇಶವ ಕರೆ ಮಾಡಿದ್ದು ಗಣಿತದ ಮೇಷ್ಟ್ರಿಗೆ. ಹರಟುತ್ತಾ ನಗುತ್ತಿದ್ದಾಗಲೇ ಅವರ ಹತ್ರ ಫೋನ್ ನಂಬರ್ ತಗೊಂಡಿದ್ದ ಕೇಶವ, ಗಣಿತದ ಮೇಷ್ಟ್ರಿಗೆ ಮತ್ತು ಚಂದನಾಳಿಗೆ ಕಾನ್ಫರೆನ್ಸ ಕಾಲ್ ಮಾಡಿದ್ದ. 'ಓಯ್ ಮೇಷ್ಟ್ರೇ, ನಿಮ್ಮಾಟ ನಮಗೆಲ್ಲಾ ಗೊತ್ತಿಲ್ಲಾ ಅಂದುಕೊಂಡಿದ್ದೀರಾ ಹೇಗೆ? ನಾನ್ ಹೇಳೋದನ್ನ ಸರಿಯಾಗಿ ಕೇಳಿಸ್ಕೊಳ್ಳಿ. ನಾನು ನಿಂಗೆ ಹಾಕಿರೋ ನಿನ್ನ ವಿಡಿಯೋ ಮತ್ತು ಫೋಟೋಗಳ್ನ ನೋಡ್ಕೊಳ್ಳಿ ಆಮೇಲೆ. ಹಾಗೇ ನಾನ್ಯಾರು ಅನ್ನೋದನ್ನು ಹಾಕಿದ್ದೀನಿ ನೋಡ್ಕೊಳ್ಳಿ. ಹಳ್ಳಿಲಿ ಮರ್ಯಾದೆಯಾಗಿ ಪಾಠ ಮಾಡೋದ್ ಬಿಟ್ಟು ಕಂಡವರ ಹೆಣ್ಣುಮಕ್ಕಳ ಮೈ ಕೈ ಮುಟ್ಟೋದು, ಮನೆಪಾಠಕ್ಕೆ ಕರೆದು ಅನುಚಿತವಾಗಿ ವರ್ತಿಸೋದು ನಮಗೆ ಗೊತ್ತಿಲ್ಲಾ ಅನ್ಕೊಂಡಿದ್ದೀರಾ? ನಿಮ್ಮಾಟಗಳೆಲ್ಲಾ ಮೊಬೈಲ್ನಲ್ಲಿವೆ. ಟಿವಿ ಮಾಧ್ಯಮಕ್ಕೆ ಇದನ್ನೆಲ್ಲಾ ಕೊಟ್ರೆ ನಿಮ್ಮ ಪರಿಸ್ಥಿತಿ ಏನಾಗುತ್ತೆ ಅಂತ ಗೊತ್ತಾ ನಿಮಗೆ? ಕೆಲ್ಸಾ ಕಳ್ಕೊಂಡು ಮಾನಗೇಡಿಯಾಗಿ ಮನೆ ಸೇರ್ಬೇಕಷ್ಟೆ. 'ಗುರುಬ್ರಹ್ಮ ಗುರುವಿಷ್ಣು ಗುರುದೇವೋ ಮಹೇಶ್ವರಃ' ಅಂತ ಗುರುವಿನಲ್ಲೇ ತ್ರಿಮೂರ್ತಿಗಳನ್ನು ಕಾಣುವ ಸಂಸ್ಕೃತಿ ನಮ್ಮದು. ನೀವು ಹಳ್ಳಿಗೆ ಬಂದದ್ದು ಮಜಾ ಮಾಡಕ್ಕಾ? ರಜೆ ಮುಗಿದ ನಂತರ ನಿಯತ್ತಿಂದ ಇದೇ ಹಳ್ಳೀಲಿ ಪಾಠ ಮಾಡ್ಬೇಕು. ವರ್ಗಾವಣೆ ಅದು ಇದು ಅಂದ್ರ್ಯೋ ಈ ವಿಡಿಯೋ ಮತ್ತು ಫೋಟೋಗಳನ್ನೆಲ್ಲಾ ಶಿಕ್ಷಣ ಸಚಿವರಿಗೆ ಮುಟ್ಟಿಸ್ತೀನಿ. ಎಚ್ರ ಇರ್ಲಿ. ಚಂದನಾ, ಕೇಳಿಸ್ಕೊಂಡ್ಯಾ? ತೆಪ್ಪಗೇ ಶಾಲೆಗೇ ಹೋಗಿ ಪಾಠ ಕಲಿಯೋದು ಬಿಟ್ಟು ಇದೇನು ಸಲಿಗೆ ನಿಂದು. ಈ

ಮೇಷ್ಟ್ರ ಹತ್ರ ಹೀಗೇ ಮಾಡ್ತಾ ಇದ್ರೆ ಶಾಲೆ ಬಿಡ್ಸಿ ಮದುವೆ ಮಾಡಕ್ಕೆ ಹೇಳ್ತಿನಿ ನಿಮ್ಮ ಅಪ್ಪಂಗೆ. ಇಬ್ಬರೂ ಬಾಯಿ ಮುಚ್ಚಿಕೊಂಡು ಹೊರಡ್ತಿರಿ'. ಕೇಶವನ ಮಾತುಗಳನ್ನು ಕೇಳಿದ ಮೇಷ್ಟ್ರಿಗೆ ಸಿಡಿಲು ಹೊಡೆದಂತಾಯ್ತು !! ಚಂದನಾ ಹೆದರಿಕೆಯಿಂದ ಕಂಗಾಲಾದಳು.

ಮೇಷ್ಟ್ರು ಅವಸರವಸರವಾಗಿ ತಮ್ಮ ಊರಿಗೆ ಧಾವಿಸಿದ್ದು ಇದೇ ಕಾರಣಕ್ಕೆ. ಮೊದಲೇ ಚಂದನಾ ಕೇಶವನ ಮಾತಿಗೆ ಅಧೀರಳಾಗಿದ್ದಳು. ಇನ್ನು ಟಿಕ್ –ಟಾಕ್, ಸೆಲ್ಫಿ ಇದೆಲ್ಲಾ ಮಾಡ್ತಾ ಕೂತ್ರೆ ಅಪ್ಪನಿಗೆ ಗೊತ್ತಾದ್ರೆ ಸಿಗಿದು ಊರ ಬಾಗಿಲಿಗೆ ತೋರಣಾ ಕಟ್ಟಾನೆ ಅನಿಸಿದ್ದು ಸಹಜ. ಅದಕ್ಕಾಗಿಯೇ ದೀಪ್ತಿಯ ಮಾತುಗಳಿಗೆ ಚಂದನಾ ಬೇಗ ಸ್ಪಂದಿಸಿದಳು.

ಮರುದಿನದ ಬೆಳಗು ಎಲ್ಲರಲ್ಲೂ ನವೋಲ್ಲಾಸ ತಂದಿತ್ತು. ನಸುಕಿಗೇ ಎದ್ದು ರೋಹಿತ್ ಜೊತೆ ಚಂದನಾ ಅಭ್ಯಾಸ ಮಾಡುತ್ತಿರುವುದನ್ನು ನೋಡಿದ ಮಾಧವಿಗೆ ಅಚ್ಚರಿ. ಮಕ್ಕಳ ಮನಸದು ಜೇಡಿ ಮಣ್ಣಿನಂತೆ. ಯಾವ ರೂಪವನ್ನಾದ್ರೂ ಕೊಡಬಹುದು. ಈ ಹದಿವಯಸ್ಸೇ ಅಂಥಹದ್ದು. ಒಳಿತು ಕೆಡುಕಿನ ಮಾರ್ಗ ಹುಡುಕುವಿಕೆಯಲ್ಲಿ ಎಡವುವ ವಯಸ್ಸಿದು. ಪಾಪ, ಮಕ್ಕಳ ಭವಿಷ್ಯ ಚಂದ ಆದ್ರೆ ಸಾಕು ಅಂದುಕೊಂಡ ಮಾಧವಿ, ಅತ್ತೆ –ಮಾವ ಅವರ ಕೋಣೆ ಹೊಕ್ಕಳು. ರಜನಿ ಎಲ್ಲರಿಗೂ ಅಲ್ಲೇ ಕಾಫಿ ತಂದಳು. 'ಅತ್ತೇ, ನಾವು ನಾಳೆ ಬೆಳಿಗ್ಗೆ ಊರಿಗೆ ಹೊರಡ್ತೀವಿ. ಬಂದು ವಾರವಾಯ್ತು. ಮುಂದಿನ ತಿಂಗಳು ಅನಂತೂ ಜೊತೆ ನೀವಿಬ್ಬರೂ ನಮ್ಮಲ್ಲಿಗೇ ಬನ್ನಿ. ನಿಮಗೆ ಸಾಕೆನ್ನಿಸುವಷ್ಟು ದಿನಗಳು ನಮ್ಮೊಂದಿಗಿರಿ. ನೀವು ನಮ್ಮೊಂದಿಗೂ ಇರ್ಬೇಕು ಅಂತಾ ನಮಗೂ ಆಶೆ.' ಮಾಧವಿಯ ಮಾತಿಗೆ ರಜನಿಗೆ ದುಃಖ ಉಮ್ಮಳಿಸಿ ಬಂತು. 'ಅಕ್ಕಾ ನಾಳೇನೇ ಹೊರಡ್ತೀರಾ? ತುಂಬಾ ಬೇಜಾರಾಗ್ತಿದೆ ನೀವು ಹೊರಡೋದು ಕೇಳಿ' ರಜನಿಯ ಕೈ ಹಿಡಿದು ಸಂತೈಸುತ್ತಾ 'ಅಯ್ಯೋ ಹುಚ್ಚಿ. ಇದಕ್ಕೆಲ್ಲಾ ಅಳ್ತಾರೇನೇ? ಜಾಣೆ ಅಲ್ವಾ ನೀನು. ಮನೆ ಕಡೆ ಗಮನ ಕೊಡು. ಹಣದ ಮೇಲೆ ಹಿಡಿತ ಇರ್ಲಿ. ಮಕ್ಕಳ ಬಗ್ಗೆ ನಿಗಾ ಇರ್ಲಿ' ಸೊಸೆಯ ಬುದ್ಧಿವಂತಿಕೆಯಿಂದ ಕೂಡಿದ ಪ್ರಬುದ್ಧ ಮಾತುಗಳನ್ನು ಕೇಳಿದ ರಾಮಪ್ಪನವರು ಮತ್ತು ಲಲಿತಮ್ಮನವರಿಗೆ ಹೃದಯ ತುಂಬಿ ಬಂತು. 'ಅದೆಷ್ಟು ಜಾಣೆಯಮ್ಮ ನೀನು. ಹಿರಿಸೊಸೆಯಾಗಿ ನಿನ್ನ ಕರ್ತವ್ಯ ಎಷ್ಟು ಚೆನ್ನಾಗಿ ನಿಭಾಯಿಸ್ತೀ ಮಗು. ನಿಮ್ಮಿಬ್ಬರನ್ನೂ ಪಡೆದ ನಮ್ಮ ಮಕ್ಳು ಪುಣ್ಯವಂತ್ರು ಕಣಮ್ಮಾ'

ಮಾಧವಿಯ ಕೈಯನ್ನು ಗಟ್ಟಿಯಾಗಿ ಹಿಡಿದು ಅಳತೊಡಗಿದ ಅತ್ತೆಯ ಸಮೀಪ ಕುಳಿತ ಮಾಧವಿ ಅವರ ಕಣ್ಣೊರಸಿ 'ನೀವು ಅತ್ರೇ ನಂಗೂ ಅಳು

ಬರುತ್ತೆ. ಅಪ್ಪ – ಅಮ್ಮನ ಪ್ರೀತಿ ನಿಮ್ಮಿಬ್ಬರಲ್ಲಿ ಕಂಡೆ. ನಮ್ಮ ಮನೆ ಯಾವತ್ತೂ ಹೀಗೇ ಇರ್ಬೇಕು ಅತ್ತೆ. ನಂದಗೋಕುಲದಂಥ ನಮ್ಮ ಮನೆಗೆ ಯಾರದ್ದೂ ದ್ರಿಷ್ಟಿ ತಾಕಬಾರದು'.

ಮಾಧವ ಅವತ್ತಿಡೀ ಅನಂತನೊಂದಿಗೆ ಹೊಸತೋಟದ ಖರೀದಿಯ ಸಲುವಾಗಿ ಅಡ್ಡಾಡಿ, ಅವರಿಗೆ ಮುಂಗಡ ಹಣ ಕೊಟ್ಟು, ಸಾಕ್ಷಿಗಳಿಂದ ಸಹಿ ಹಾಕಿಸುವ ಕೆಲಸದಲ್ಲಿ ಮಗ್ನನಾಗಿದ್ದರೆ, ರಜನಿ ಮ್ಲಾನವದನಳಾಗಿ ಮಾಧವಿಗೆ ಕಳಿಸಲು ತಿಂಡಿ ತಯಾರಿಸುವುದು ಮತ್ತು ಪ್ಯಾಕ್ ಮಾಡುವುದರಲ್ಲಿ ಮಗ್ನಳಾಗಿದ್ದಳು.

ಮರುದಿನದ ಬೆಳಗು. ಮಂಕು ಕವಿದ ವಾತಾವರಣ. ಭೀಮನಿಗೆ ತೆಂಗಿನಕಾಯಿಗಳನ್ನು, ಅಕ್ಕಿ ಮೂಟೆ ಮತ್ತು ಹಣ್ಣುಗಳನ್ನು ಕಾರಿನ ಡಿಕ್ಕಿಗೆ ತುಂಬಿಸಿಡುವ ಕೆಲಸ. ಲಲಿತಮ್ಮನವರು ತಮ್ಮ ವಜ್ರದ ಬೆಂಡೋಲೆಗಳನ್ನು ಮಾಧವಿಗೆ ಕೊಟ್ಟರೆ, ರಜನಿ ಊರಿಂದ ಬರುವಾಗ ತಂದಿಟ್ಟಿದ್ದ ಸೀರೆಯನ್ನು ಉಡಿ ತುಂಬಿದಳು. ದೀಪ್ತಿಗೆ ಒಳ್ಳೆಯ ಡ್ರೆಸ್ ಕೊಟ್ಟಾಗ ಚಿರಾಗ್ 'ನಂಗೇನು ಇಲ್ವಾ 'ಅಂತ ಸೊಂಡಿಯುಬ್ಬಿಸಿದಾಗ ರಾಮಪ್ಪನವರು ತಮ್ಮ ಕತ್ತಿನಲ್ಲಿದ್ದ ಒಂದೆಳೆ ಬಂಗಾರದ ಚೈನನ್ನು ಮೊಮ್ಮಗನ ಕತ್ತಿಗೆ ಹಾಕಿದಾಗ ಮಾಧವಿಗೆ ಉಮ್ಮಳಿಸಿ ಬಂದ ದುಃಖ ತಡೆಯಲಾರದೆ ರಜನಿಯನ್ನು ಅಪ್ಪಿಕೊಂಡು ಅತ್ತೇಬಿಟ್ಟಳು. ಮನೆಯ ಮುಂದೆ ಕಾರು ತಯಾರಾಗಿ ನಿಂತು, ಮಾಧವ ಪದೇ ಪದೇ ಹಾರ್ನ್ ಹಾಕತೊಡಗಿದಾಗ ಭಾರವಾದ ಮನಸ್ಸಿನಿಂದ ಮಾಧವಿ ಮನೆಯಿಂದ ಹೊರಬಿದ್ದಳು. ತನ್ನ ಹತ್ತಿರ ಇದ್ದ ಮೂರು ಸಾವಿರ ರೂಪಾಯಿಗಳನ್ನು ಗಂಗಮ್ಮನ ಕೈಲಿಟ್ಟು ಮಕ್ಕಳಿಗೆ ಬಟ್ಟೆ ಕೊಡಿಸಲು ಹೇಳಿ ಕಾರಿನತ್ತ ನಡೆದಳು ಮಾಧವಿ. ಅವಳನ್ನೇ ಹಿಂಬಾಲಿಸಿದ ದೀಪ್ತಿ ಮತ್ತು ಚಿರಾಗ್ ಕೂಡಾ ಹಿರಿಯರೆಲ್ಲರ ಕಾಲಿಗೂ ನಮಸ್ಕರಿಸಿ ಕಣ್ಣೊರೆಸಿಕೊಳ್ಳುತ್ತಾ ಕಾರನ್ನೇರಿದರು. ರಾಮಪ್ಪನವರು ಮತ್ತು ಲಲಿತಮ್ಮಾ ಅವರ ಕೈಹಿಡಿದ ಚಂದನಾ ಮತ್ತು ರೋಹಿತ್, ಅನಂತ್, ರಜನಿ, ಭೀಮ, ಮಲ್ಲೇಶಿ, ಗಂಗಮ್ಮ, ನೇತ್ರಾ ಮತ್ತು ರತ್ನಾ ಕಣ್ಣೀರ್ಗರೆಯುತ್ತಾ ನಿಂತಿರುವದನ್ನು ಕಾರಿನೊಳಗಿನಿಂದ ನೋಡುತ್ತಾ ಕಿಟಕಿಯ ಹೊರಗೆ ಕೈ ಹಾಕಿ ಒಬ್ಬರಿಗೊಬ್ಬರು ಟಾಟಾ ಬೈ ಬೈ ಹೇಳುವ ದೃಶ್ಯ ಮನಕಲಕುವಂತಿತ್ತು. ಕೊಟ್ಟಿಗೆಯಿಂದ ಗೌರಿಯ 'ಅಂಬೋ' ಧ್ವನಿ ಕೇಳಿ ಬಂದಾಗ ಕಾರನ್ನು ಚಲಿಸಲು ಪ್ರಾರಂಭಿಸುತ್ತಿದ್ದ ಮಾಧವ ಕಾರನ್ನು ನಿಲ್ಲಿಸಿ ಕೊಟ್ಟಿಗೆಗೆ ಹೋಗಿ ಮುದ್ದು ಹಸು ಗೌರಿ ಮತ್ತು ಕರು ಕಾಮಧೇನುವನ್ನು ಅಪ್ಪಿ ಮುತ್ತಿಟ್ಟು ಕಣ್ಣೊರೆಸಿಕೊಳ್ಳುತ್ತಾ ಕಾರನ್ನೇರಿದ್ದು ಎಲ್ಲರ ಕಣ್ಣೀರು ಹೆಚ್ಚಿಸಿತು.

೩. ವರ್ಷಗಳ ನಂತರ

ದೀಪ್ತಿ *M. SC* ಮುಗಿಸಿ ಲೆಕ್ಚರರ್ ಹುದ್ದೆ ಅಲಂಕರಿಸಿದ್ದಳು. ಜೊತೆ ಜೊತೆಗೆ *B. ED* ಓದುವ ತಯಾರಿಯಲ್ಲಿದ್ದಳು. ಚಿರಾಗ್ ತನ್ನ *KAS* ಪರೀಕ್ಷೆಯ ತಯಾರಿಯಲ್ಲಿದ್ದ. ಮಾಧವನ ಮನೆಯಲ್ಲೇ ಇರುವ ಚಂದನಾ *SSLC*ಯಲ್ಲಿ ತಾಲೂಕಿಗೆ ಮೊದಲನೆಯವಳಾಗಿ ಪಾಸಾಗಿ ಕಾಮರ್ಸ್ ವಿಷಯ ಆಯ್ದುಕೊಂಡರೆ, ರತ್ನಾ ದ್ವಿತೀಯ ಸ್ಥಾನ ಪಡೆದು ವಿಜ್ಞಾನ ವಿಷಯ ಅಭ್ಯಸಿಸುತ್ತಿದ್ದಳು. ಮಾಧವ ಈಗ ಅದೇ ಕಾಲೇಜಿನಲ್ಲಿ ಪ್ರಿನ್ಸಿಪಲ್. ನವೀಕರಿಸಿದ ತೋಟದ ಮನೆಯಲ್ಲಿ ಭೀಮನ ಸಂಸಾರ. ಗಂಗಮ್ಮನ ಮಗಳು ನೇತ್ರಾಳನ್ನು ಮದುವೆಯಾಗಿ ಒಂದು ಗಂಡು ಮಗುವಿನ ತಂದೆಯಾಗಿ ಸುಖೀ ಜೀವನ ಅವನದ್ದು. ಒಬ್ಬಂಟಿಗಳಾದ ಗಂಗಮ್ಮನಿಗೆ ಮಹದೇವಪ್ಪನೇ ತಂದೆಯ ಪ್ರೀತಿ ತೋರಿದಾಗ ತವರನ್ನೇ ಕಾಣದ ಗಂಗಮ್ಮಾ ಈಗ ಭೀಮನ ಆಶ್ರಯದಲ್ಲಿ. ಎರಡೂ ತೋಟಗಳನ್ನು ರಾಸಾಯನಿಕ ಮುಕ್ತ ತೋಟವನ್ನಾಗಿಸಿ, ಸಾವಯವ ಕೃಷಿಯನ್ನೇ ಅಭಿವೃದ್ಧಿಪಡಿಸಿದ ಅನಂತ 'ಕೃಷಿ ಮಾಂತ್ರಿಕ 'ಬಿರುದನ್ನು ರಾಷ್ಟ್ರಪತಿಗಳಿಂದ ಪಡೆದು ಹೆಸರುವಾಸಿಯಾಗಿದ್ದ. ರಜನಿ ಗಂಡನೊಂದಿಗೆ ಕೈಜೋಡಿಸಿ ಆದಾಯ ಹೆಚ್ಚಿಸುವ ರೂಪುರೇಷೆಗಳನ್ನು ಸಮಯೋಚಿತವಾಗಿ ಸೂಚಿಸುತ್ತಾ ನುರಿತ ಮಂತ್ರಿಯಾಗಿದ್ದಳು. ಗಣಿತದ ಗುರುಗಳು ಶಾಲೆಯ ಮಕ್ಕಳೊಂದಿಗೆ ಉತ್ತಮ ಬಾಂಧವ್ಯ ಹೊಂದಿ ಶಾಲೆಯ ಹೆಸರನ್ನು ಜಿಲ್ಲಾ ಮಟ್ಟದಲ್ಲಿ ಗುರುತಿಸುವಂತೆ ಮಾಡಿದ್ದಲ್ಲದೇ, ಅನಂತೂ ಪರಿವಾರದಲ್ಲಿ ಆತ್ಮೀಯ ಸದಸ್ಯರಲ್ಲೊಬ್ಬರಾಗಿದ್ದರು. ಮಲ್ಲೇಶಿ ಈಗ ಭೀಮನ ಬಲಗೈ ಬಂಟನಾಗಿದ್ದರೆ, ಎರಡು ವರ್ಷ ಜೈಲು ಶಿಕ್ಷೆ ಅನುಭವಿಸಿ ಹೊರಬಂದ ವಿಕ್ರಮ್ ಒಂದು ರಾಜಕೀಯ ಪಕ್ಷದ ಯುವ ಮುಖಂಡನಾಗಿ ರಾಜಧಾನಿ ಸೇರಿದ್ದ.

ಜೀವನದ ಜೋಕಾಲಿಯಲ್ಲಿ ಏರು ಇಳಿವುಗಳು ಇದ್ದೇ ಇರುತ್ತವೆ. ಹೆಚ್ಚು ಜೀಕಿದಾಗ ಹಿಗ್ಗದೇ, ಜೋಕಾಲಿಯಿಂದ ಮುಗ್ಗರಿಸಿದಾಗ ಕುಗ್ಗದೇ ಎರಡೂ ಪರಿಸ್ಥಿತಿಗಳನ್ನು ಸಮಚಿತ್ತದಿಂದ ನಿಭಾಯಿಸಿ ಈಸಬೇಕು ಇದ್ದು ಜಯಿಸಬೇಕು. ಸಂಸಾರದಲ್ಲಿ ಸಮತೋಲನ ಕಾಪಾಡುವಲ್ಲಿ ಮನೆಯ ಹೆಂಗಸರ ಪಾತ್ರ ಹಿರಿದಾಗಿದ್ದು, **ಕಾರ್ಯೇಷು ದಾಸಿ, ಕರಣೇಷು ಮಂತ್ರಿ** ಜೊತೆಗೆ ಕ್ಷಮಯಾ ಧರಿತ್ರಿಯರಾದಾಗಲೇ ಜೀವನದ ಜೋಕಾಲಿಯ ಹಗ್ಗ ತುಂಡಾಗದೆ ಮತ್ತು ಸಿಕ್ಕು ಬೀಳದೇ ಸುಗಮವಾಗಿ ಸಾಗಬಹುದಾಗಿದೆ.

-----*** **ಮುಕ್ತಾಯ** ***-----

ಕಥಾಗುಚ್ಛದ ಸದಸ್ಯರ ಸುಂದರ ಪ್ರತಿಕ್ರಿಯೆಗಳು

Kruti Shirol
ಮೇಡಂ ಸುಮಾರು ಮನೆಗಳಿಂದ ಹಿಡಿದು ಸಿನೆಮಾ
ಸೀರಿಯಲ್ಲು ಎಲ್ಲಾ ಕಡೆಗೂ ಬರೀ ಜಗಳ ರಗಳೆ ರಸಕಸೆ
ಇದೇ ಕೇಂದ್ರಬಿಂದು. ಕಥೆಯಲ್ಲಾದ್ರೂ ಒಳ್ಳೆದನ್ನ ಓದಿದ್ರೆ
ಏನೋ ಸಮಾಧಾನ
ಹಿತವಾದ ಪ್ರಾರಂಭ ...

Geetha Bhat Nayak
ತೋಟದ ಊಟದ ಕರೆ
ಕುತೂಹಲಕ್ಕೆ ಸ್ವಲ್ಪನಾದರೂ ತೆರೆ
ರಜನಿ ಚಂದನಾಳಿಗೆ ಸಿಗುವುದು ಬರೆ
ಭೀಮನ ಆಟಕ್ಕೆ ಉಳಿಗಾಲವಿಲ್ಲ ಖರೆ

Rajendra Inamadar
ಅಕ್ಕ ಒಂದು ಒಂದು ಕಾದಂಬರಿ ಬರೆದು ಬಿಡಿ ಅದ್ಭುತ
ಅತ್ಯುತ್ತಮ ಬರವಣಿಗೆ ನಿಮ್ಮದು ....ಉತ್ತಮ
ಕವಯತ್ರಿ..... ಸೂಪರ್ ಮತ್ತೊಮ್ಮೆ ಸಿ.ಸಾ.ನ....

Sandhya Phadnis
ಮಾಧವಿ ಆಶೆಪಟ್ಟು ಊರಿಗೆ ಬಂದಿದ್ದು ಸಾರ್ಥಕ
ಆಯ್ತು ನೋಡ್ರಿ. ಆದ್ರೂ ನಮ್ಮನ್ನೆಲ್ಲ ಬಿಟ್ಟು ತೋಟದ
ಊಟ ಮಾಡಿದ್ರಲ್ಲ ಅವರೆಲ್ಲಾ ಅದೊಂಚೂರು ಬ್ಯಾಸರ
ಅದ ನೋಡ್ರಿ ನನಗ.

Uma Lokesh
ತುಂಬಾ ಚೆನ್ನಾಗಿದೆ
ಹೆಣ್ಣು ಕುಟುಂಬದ ಕಣ್ಣು ಎಲ್ಲರೂ ಹೀಗೆ
ನಡೆದುಕೊಂಡರೆ ಬೇರೆ ಬೇರೆ ಇದ್ದರು ಅಲ್ಲಿ ಪ್ರೀತಿ
ಪ್ರೇಮ ನೆಲೆಸಿರುತ್ತದೆ

Anitha Pai
ನಾಲ್ಕು ದಿನ ನಿಮ್ಮ ಕಥೆ ಓದದೇ ಏನೋ ಕಳೆದುಕೊಂಡ
ಹಾಗೇ ಆಗಿತ್ತು, ನಿನ್ನೆ ರಾತ್ರಿ ಮಗಳ ಹತ್ತಿರ ಹೇಳುತ್ತಿದ್ದೆ,
ಚಂದದ ಧಾರವಾಹಿ ಬರೆಯುತ್ತಿದ್ದಾರೆ, ನಾಲ್ಕು
ದಿನಗಳಿಂದ ಹಾಕೇ ಇಲ್ಲ ಬ್ಯುಸಿ ಏನೋ ಅಂತ. ಈಗ
ಸಮಾಧಾನವಾಯ್ತು.

Vani Shan
ಅಬ್ಬಾ ದಿನಾ ಹುಡುಕುತಿದ್ದೆ. ಇವತ್ತು ನೋಡಿ ಸ್ವಲ್ಪ
ಸಮಾಧಾನ ಆಯ್ತು. ಇಲ್ಲಾಂದ್ರೆ ನಾನೇ ಮೆಸೇಜ್
ಮಾಡ್ಬೇಕು ಅಂದುಕೊಂಡಿದ್ದೆ. ಕಥೆಯ ಮುಂದಿನ ಭಾಗ
ಕಳಿಸಿ ಅಂತ.

Kamala B S Suchitra
ಮುಖಪುಟ ತೆಗೆದ ತಕ್ಷಣ ನಿಮ್ಮ ಬರಹ ಕಂಡು ತುಂಬಾ
ಖುಷಿ ಆಯಿತು. ಕಥೆ ತುಂಬಾ ಚೆನ್ನಾಗಿ ಮೂಡಿ
ಬರುತ್ತಿದೆ. ಪ್ರತಿ ದಿನ ಬೆಳಿಗ್ಗೆ ಇದಕ್ಕಾಗಿ ಕಾಯುವೆ.

೬೩ / ಜೀವನ ಜೋಕಾಲಿ

ಮಾರ್ ಕೆ.ವಿ.
ಒಂದು ಸುಂದರ ಕೌಟುಂಬಿಕ ಕತೆ. ಸಿಕ್ಕುಸಿಕ್ಕಾದ ಸಮಸ್ಯೆಗಳೆಲ್ಲವೂ ಸುಲಲಿತವಾಗಿ ಪರಿಹಾರ ಆದ ಬಗೆ ಸಿನೀಮಿಯ ಅನ್ನಿಸಿದರೂ.. ಹತ್ತಾರು ಗೂಂಡಾಗಳೊಂದಿಗೆ ಹೊಡೆದಾಟ ಮಾಡಿದರೂ ಜೀವಕ್ಕೆ ಅಪಾಯವಾಗದ ಹೀರೋನನ್ನು ಒಪ್ಪಿಕೊಳ್ಳುವ ಮನಸ್ಸಿಗೆ ಅಭಾಸ ಎನ್ನಿಸಲಿಲ್ಲಾ. ಒಟ್ಟಿನಲ್ಲಿ ಸುಖಾಂತ್ಯ, ಹೀಗೆಯೇ ಇರಬೇಕು ಎನ್ನುವ ಮೌಲ್ಯಗಳು, ನಿರರ್ಗಳವಾಗಿ ಓದಿಸಿಕೊಂಡು ಹೋಗುವ ಕಥಾವಸ್ತು, ಬರವಣಿಗೆಯ ಶೈಲಿ.. ಮೊದಲ ಬರಹವೆನ್ನುವ ಕುರುಹು ಕೂಡಾ ಕಾಣಿಸದಂತೆ ಮಾಡುವಲ್ಲಿ ಸಫಲವಾಗಿದೆ.. ಅಭಿನಂದನೆಗಳು..

Pallavi M
ಜೀವನ ಜೋಕಾಲಿ ಅತ್ಯುತ್ತಮವಾಗಿ ಮೂಡಿ ಬಂತು...ಸುಖಾಂತ್ಯವೂ ತುಂಬಾ ಇಷ್ಟವಾಯಿತು...ಓದುಗರಿಗೆ ಇದು ಹಲವು ಪಾಠಗಳನ್ನು ಹೇಳಿಕೊಡುವಂತಿತ್ತು...ಒಟ್ಟಿನಲ್ಲಿ ಅತ್ಯುತ್ತಮ ಕಾದಂಬರಿ ...ಇಂದಿಗೆ ಮುಗಿಯಿತೆಂಬುದೇ ಬೇಸರ...ಇನ್ನು ಇಂಥಹ ಅದ್ಭುತ ಹೊಸ ಹೊಸ ಕಾದಂಬರಿಗಳು ನಿಮ್ಮಿಂದ ಹೊರಹೊಮ್ಮಲಿ ಅಕ್ಕ ..ಓದಲು ಕಾಯುತಿರುತ್ತೇವೆ...

Sujatha Sn Reddy
ಅಕ್ಕಾ, ತುಂಬಾ ಸತಾಯಿಸ್ತಿದ್ದೀರಾ... ದಿನ ದಿನಕ್ಕೂ ಕಾತರದಿಂದ ಕಾಯೋಹಂಗೆ ಮಾಡ್ತಿದ್ದೀರಾ... ನಂಗೆ ರಹಸ್ಯವಾಗಿ ಮೆಸ್ಸಂಜೆರ್ ನಲ್ಲಿ ಪೂರ್ತಿ ಕತೆ ಕಳುಹಿಸ್ಬಿಡಿ.. ಓದ್ಕೋತೀನಿ... ಯಾರಿಗೂ ಹೇಳಲ್ಲ ನಿಜ್ವಾಗ್ಲೂ... pls

Sangeetha Kulkarni Heroorkar
ಮೊನ್ನೆ ನಾನು ನಿಮ್ಮನ್ನು ಕಂಜೂಸ್ ಅಂದದ್ದು ಇದಕ್ಕೇ.ತಿರುವು ಕೊಟ್ಟು ನಿಲ್ಲಿಸಿ ಬಿಡ್ತೀರ.ಯಾವ ಟಿವಿ ಸೀರೀಯಲ್ ಗೇನು ಕಮ್ಮಿ ಇಲ್ಲ.ಆದರೆ ಕಥೆ ಮತ್ತು ನಿರೂಪಣೆ ಮಾತ್ರ ಸೂಪರ್..

Vishalakshi Vishalu
ಒಳ್ಳೇ ...ಕೂತೂಹಲದ ವೇಳೆಗೆ ನಿಲ್ಲಿಸುತ್ತೀರಾ.. ಲತಾಜೀ.... ಬರೆಯಲು ಬರೆದಿದ್ದವರಿಗೂ ಬರೆಯುವಂತೆ ಪ್ರೋತ್ಸಾಹಿಸಿ.. ನೀವೂ ಕೂಡ ಹಬ್ಬದ ಊಟದ ಜೊತೆಗೆ. ಮೃಷ್ಟಾನ್ನ ಭೋಜನವನ್ನೇ ಬಡಿಸಿದ್ದೀರಾ... ಈ ದಿನ ವಾದರೂ, ಭೀಮನ ಬಾಯಿ ಬಿಡಿಸಬಹುದಿತ್ತು... ನಾಳೆ ಏನಾಗುತ್ತೋ ಅಂತ ನಾವು, ಬಾಯಿ ಬಿಟ್ಟಕೊಂಡು ಕೂರುವ ಹಾಗೆ ಮಾಡಿದ್ದೀರಾ???

Malathi Prakash
ಅಯ್ಯೋ ಏನೂ ಊಹೆ ಮೋಡ್ಡೋಕೆ ಆಗತಾ ಇಲ್ಲ.ಅಂದು ಕೊಂಡಿದ್ದೆ ಒಂದು ಆದರೆ ಬೇರೇನೆ ತಿರುವು ಕೊಡತಾ ಇದ್ದೀರಿ.ಸೂಪರ್ ಲತಕ್ಕ

Anitha Mamathesh
ಒಂದು ಸುಂದರ ಕುಟುಂಬದ ಜೊತೆ ನಾವೆಲ್ಲರೂ ಅಲ್ಲಿದ್ದು ಆ ಕುಟುಂಬದ ಸಂತೋಷದಲ್ಲಿ ಭಾಗಿಯಾದ ಅನುಭವವಾಯಿತು ನಿರೂಪಣೆ ತುಂಬಾ ಇಷ್ಟವಾಯಿತು. ಪ್ರಕೃತಿಯ ವರ್ಣನೆ ತುಂಬಾ ಚನ್ನಾಗಿದೆ ಮೇಡಂ. ಇನ್ನೂ ಓದ ಬೇಕೆನ್ನುವ ಕೂತುಹಲವಾಗುತ್ತಿದೆ.

Shweta Sc
ಉತ್ತಮ ಸಾಂಸಾರಿಕ ಕಥೆ ಸುಖಾಂತ್ಯವಾಗಿದ್ದು ಖುಷಿ ಕೊಟ್ಟಿತು ...ಹೆಣ್ಣು ಸಂಸಾರದ ಕಣ್ಣು..ಸಂಸಾರವನ್ನು ತುಗಿಸುವಲ್ಲಿ ಹೆಣ್ಣಿನ ಪಾತ್ರ ತುಂಬಾ ಮುಖ್ಯವಾದದ್ದು ಹೇಳಿದ್ದಿರಿ..ಜೊತೆಗೆ ಹಲವಾರು ಉತ್ತಮ ಸಂದೇಶಗಳನ್ನು ಹೇಳಿದ್ದಿರಿ..ಸೂಪರ್..ಇನ್ನೂ ಹೆಚ್ಚಿನ ಕಥೆಗಳು ನಿಮ್ಮಿಂದ ಬರಲಿ ಎಂದು ಆಶಿಸುವೆ..

Poornima Maralihalli
ಓದೋದರಲ್ಲೇ ಮುಗಿದಬಿಟ್ಟಿರುತ್ತೆ.....ಕುತೂಹಲ ಕಾದಿರಿಸಿದೆ.....ನೀವು ಹಾಕುವ ಕಥೆಯ ಪ್ರಮಾಣ ಮಸ್ತ ಐತ್ರಿ ಬಾಳನೂ ಇರಲ್ಲ ಕಡಿಮೆನೂ ಇರಲ್ಲ.....ಸಮತೋಲನ ಆಹಾರದಂತೆ ಸಮತೋಲನ ಕಥೆ....

Annapurna Subbarao
ಊರಿಗೆ ಹೋಗುವ ಸಂಭ್ರಮ. ದಾರಿಯಲ್ಲಿ ಪ್ರಕೃತಿಯ ಚಿತ್ರಣ. ಹೂವು ಹಣ್ಣು ತರಕಾರಿ ನಮ್ಮೂರಿಗೆ ಹೋದಷ್ಟೇ ಖುಷಿಯಾಯ್ತು ಲತಕ್ಕ. ನಿಮ್ಮ ವಿವರಣೆ ಅಂತೂ ತುಂಬ ಚಂದ.

Chitradurga Shakuntalapa
ಅನಿವಾರ್ಯ ಕಾರಣಗಳಿಂದ ಓದದೇ ಇದ್ದ ಕಥೆಯ ಉಳಿದ ಭಾಗಗಳನ್ನು ಒಂದೇ ಬಾರಿ ಓದಿದೆ. ಚೆಂದದ ಸಾಂಸಾರಿಕ, ಮನರಂಜನೀಯ, ಪತ್ತೇದಾರಿ ಧಾರಾವಾಹಿ. ಮಾಧವಿಯಂತ ಸೊಸೆ, ಹೆಂಡತಿ, ತಾಯಿ, ವಾರಗಿತ್ತಿ ಹಾಗೆ ರಜನಿಯಂತ ತಂಗಿ, ಭೀಮನಂತ ನಂಬಿಕಸ್ಥ, ಸಂಬಂಧಗಳ ನಡುವಿನ ನಂಬಿಕೆ. ಹೊಂದಾಣಿಕೆ ಸಂಸಾರ. ಹದಿಹರೆಯದ ಚೇಷ್ಟೆ, ಅವಕಾಶ ಕೊಟ್ಟರೆ ದುಷ್ಟತನ, ಪ್ರತಿ ಸಮಸ್ಯೆಗಳ ಸೂಕ್ತ ಪರಿಹಾರ. ಸುಖಾಂತ್ಯ. ವಜ್ರದ ಓಲೆಯ ಗಿಫ್ಟ್. ಚೆನ್ನಾಗಿ ಮೂಡಿಸಿ ಹಿತ ನೀಡಿದ್ದಕ್ಕೆ ಧನ್ಯವಾದಗಳು. ಶುಭದಿನ.

Shobha K Kulkarni
ಚೆನ್ನಾಗಿದೆ.... ಕಷ್ಟ ಪಟ್ಟು ದುಡಿಯುವ ನಿಯತ್ತಿನ ಕೂಲಿ ಕೆಲಸಗಾರರು ಒಂದುಕಡೆ ತಮ್ಮ ಸ್ವಾರ್ಥ ಕ್ಕೆ ದುಡ್ಡು ಮಾಡಿಕೊಳ್ಳು ವ ಕೆಲವರು ಮತ್ತೊಂದು ಕಡೆ ಆಧುನಿಕ ಜಗತ್ತಿಗೆ ಮಾರು ಹೋಗುತ್ತಿರುವ ಈಗಿನ ಯುವ ಜನಾಂಗ ಎಲ್ಲವನ್ನೂ ಭಾಳ ಛಂದ ನಿರೂಪಿಸಿದ್ದೀರಿ...
ಲತಾ ..ಇನ್ನೂ ಮುಂದುವರಿಯಲಿ .... ಅಯ್ಯ ನಾನು 3ದಿನ ದಿಂದ ಹಬ್ಬ ದ ಕೆಲಸ ಆದರೂ ಹುಡಕಾಡತಿದ್ದೀನಿ ಸಿಗವಲ್ಲದು ಆಮೇಲೆ ಅಂದುಕೊಂಡೆ ನೀವೂ busy ಇರಬೇಕು ಹಾಕಿರಲಿಕ್ಕಿಲ್ಲ ಅಂತ

Sethuram Hungund
ಕಥೆ ಕುತೂಹಲದಿಂದ ಇದೆ.ಶಬ್ದ ಜೋಡಣೆ ಚೆನ್ನಾಗಿ ಇದೆ
ತಾವು ಉತ್ತಮ ಲೇಖಕಿಯರೆಂದು ಸಾಬೀತಾಗುತ್ತದೆ

Shambhu Arishanad
ಅದ್ಭುತ ತಿರುವು ಪಡೆಯಿತು ಮೇಡಂ ಈ ಕಥೆ. ಇದರ ತಿರುವು ಊಹಿಸಲಾರದಾಯ್ತು.. ಒಂದೊಳ್ಳೆಯ ಓಘ ಸಿಕ್ಕಿದೆ.. ದಯವಿಟ್ಟು ಸುಖಾಂತ್ಯದ ಕಡೆ ಸಾಗಲಿ ಎಂಬುದೊಂದೆ ಬಯಕೆ ಮೇಡಂ..

Vijaya Rabanal
ಅಂತೂ ಎರಡು ಕೇಸ್ಗಳು ಪರಿಹಾರ ಕಂಡವು ಮನಸ್ಸಿಗೆ ನಿರಾಳ, ಇನ್ನೂ ಸ್ವಲ್ಪ ರಿಪೇರಿ ಕೆಲ್ಸ ಮಾಧವಿ ಹೇಗೆ ನಿಭಾಯಿಸಿಕೊಂಡು ಹೋಗ್ತಾಳೆ ಅನ್ನೋ ಕಾತುರ

ಶೋಭಾ ಬಸವರಾಜ ಮೇಟಿ
ಸುಸಂಸ್ಕೃತ ಮನೆತನದ ಕಥೆ.
ಮಾದರಿಯಾದ ಮಾಧವ ಮಾಧವಿಯ ಕುಟುಂಬ ಕೊನೆಯವರೆಗೂ ಹೀಗೆ ಇರಲಿ ಎಂಬಾಸೆ.
ಈಗೀಗ ಅವಿಭಕ್ತ ಕುಟುಂಬಗಳು ಕಾಣಸಿಗುವುದೇ ಅಪರೂಪ. ಅಲ್ಲಿ ಇರುವ ಪ್ರೀತಿ, ಆದರ, ಆತ್ಮೀಯತೆ, ಅಪ್ಯಾಯತೆಯ ಅನುಭವವೇ ಸಾಕು ಸುಖೀ ಕುಟುಂಬಕ್ಕೆ.
ಕಥೆಯಲ್ಲಿ ಸಂಭಾಷಣೆ ತುಂಬಾ ಅಚ್ಚುಕಟ್ಟಾಗಿ ಇದೆ.
ಕುತೂಹಲವಿದೆ ನಾಳೆಯ ಭಾಗಕ್ಕಾಗಿ.
ಶುಭೋದಯ ಗೆಳತಿ, ಶರಣಾರ್ತಿಗಳು.

Akshada Joshi
ತುಂಬಾ ಚೆನ್ನಾಗಿ ಬರ್ತಾ ಇದೆ. ಸಾಯಿಸುತೆ ಯವರ ಕಾದಂಬರಿ ಓದಿದ ಹಾಗೆ ಅನಿಸುತ್ತೆ..ಬರವಣಿಗೆ ತುಂಬಾ ಚಂದ

Anitha Pai
ಎರಡೆರಡು ಕುತೂಹಲಕಾರಿ ವಿಷಯಗಳನ್ನು ಅರ್ಧದಲ್ಲಿ ನಿಲ್ಲಿಸಿ ಕಾಯುವ ಹಾಗೇ ಮಾಡಿದ್ದೀರಿ. ಲತಕ್ಕ ನೀವು ಇದನ್ನು ಪುಸ್ತಕ ರೂಪದಲ್ಲಿ ತನ್ನಿ, ನಿಮ್ಮ ಪುಸ್ತಕದ ಮೊದಲ ಗಿರಾಕಿ ನಾನೇ, ಈಗಲೇ ಮುಂಗಡ ಹಣ ಪಾವತಿಸುತ್ತೇನೆ.

Srilaxmi Bhat
18 ಕಂತುಗಳ ಜೀವನ ಜೋಕಾಲಿ ಚೆನ್ನಾಗಿ ಮೂಡಿಬಂತು . ಎಲ್ಲಾರ ಸಮಸ್ಯೆಗಳು ಬಗೆಹರಿಸುವ ಕಥಾನಾಯಕಿ ಮಾಧವಿ ನಿಜಕ್ಕೂ ಸೂಪರ್ ವುಮನ್.

Sandhya Badami
ಮನೆಯ ಸುದ್ದಿಗಳು ಮನೆ ಕೆಲಸದವರಿಗೆ ಜಾಸ್ತಿ ಗೊತ್ತಿರುತ್ತದೆ ಮತ್ತು ಜಗಜ್ಜಾಹೀರೂ ಆಗತ್ತೆ ಅನ್ನುವದು 100% ಸತ್ಯ

Raghu Doddakunchevu
ಹುಚ್ಚುಕೋಡಿ ಮನಸು...ಅದು ಹದಿನಾರರ ವಯಸು. ಜೊತೆಗೆ ಅಪ್ಪಅಮ್ಮಂದಿರ ನಿಯಂತ್ರಣ ಕಡಿಮೆಯಾದ ಮಕ್ಕಳು ತಿಳಿಯದಂತೇ ಅಡ್ಡದಾರಿ ಹಿಡಿಯುತ್ತವೆ. ನೋಡೋಣ ಲೇಖಕಿ ಹೇಗೆ ಸರಿದಾರಿಗೆ ಎಳೆಯುತ್ತಾರೆ ಎಂದು.

Kavitha Muchandi
ತೋಟದೂಟದ ಸಂತೋಷ ಒಂದು ಕಡೆಯಾದರೆ ಆತಂಕ ಹುಟ್ಟಿಸುವ ಸನ್ನಿವೇಶಗಳು ಇನ್ನೊಂದು ಕಡೆ. ವಿಸ್ಮಯಗಳ ತೂಗೂಯಾಲೆ ಚೆಂದಿದೆ...

Vinu Sg
ವಾವ್ ಅಮ್ಮ ಎಷ್ಟು ಚಂದದಿ ಕಥೆ ಹೆಣೆದಿರುವಿರಿ..ಖಂಡಿತ ಇದೊಂದು ಉತ್ತಮ ಮಿನಿ ಕಾದಂಬರಿಯಾಗುತ್ತದೆ. ಕೂಡು ಕುಟುಂಬದ ಕಥೆ ಜೊತೆಗೆ ಒಬ್ಬರನ್ನೊಬ್ಬರು ಹೇಗೆ ಅರಿತು ಬದುಕಬೇಕೆಂದು ತುಂಬ ಸರಳವಾಗಿ ಹೇಳಿರುವಿರಿ..

Ratna Joshi
ನಮ್ಮ ಅಪ್ಪ ಅಮ್ಮ ಚಿಕ್ಕಮ್ಮ ಅವರಿಂದ ನಮಗೆ ತಿಳಿವಳಿಕೆ ಬಂದಾಗಿನಿಂದ ಗೊತ್ತಗುತ್ತಿದ್ದ ಹಳ್ಳಿಯ ಬಂಧುಗಳ ಸಮಸ್ಯೆ ಗುಟ್ಟುಗಳು ನೆನಪಾದವು ನಂಗೂ..ನಿಜ.ಮೇಲ್ನೋಟಕ್ಕೆ ಕಂಡಹಾಗೇ ಹಳ್ಳಿಗಳಲ್ಲಿ ಇರುವವರೆಲ್ಲರೂ ಅತ್ಯಂತ ಸಂಭಾವಿತರೇನೂ ಆಗಿರುವದಿಲ್ಲ.!!.ಎಲ್ಲರ ಅಂತರಂಗ ಬಹಿರಂಗ ಬೇರೆಬೇರೆನೇ.

Raghu Roman
ಅಗ್ನಿ ಸಾಕ್ಷಿ ಲಕ್ಷ್ಮೀ ಬಾರಮ್ಮ ಪುಟ್ಟ್ ಗೌರಿ ಮದುವೆ ಇವನ್ನೇ ಸರಿಯಾಗ್ ಸ್ಟೋರಿ ಇಲ್ಲದಿದ್ದರೂ 4-5 ವರ್ಷ ನಡ್ಕೊಂಡ್ ಬಂದ್ರು ,, ಇಂತ twist ಇರೋ ಕಥೆ ಇನ್ನು ಮುಂದೆ ನಡೆಸ್ ಬಹುದಿತ್ತೇನೋ ಅಂತ

Archanasanju Madapur
ವಾವ್ ಅಕ್ಕಾ... ಇಲ್ಲಿಗೆ ಮುಗಿಸುವಂತಿಲ್ಲ ಅಕ್ಕಾ... ಇನ್ನು ಮುಂದೆಯೂ ಇಂತಹಾ ಕಥೆ ಕಾದಂಬರಿಗಳು ಹೇರಳವಾಗಿ ಬರಲೇಂದು ಪ್ರೀತಿಯಿಂದ ಆಗ್ರಹಿಸುತ್ತಿರುವ ನಿಮ್ಮ ಅಭಿಮಾನಿಗಳಿಗೆ ನಿರಾಶೆ ಆಗದಿರಲಿ....

Jayanthi Gorao
ಜೀವನ್ ಜೋಕಾಲಿ ಶೇರ್ಷಿಕೆಗೆ ತಕ್ಕಂತೆ ಸುಂದರ ಕಥೆ...ಬಿಡುವಿಲ್ಲದ ಸಮಯದಲ್ಲಿ ಬಿಡುವು ಮಾಡಿಕೊಂಡು ಅಷ್ಟು ಅಧ್ಯಾಯಗಳನ್ನು ಒಡ್ಡುತ್ತಿದ್ರೆ ಮನಸ್ಸಿಗೆ ಒಂದುರೀತಿಯ ಆಹ್ಲಾದ....ಧನ್ಯವಾದಗಳು

Lalitha Shashidhara
ಸಾಮಾಜಿಕ ಕೌಟುಂಬಿಕ ಕಥೆ ಚೆನ್ನಾಗಿ ಮೂಡಿ ಬರುತ್ತಿದೆ, ಕುತೂಹಲವಿದೆ

Mangalagowramma K R
ಅಬ್ಬಾ, ಅಂತೂ ಒಂದೊಂದೇ ಗೋಜಲುಗಳು ಬಿಡಿಸಿಕೊಳ್ತಾ ಇವೆ. ಕಲಿಯೋದು ಬಹಳಷ್ಟಿದೆ ಈ ಕಾದಂಬರಿಯ ಕಂತುಗಳಿಂದ. ಚೆಂದದ ಕಾದಂಬರಿ ಕೊಡ್ತಾ ಇದ್ದೀರಾ, ಧನ್ಯವಾದ ಲತಕ್ಕಾ.

Sudhasri Raghunath
ತುಂಬಾ ಚೆನ್ನಾಗಿ ಬರೆಯುತ್ತಿದ್ದೀರಿ ಅಮ್ಮ. ಇಷ್ಟು ದಿನ ಎಲ್ಲಿಟ್ಟುಕೊಂಡಿದ್ದಿರಿ ಎಷ್ಟು ಚೆಂದದ ಬರಹ ಶೈಲಿ ನಿಮ್ಮದು. ಓದುತ್ತಾ ಓದುತ್ತಾ ಕಳೆದೇ ಹೋದೆ. ಎಲ್ಲೋ ನಡೀತಾ ಇರೋದು ನಾನು ನೋಡ್ತಾ ಇದೀನಿ ಅಂತಾನೇ ಅನ್ನಿಸಿತು. ಅಷ್ಟು ಚಂದದ ಬರಹ ತುಂಬಾ ಇಷ್ಟ ಆಯ್ತು. ಹಾಗೆಯೇ ಮುಗಿದು ಹೋಯಿತು ನಾಳೆ ತನಕ ಕಾಯಬೇಕಲ್ಲಾ ಅನಿಸುತ್ತೆ

Usha Bharadwaj
ಸುಧಾ, ತರಂಗ ವಾರಪತ್ರಿಕೆಗಳಲ್ಲಿ ಬರುತ್ತಿದ್ದ ಕಥೆಗೆ ಕಾಯುವಂತೆ ನಿಮ್ಮ ಈ ಕಥೆಗೂ ಪ್ರತಿ ದಿನ ಕಾಯುವಂತಾಗುತ್ತಿದೆ ಲತಕ್ಕ . ಪ್ರತಿಯೊಂದನ್ನು ಕಣ್ಣ ಮುಂದೆ ನಡೆಯುತ್ತಿರುವಂತೆ ವಿವರಿಸುವ ನಿಮ್ಮ ಶೈಲಿ ತುಂಬಾ ಇಷ್ಟವಾಯ್ತು. ಎಲ್ಲಿಟ್ಟಿದ್ರಿ ನಿಮ್ಮ ಈ ಕಥಾ ಸರಕನ್ನು ಇಷ್ಟು ದಿನ ಲತಕ್ಕ .

Veena Kulkarni

ಮುಕ್ತಾಯ ಭಾಳ ಛಂದ ಆಗೇದರಿ. ಯಾವದ ಪಾತ್ರಕ್ಕ ಅನ್ಯಾಯ ಆಗಲಾರದಂತಹ ಸಂಬಂಧ,ಬಾಂಧವ್ಯಗಳ ನಿಭಾಯಿಸುವ ರೀತಿಯನ್ನು ಭಾಳ ಸೂಕ್ಷ್ಮವಾಗಿ ಹೇಳಿರಿ. ಕಡಿತನಕಾನು ಎಲ್ಲಾ ಪಾತ್ರ ಇರೂವಂಗ ಮುಗಿಸಿರಿ. ಪ್ರತಿ ಭಾಗ ಆದ ಮ್ಯಾಲ ಮುಂದಿನ ಭಾಗಕ್ಕ ಕಾಯುವಂಗ ಮಾಡಿದಂತಹ ಅದ್ಭುತ ಕಥೆ.

Veena Nayak

ಬಿ.ವಿ.ಕಾರಂತರ ಫಿಲಂ ತರಹ ಸಸ್ಪೆನ್ಸ್ ಕೊಡುತ್ತಾ ಇದ್ದೀರಿ. ಚೆನ್ನಾಗಿದೆ.

Latha Raju

ಲತಮ್ಮ ಸುಂದರ ಬರವಣಿಗೆ, ಆದರೆ ಇದು ಕಥೆಯಲ್ಲ - ನಿಮ್ಮದೇ ಬದುಕಿನ ಅನಾವರಣ ಅನಿಸುತ್ತಿದೆ.... ಯಾಕಂದ್ರೆ ನಿಮ್ಮ ಫೋಟೋ ನೋಡಿದ್ರೆ ಮುಖದಲ್ಲಿ ಮಾಧವಿ ಕಾಣ್ತಿದ್ದಾಳೆ

Raghu Doddakunchevu

ಲತಾ ಮೇಡಂ..ಕಥಾವಸ್ತು, ನಿರೂಪಣೆ, ಪಾತ್ರಗಳು, ಕೌತುಕ ಎಲ್ಲವೂ ಅದ್ಭುತ . ದಯವಿಟ್ಟು ದುರಂತ ಅಂತ್ಯ ಬೇಡ . ಜೀವನದ ಸಿಹಿ ಕಹಿಗಳೇ ಸಾಕು. ಬಹಳ ದಿನಗಳ ಮೇಲೆ ಒಂದು ಧಾರಾವಾಹಿ ಅನುಸರಿಸುತ್ತಿದ್ದೇನೆ. ಸುಖಾಂತ ಆಗಲಿ ಎಂದು ಆಶಿಸುತ್ತೇನೆ

Munaf Patel

ತುಂಬಾನೇ ಕುತೂಹಲ ಆಸಕ್ತಿಯನ್ನು ಪ್ರತಿಭಾಗವೂ ಮೂಡಿಬರುತ್ತಿದೆ ಮೇಡಮ್ ತುಂಬು ಸಂಸಾರದಲ್ಲಿ "ಕೋತಿ ಬೆಣ್ಣೆ ತಿಂದು ಮೇಕೆ ಬಾಯಿಗೆ ಸವರಿದಂತೆ" ಭೀಮ ಹಾಗೂ ಮಲ್ಲೇಶಿ ಮಾಧವನ ಕೋಪ ಮಾಧವಿ ತಾಳ್ಮೆ ಅನಂತು ಹಾಗೂ ರಜನಿ ರಾಮಪ್ಪ ಪ್ರತಿಭಾಗವೂ ರೋಮಾಂಚಕಾರಿಯಾಗಿದೆ.
ಮುಂದಿನ ಭಾಗದ ನಿರೀಕ್ಷೆಯಲ್ಲಿ ಮೇಡಮ್

Pallavi M

ತುಂಬಾ ನೇ ಕುತೂಹಲ ಮೂಡಿಸುತಿದ್ದೀರ ..ಧಾರವಾಹಿಯ ಪಾತ್ರಧಾರಿಗಳು ಪ್ರತಿಯೊಬ್ಬರೂ ಏನೋ ಹೇಳಬೇಕೆಂದು ಅಂದ್ಕೊತಾರೆ..ಹೇಳಲ್ಲ...
ನೀವಾದ್ರೂ ಬೇಗ ಹೇಳಿ ಲತಾಕ್ಕ..ಕುತೂಹಲವಾಗ್ತಿದೆ.. ನೀವೂ ನಮ್ಮನ್ನು ಕಾಯಿಸ್ತಿದ್ದೀರಾ...

Basavaraj Yaragatti

ದಾರಿ ತಪ್ಪಿಸುತ್ತಿರುವವರು ಯಾರು? ಭೀಮನನ್ನು ಒಳಗಿಂದಲೇ ಕೊಲ್ಲುವ ಕಿರಾತಕನನ್ನು ಮಾಧವ ಕಂಡು ಹಿಡಿದು, ನ್ಯಾಯವನ್ನು ದೊರಕಿಸಿ
ಕೊಡುವ ಕೆಲಸ ನಿಮ್ಮದು ಮೇಡಂ ಓದುಗರೆಲ್ಲಾ ಭೀಮನನ್ನೇ ಕೆಟ್ಟವನು ಎಂದು ಬರದಿದ್ದರಲ್ಲಾ ನಿಮ್ಮ ಬರಹದಲ್ಲಿಲ ಖಳನಾಯಕನ ಪಾತ್ರವೇ ಕತೆಯಲ್ಲಿ ಆಕರ್ಷಕವಾಗಿದೆ,

Vidya Deshpande

ನಾನು ಕಾರಣಾಂತಳಿಂದ ಕೆಲವು ತಿಂಗಳು fb ಯಿಂದ ಹೊರಗಿದ್ದೆ. ಮಧ್ಯೆಮಧ್ಯೆಜೀವನ ಜೋಕಾಲಿಯ ಕೆಲವು ಕಂತುಗಳನ್ನು ಓದಿದಾಗ ತೀವ್ರ ಆಸಕ್ತಿ ಮೂಡಿತ್ತು. ಈಗ ಎಲ್ಲ ಕಂತುಗಳನ್ನುಓದುವ ಭಾಗ್ಯ ದೊರಕಿತು . ಲತಾ ನಿಜವಾಗಿಯೂ ನಿಮ್ಮ.ಲೇಖನದಲ್ಲಿ ಜಾದೂ ಇದೆ .ಸರಳವಾದ ಶೈಲಿಯಿಂದ ಓದುಗರನ್ನು ಬಂಧಿಸಿಡುವ ಶಕ್ತಿ ಇದೆ . ಇಂತಹ ಬರವಣಿಗೆಯನ್ನು ಮುಂದುವರೆಸಿಕೊಂಡು ಹೋಗಿರಿ . ನಿಮ್ಮಿಂದ ಇನ್ನೂ ಹೆಚ್ಚು ಕಥೆಗಳು ಹೊರಲಿ .

Bhuvaneshwari Prema

ಸುಂದರ ಸುಮಧುರ ಕಾದಂಬರಿ, ಮೊದಲಿನಿಂದ ಕೊನೆಯವರೆಗೂ ಕುತೂಹಲ ಉಳಿಸಿಕೊಳ್ಳುವ ಕಥೆ ಅದನ್ನು ಹೆಣೆದ ರೀತಿ ಬಹಳ ಚೆನ್ನಾಗಿದೆ. ತಮ್ಮ ಈ ಪ್ರಯತ್ನಕ್ಕೆ ನನ್ನ ಅಭಿನಂದನೆಗಳು ಲತಾರವರೆ...

Geetha Balu

ಟಿಕ್ ಟಾಕ್ ಗೀಳಿನಿಂದ ಸಂಸಾರ , ಜೀವವನ್ನೇ ಕಳೆದುಕೊಳ್ಳುತ್ತಿರುವ ಇಂಥ ಸಮಯದಲ್ಲಿ ಈ ಬಗ್ಗೆ ಎಲ್ಲರಿಗೂ ಅರಿವು ಮೂಡಿಸಿರುವುದು ತುಂಬಾ ಒಳ್ಳೆಯ ಪ್ರಯತ್ನ.

Jaishree Hallur
ಅದ್ಭುತವಾಗಿ ಮೂಡಿಬಂದಿದೆ ಕತೆ. ಕುತೂಹಲ ಕೆರಳಿಸುವ , ರೋಚಕ ಕತೆಯಂತಿದೆ. ಜೊತೆಗೆ ಹಳ್ಳಿಯ ಜೀವನದ ಚಿತ್ರಣ ಮೈಗೂಡಿಸಿಕೊಂಡದ್ದು ವಿಶೇಶವಾದ ಇಂಬುಕೊಟ್ಟಿದೆ. ಓದುವ ಹುಮ್ಮಸ್ಸೂ ಹೆಚ್ಚಿದೆ ಮೇಡಂ. ಮುಂದುವರಿಸಿ ಬೇಗ...

Sharada Yaragatti
ಕಥೆಯಲ್ಲಿ ಪ್ರಫುಲ್ಲತೆ ತುಂಬಿ ತುಳಕುತ್ತಿದೆ ಸರಳ ಅಲಂಕಾರ ಪದಗಳು ವರ್ಣಿತವಾಗಿವೆ, ನನಗೆ ಯಶವಂತ್ ಚಿತ್ತಾಲರ ಕಾದಂಬರಿಯಲ್ಲಿ ಇದೆ ಸೊಗಡು ಬ್ರಾಹ್ಮಣತೆ ಭಾಷೆ ಉಕ್ಕಿ ಹರಿದಿದೆ,ಅವರ ಫ್ಯಾನು ನಾನು ಮೇಡಂ,

Nandu Praveen
ಎಷ್ಟು ಒಳ್ಳೆಯ ಕಥೆ ಅಕ್ಕ,ಓದುತ್ತಿದ್ದರೆ ಅಯ್ಯೋ ಇಷ್ಟು ಬೇಗ ಮುಗಿಯಿತೆ ಇವತ್ತಿನ ಕಂತು ಎನಿಸತ್ತೆ,ಸಹಜತೆಯೇ ಮೂರ್ತಿ ವೆತ್ತಂತೆ ನಿಮ್ಮ ಶೈಲಿ

Daya Subbaiah
ಹಳ್ಳಿಪಟ್ಟಣಗಳ ಜುಗಲ್ಬಂಧಿಯ ಕಥೆ ಸುಂದರ,ಕುತೂಹಲ, ಗುಟ್ಟುಗಳಿಂದ ತುಂಬಿ ಮುಂದಿನ ಭಾಗಕ್ಕೆ ಕಾತುರತೆ ಹೆಚ್ಚಾಗೋ ಹಾಗೆ ಮಾಡಿದೆ. ಬರಹಗಾರ್ತಿಯ ನಿರೂಪಣೆ ಎಲ್ಲೆಲ್ಲಿ ಹೇಗೆ ತಿರುವುಗಳು ಕೊಡಬೇಕೋ ಎಲ್ಲಾ ನೋಡಿದರೆ ಇವರು ನುರಿತ ಕಥೆಗಾರ್ತಿ ಅಂತ ಹೇಳೋದರಲ್ಲಿ ಎರಡು ಮಾತಿಲ್ಲ.

Sreelakshmi Ammi
ಅತ್ಯುತ್ತಮವಾಗಿ ಮೂಡಿಬಂದು ಅಂತ್ಯವೂ ಆನಂದದಾಯಕ ವಾಗಿದ್ದು ಖುಷಿ ಆಯ್ತು. ಅನುಭವಿ ಕಥೆಗಾರ್ತಿಯ ಕೈಚಳಕದಂತೆ ಮೂಡಿ ಮೊದಲಕಥೆ ಅನಿಸಲಿಲ್ಲ ಅದೇ ಈ ಧಾರಾವಾಹಿ ಬರೆದ ನಿಮ್ಮ ವೈಶಿಷ್ಟ್ಯ, ಹೀಗೆ ಬರೆಯುತ್ತಿರಿ ಶುಭವಾಗಲಿ

Malathi Nadig
ಕಥೆ ಸುಖಾಂತ್ಯ ಕಂಡಂತಿದೆ.ಏನಾಗುತ್ತೋ ಅಂತ ಭಯವಾಗಿತ್ತು.ಈಗ ಮನಸಿಗೆ ತುಂಬಾ ಸಂತೋಷವಾಯಿತು ಎಂದು ಹೇಳುವೆ ಕಥೆ ಹೀಗಿರಬೇಕು ಚಂದ .ಲತಾ ಮೇಡಂ...ಬಾಳಾ ಚೆನ್ನಾಗಿ ಬರೆದಿದ್ದೀರಿ.ಎಂಥಾ ತಲೆಯಪ್ಪಾ.. ಹೀಗೆ ಬರಿತಾ ಇರಿ . ನಾವು ಖುಷಿಯಿಂದ ಓದುವೆವು.ನಾಳೆ ದಿನಕ್ಕೆ

Vinu Sg
ಅಮ್ಮ...ಒಟ್ಟಿಗೆ ಈ 12ಕಂತುಗಳನ್ನು ಒಟ್ಟಿಗೆ ಓದಿ ಮುಗಿಸಿದೆ.ಹಳ್ಳಿಯ ಕೂಡುಕುಟುಂಬ ..ಸುಂದರವಾದ ವರ್ಣನೆ..ಕಥೆಯ ವೇಗಕ್ಕೆ ಧಕ್ಕೆಯಾಗದಂತಹ ಸೊಗಸಾದ ನಿರೂಪಣೆ ..ಎಲ್ಲಿಯೂ ಅತಿ ಎನಿಸದಂತೆ ಆಸಕ್ತಿಯಿಂದ ಓದಿಸಿಕೊಂಡು ಹೋಗುವ ನಿರೂಪಣಾ ಶೈಲಿ...ತುಂಬಾ ಇಷ್ಟವಾಯಿತು...ಪ್ರಸ್ತುತ ಪರಿಸ್ಥಿತಿಯಲ್ಲಿ ಎಲ್ಲಿ ಎಡುತ್ತಿದ್ದೇವೆ ಎನ್ನುವುದನ್ನು ಸೂಚ್ಯವಾಗಿ ತಿಳಿಸುವ ಸಂದೇಶ ಹೊತ್ತ ಕಥೆ ಖಂಡಿತ ಒಂದು ಉತ್ತಮ ಕಾದಂಬರಿಯಾಗಬಲ್ಲುದು.

ಈ ಕಥೆಯನ್ನು ಕದ್ದು ಯಾರಾದರೂ ಧಾರವಾಹಿ ಇಲ್ಲ ಸಿನೆಮಾ ಮಾಡಬಹುದು...

Mallikarjun Pawadashettar
ಮೇಡಂ, ಇದನ್ನು ಆದಷ್ಟು ಬೇಗ ಪುಸ್ತಕ ರೂಪದಲ್ಲಿ ಹೊರ ತಂದರೆ, ಇತ್ತೀಚೆಗೆ ಕನ್ನಡ ಸಾಹಿತ್ಯ ಕಂಡ ಅಪರೂಪದ ಕಾದಂಬರಿಯಾಗಿ ನಿಲ್ಲುತ್ತೆ. ಒಂದು ಕಾದಂಬರಿಗಿರಬೇಕಾದ ಎಲ್ಲ ಲಕ್ಷಣಗಳೂ ಇದರಲ್ಲಿ ಅಡಕವಾಗಿವೆ. ಗ್ರಾಮ್ಯ ವಸ್ತು ಇರೋದ್ರಿಂದ ಒಂದು ಅತ್ಯುತ್ತಮ ಚಲನಚಿತ್ರವಾಗಿಯೂ ಬೆಳ್ಳಿ ತೆರೆಯ ಮೇಲೆ ವಿಜೃಂಬಿಸಬಹುದು.

ಪುಸ್ತಕಕ್ಕಾಗಿ ನಾನು ಕಾಯುತ್ತಿದ್ದೇನೆ. ಅದೊಂದು ಮೃಷ್ಟಾನ್ನ ಭೋಜನಕ್ಕಾಗಿ ಕಾಯುತ್ತಿರುವಂತೆ.

Vasudha Shenoy
ಏನೋ ಗಡಿಬಿಡಿಯಲ್ಲಿ ಓದಲಾಗದ್ದನ್ನು ಒಮ್ಮೆಗೆ ಕುತೂಹಲದಿಂದ ಕುಳಿತು ಓದಿದೆ.ಎಷ್ಟು ಚೆನ್ನಾಗಿದೆ. ನಲವತ್ತು ಸಾವಿರ ಸದಸ್ಯರಿರುವ ಕಥಾಗುಚ್ಛಕ್ಕೆ ಇಷ್ಟೊಂದು ನ್ಯಾಯ ಒದಗಿಸುತ್ತಿದ್ದೀರಿ ಅನ್ನುವಾಗ ಈ ಕಥೆಯ ಒಂದೊಂದು ಪಾತ್ರಕ್ಕೂ ಅನ್ಯಾಯವಾಗದ ರೀತಿ ನೀವು ಬರೆಯುತ್ತೀರಿ ಎಂಬ ನನ್ನ ನಂಬಿಕೆ ಉಳಿಸಿದ್ದೀರಿ.

Raghu Roman

ನಿಮ್ಮ ಜೀವನ ಜೋಕಾಲಿಯ 5 ಭಾಗವನ್ನು ನಾನು ಮತ್ತು ನನ್ನ ಮಮ್ಮಿ ಓದಿದೆವು ..ನಿಮ್ಮ ಬರಹಕ್ಕೆ nann ಮಮ್ಮಿ ಫುಲ್ ಫಿದ ಆಗ್ಬಿಟ್ಟಿದಾಳೆ..ಮುಂದಿನ ಭಾಗಕ್ಕೆ ಕಾಯುತ್ತಿರುವೆವು..ಹಾಗೆ ಇದು ಒಂದು ಸಂಪೂರ್ಣ ಮಲೆನಾಡಿನ ಬ್ರಾಹ್ಮಣರ ಮನೆಯ ಜೀವನ ಶೈಲಿಯ ಕಥೆಯಾಗಿದೆ..ನಿಮಗೆ ಉತ್ತಮವಾದ ಪ್ರಶಸ್ತಿ ದೊರಕಲೆಬೇಕು..

Nagalakshmi Prasannakumar

ಮುಗಿಸ್ತೀರಾ?..

ನಾನೇ ಇನ್ನೊಂದೈದು ಪ್ರಾಬ್ಲಮ್ ಮಾಡ್ತಿನಿ ಆ ಫ್ಯಾಮಿಲಿಗೆ. ಮಾಧವಿ ಬಗೆಹರಿಸಲಿ. ಆಗ ಇನ್ನೂ ಸ್ವಲ್ಪ ದಿನ ನೀವು ಕಥೆ ಬರೀತೀರಾ ಅಲ್ವಾ?..

ಬೇಜಾರಾಗುತ್ತಿದೆ. ಚೆಂದದ ನಿರೂಪಣೆ. ಬೇಗ ಇನ್ನೊಂದು ವಿಷಯ ತೆಗೆದುಕೊಂಡು ಕಥೆ ಶುರುಮಾಡಿ..

Nalini Anil Nanjangudu

ಯಾಕೋ ನನಗೂ ತುಂಬು ಸಂಸಾರ ಬಿಟ್ಟು ಮತ್ತೆ ಬೇರೆ ಹೋದ ಅನುಭವ, ಓದಲು ಆಗದೆ ಇದ್ದಾಗ ತಿಳಿದಿದ್ದು ಕಣ್ತುಂಬಿದೆ ಎಂದು ಅರ್ಥವಾಗಿದ್ದು.

ಬೇಗ ಮುಗಿಯಿತಲ್ಲ ಅನ್ನೋ ಬೇಜಾರಿದ್ದರೂ ಇನ್ನೊಂದು ಹೊಸ ಕಥೆ ಬೇಗ ಬರಲಿ ಎಂಬ ಆಶಯ.

Ravi Sarjapur

ಜೀವನ ಜೋಕಾಲಿ ಅಂಬುದು ಒಂದು ದೃಶ್ಯ ಕಾವ್ಯ . ಶ್ರೀಮತಿ ಲತಾ ಜೋಷಿ ಅವರು ತಮ್ಮ ಮೊದಲನೇ ಕಾದಂಬರಿ ಅಂತ ಹೇಳಿ ಅತಿಶಯವೇ ಇಲ್ಲದಂತೆ ನುರಿತ ಕಥಾಗಾರ್ತಿಯರ ಸಾಲಿಗೆ ಸೇರುತ್ತಾರೆ. ಇದರ ಕಥಾ ಹಂದರ ಒಂದು ಸುಂದರವಾದ ಚಪ್ಪರವಾಗಿ ಎಲ್ಲಾ ಉಪಕಥೆಗಳು ಬಳ್ಳಿಗಳಂತೆ ಹಬ್ಬಿ ಒಂದು ಮಂಟಪದಂತೆ ಕಂಗೊಳಿಸುತ್ತಿದ್ದವು. ಇನ್ನು ಕಥೆಯ ಅನಿರೀಕ್ಷಿತ ತಿರುವುಗಳು ಅವರು ಕಾಪಿಟ್ಟುಕೊಂಡಿದ್ದ ಪರಿಯಂತೂ ಅದ್ಭುತವಾಗಿತ್ತು. ಇನ್ನು ಪಾತ್ರ ಪೋಷಣೆ ತುಂಬಾ ಚೆನ್ನಾಗಿತ್ತು.. ಭಾಷೆಯ ಮೇಲಿನ ಹಿಡಿತವಂತೂ ಶ್ಲಾಘನೀಯವಾಗಿತ್ತು.. ಒಂದೆಡೆ ಕಥನಾಶೈಲೀ ಮತ್ತೊಂದೆಡೆ ಪಾತ್ರಗಳ ಬೆಳವಣಿಗೆ ಓದುಗರನ್ನು ಆಕರ್ಷಿಸಿ ಕುತೂಹಲನ್ನು ಮೂಡಿಸಿ ಮುಂದೇನು? ಎನ್ನುವ ಪ್ರಶ್ನಾರ್ಥಕ ಚಿನ್ಹೆಯನ್ನು ಮೂಡಿಸಿ ಮುಂದಿನ ಭಾಗಕ್ಕೆ ಕಾಯುವಂತೆ ಇದ್ದು ನಮ್ಮ ಮನಸೂರೆಗೊಂಡಿತು. ಇನ್ನು ಭಾಷೆಗೆ ಬಂದರೆ ಪಾತ್ರಕ್ಕೆ ತಕ್ಕ ಭಾಷೆ ಅಂದರೆ ಮನೆ ಯಜಮಾನಿಗೆ ತಕ್ಕ ಭಾಷೆಯನ್ನು ಅವರಿಂದ ಹೇಳಿಸಿ ಹಾಗೂ ಕೆಲಸದವರಾಗಲೀ, ಪೋಲೀಸ್ ಆಗಲೀ ಇನ್ನು ಮಕ್ಕಳ ಭಾಷೆ ಇರಲಿ ಅವರವರ ಭಾಷೆಯಲ್ಲೇ ಪ್ರಸ್ತುತ ಪಡಿಸಿದ್ದಾರೆ.. ಅಲ್ಲದೇ ಸಾಮಾಜಿಕ ನೀತಿಯನ್ನು ಬಹಳ ಅಚ್ಚುಕಟ್ಟಾಗಿ ವಿವರಿಸಿದ್ದಾರೆ. ಶ್ರೀಮತಿಯವರು ಒಬ್ಬ ಸಾಮಾಜಿಕ ಕಳಕಳಿಯುಳ್ಳ ಸಮರ್ಥ ಕಥೆಗಾರ್ತಿ ಅಂತ ನಿರೂಪಿಸಿದ್ದಾರೆ.

Sharada Gundurao

ಓದ್ತಾ ಓದ್ತಾ ಇದ್ದ ಖುಷಿ ಕಥೆಯ ಅಂಚಿಗೆ ಬಂದಾಗ ಬೇಜಾರಾಗುತ್ತೆ,ಇನ್ನೂ ಸ್ವಲ್ಪ ಇರಬಾರದಿತ್ತಾ ಅಂತ.ಕುತೂಹಲಘಟ್ಟದಲ್ಲಿ ನಿಲ್ಲಿಸಿ,ನಾಳೆಗಾಗಿ ಕಾಯುವಂತೆ ಮಾಡುವ ಕಲೆ ಎಲ್ಲರಿಗೂ ಬರುವುದಿಲ್ಲ.ಹಬ್ಬದ ದಿನ ಓದಲು ಬಿಡುವುಮಾಡಿಕೊಳ್ಳಬೇಕು.ಕಥೆ ತುಂಬಾಚೆನ್ನಾಗಿ ಬರುತ್ತಿದೆ.

Sunandamma Nalina Nandini

ಕಥೆಯಲ್ಲಿ ಏನಿದೆ ಏನಿಲ್ಲ ಅನ್ನೋಹಾಗೆ ಇಲ್ಲಾ. ಷಡ್ರಸಗಳಿಂದ ಕೂಡಿದ ಆರೋಗ್ಯಧಾಯಕ ಭೋಜನ. ಉಪ್ಪು, ಉಳಿ, ಸಿಹಿ, ಖಾರಗಳಿಂದ ಕೂಡಿದ ಭೂರಿ ಭೋಜನವನ್ನೇ ಬಡಿಸಿದ್ದೀರಿ.

ಕಥೆಯಲ್ಲಿ ಬರುವ ಎಲ್ಲಾ ಪಾತ್ರಗಳೂ (ಚಿಕ್ಕವರಿಂದ ದೊಡ್ಡವವರೆಗೂ)ತಪ್ಪನ್ನು ತಿದ್ದಿಕೊಂಡು ನಡವಳಿಕೆ ವಿಶಿಷ್ಟವಾಗಿರುವಂತೆ ನೋಡಿಕೊಂಡು ಸಮಸ್ಯೆಯನ್ನು ಒಂದೆಳೆಯೂ ಕೀಳದಂತೆ ಸೂಕ್ಷ್ಮವಾಗಿ ಬಿಡಿಸಿದ್ದೀರಿ.

Madhuri Gopal

ಹಳ್ಳಿ ಅಂತ ಮುಖ ಸೊಟ್ಟಿಸದೆ, ಪೇಟೆಯವರು ಹಳ್ಳಿಗೆ ಬರಲು ಹಾತೊರೆಯುವುದು, ಪೇಟೆಯಲ್ಲಿರುವವರು ಅಂತ ಅಸೂಯೆ ಪಡದೆ ಹಳ್ಳಿಯವರು ನಿರ್ಮಲ ಮನಸ್ಸಿನಿಂದ ಸ್ವಾಗತಿಸೋದು, ಹಿರಿಯರ ಅಂತಃಕರಣ, ಮಕ್ಕಳ ಉತ್ಸಾಹ... ಮೊಸರು ಚೆಲ್ಲಿದಂತಿರುವ ಮಲ್ಲಿಗೆ ಹೂಗಳು... ಆಹಾ... ' ಸ್ವರ್ಗಕ್ಕೆ ಕಿಚ್ಚು'... ಓದಲು ಆಹ್ಲಾದಕರವಾಗಿದೆ

Sudha Sarnobat

ನಿಮ್ಮ ಕಥಾಶೈಲಿ ನನಗೆ ತುಂಬಾ ಇಷ್ಟವಾಯಿತು.ನೀವು ಅತ್ಯುತ್ತಮ ಕಥೆಗಾರ್ತಿ ಎಂದು ಸಾಬೀತಾಯಿತು.!!

Vijaya Kambi
"ಜೀವನ ಜೋಕಾಲಿ"
18..... ದಿನಗಳ ಸಂಘರ್ಷ ಸುಖಾಂತ್ಯ...
ಮಹಾಭಾರತದ ಯುದ್ಧ ಕುರುಕ್ಷೇತ್ರ....18 ದಿನಗಳೇ... ಕೃಷ್ಣಾರ್ಜುನರ ಸಂವಾದ ಜೀವನ ಸಾರ.ಇಲ್ಲಿಯೂ ಲತಕ್ಕಾ ನಿಜವಾಗಿಯೂ ಹೇಳ್ತೀನಿ....ನಮ್ಮ ದಿನನಿತ್ಯದ ಬದುಕಿನಲ್ಲಿ ನಾವು ಅನುಭವಿಸುವಾಗ ಎದುರಿಸಿದ ಎಲ್ಲಾ ಸಮಸ್ಯೆಗೆ ಸರಳ, ಸೂಕ್ತ, ಸುಂದರ ವಾಗಿ ಬಗೆಹರಿಸುವ ಬಗೆಯನ್ನು ಕಂಡು ಕೊಂಡಂತಾ.. ಕೌಟುಂಬಿಕ ಕಥೆ.ಎಲ್ಲವನ್ನೂ ಒಮ್ಮೆಲೆ ಓದಿ ಮುಗಿಸಿದೆ... ಎಲ್ಲರೂ ಓದಿ,ಅನುಸರಿಸುವಂತಿದೆ. ಅಭಿನಂದನೆಗಳು.. ಲತಕ್ಕಾ..,

ಸವಿತಾ ರಾಮಕುಂಜ
ಜೀವನದ ಜೋಕಾಲಿ ಕಥೆಯನ್ನು ಪೂರ್ತಿಯಾಗಿ ಇಂದೆ ಓದಿ ಮುಗಿಸಿದೆ.

ಹಳ್ಳಿಯ ಜೀವನ ಶೈಲಿ, ಬಗೆ ಬಗೆಯ ತಿನಿಸುಗಳು, ಸಂಬಂಧಗಳೊಂದಿಗೆ ಬೆಸೆದ ಆತ್ಮೀಯತೆ, ನಂಬಿಕೆ ಎಲ್ಲವೂ ಜೀವನದ ಮಜಲುಗಳನ್ನು ಬಿಚ್ಚಿಟ್ಟವು. ಹೆಣ್ಣು ಸಂಸಾರದ ಕಣ್ಣು ಅನ್ನೋ ಮಾತು ನಿಮ್ಮ ಕಥೆಯಲ್ಲಿ ಇನ್ನಷ್ಟು ಸೊಗಸಾಗಿ ಬಿಂಬಿಸಿದಿರಿ. ಅಷ್ಟೆಲ್ಲಾ ಸಮಸ್ಯೆಗಳ ಸುಳಿಯನ್ನು ಒಂದೊಂದಾಗಿ ಬಿಡಿಸಿದ ಮಾಧವಿಯ ಗುಣ ಇಷ್ಟವಾಯ್ತು.
ಸಂಬಂಧಿಗಳ ಮನೆಗೆ ಹೋಗಿ ಒಂದೆರಡು ದಿನ ಇದ್ದು ವಾಪಸ್ಸಾಗುವ ಹೊತ್ತಲ್ಲಿ ಕಣ್ಣೀರಿಂದ ಬೀಳ್ಕೊಡುವ ಆ ಸಂದರ್ಭವನ್ನು ಕಣ್ಣಿಗೆ ಕಟ್ಟುವಂತೆ ಬರೆದಿರಿ....
ಒಟ್ಟಿನಲ್ಲಿ ಈ ಕಥೆ ಉತ್ತಮ ಸಂದೇಶದೊಂದಿಗೆ ತಪ್ಪು ದಾರಿಯಲ್ಲಿ ನಡೆದವರ ಮನಪರಿವರ್ತಿಸಿ, ಪ್ರೀತಿಯನ್ನು ಉಣಬಡಿಸಿ ಎಂದಿಗೂ ಮರೆಯಲಾಗದಂತೆ ಇದ್ದಿದ್ದು ನಿಜ.
ಮುಂದೆಯು ನಿಮ್ಮಿಂದ ಇಂಥಹ ಕಥೆಯ ನಿರೀಕ್ಷೆಯಲ್ಲಿರುವೆ ಅಮ್ಮ.

Jubeda Naik
ಭಾಳಾ ಅಪರೂಪದ ಕುಟುಂಬ, ಹಿರಿಯರಮೇಲೆ ಗೌರವ , ಪ್ರೀತ್ಯಾದರಗಳಿಂದ ತುಂಬಿದ, ಹಳ್ಳಿಗಾಡಿನ ಸೊಗಸಾದ ವರ್ಣನೆಯಿಂದ ಮನತಣಿಸುತ್ತ ಮುಂದೆ ಸಾಗಿದ ಜೋಕಾಲಿ ತುಂಬಾ ಚನ್ನಾಗಿ ಜೀಕುತ್ತಿದೆ. ನಡುವೆ ಬಿಸಿ ಬಿಸಿ ಬಜ್ಜಿ ಬೇರೆ ರುಚಿಯನ್ನು ಹೆಚ್ಚಿಸುತ್ತಿದೆ ಮೇಡಂ ಸೊಗಸಾದ ಕಥೆ, ನಾಳೆಗೆ ಕಾಯುವಂತೆ ಮಾಡಿದೆ.

ಬಸವರಾಜ ಮಾಳೇಗಾರ
ಅಬ್ಬಾ ಈ ಕೊನೆಯ ಭಾಗವಂತೂ ಒಂದೇ ಉಸಿರಿನಲ್ಲಿ ಓದಿ ಮುಗಿಸಿದೆ ಅಕ್ಕವ್ರೇ... ಕೇಶವ್ ಬರಲು ಮುಖ್ಯ ಕಾರಣವವನ್ನು ಅಂತಿಮ ಹಂತದವರೆಗೂ ಗುಟ್ಟಾಗಿಟ್ಟು, ತಪ್ಪು ಮಾಡಿದ ಎಲ್ಲರಿಗೂ ಒಂದಲ್ಲ ಒಂದು ರೀತಿಯಲ್ಲಿ ಪಾಠ ಕಲಿಸಿ, ಪಶ್ಚಾತ್ತಾಪ ಪಡುವಂತೆ ಮಾಡಿ ಜೀವನದ ಜೋಕಾಲಿಯಲ್ಲಿ ಏರು-ಪೇರುಗಳು ಬರುವುದು ಸಹಜ, ಅವುಗಳನ್ನು ಮೆಟ್ಟಿನಿಲ್ಲುವಲ್ಲಿ ಕುಟುಂಬದ ಪ್ರತಿಯೊಬ್ಬ ಸದಸ್ಯರ ಪಾತ್ರ ಕೂಡಾ ಪ್ರಮುಖ ಎಂಬುವದನ್ನು ಈ ಕಿರು ಕಾದಂಬರಿ ಮೂಲಕ ತಾವು ಕೊಟ್ಟಿರುವ ಸಂದೇಶ ಎಲ್ಲರೂ ಅನುಸರಿಸುವಂತಿದೆ ಅಕ್ಕವ್ರೇ... ಇನ್ನೂ ತಮ್ಮ ಸಂಪೂರ್ಣ ಕಾದಂಬರಿಯೂದ್ದಕ್ಕೂ ತಾವು ಜೀವನದ ಮೌಲ್ಯಗಳನ್ನು ಪ್ರಸ್ತಾಪಿಸಿದ್ದು, ನಿರೂಪಣೆಯಲ್ಲಿ ರಸ, ಧ್ವನಿ ಮತ್ತು ಔಚಿತ್ಯಗಳ ಮೂಲಕ ಕೊನೆಯಲ್ಲಿ ಓದುಗರಿಗೆ ಸಂತೃಪ್ತಿಯ ಭಾವನೆಗಳನ್ನು ಮೂಡಿಸುವಲ್ಲಿ ಯಶಸ್ವಿಯಾಗಿರುವಿರಿ ಅಕ್ಕವ್ರೇ... ಇಂತಹ ಶ್ರೇಷ್ಠ ಮೌಲ್ಯಗಳ ಸುದೀರ್ಘ ಕಾದಂಬರಿ ನೀಡಿರುವದಕ್ಕೆ ಹೃತ್ಪೂರ್ವಕ ಧನ್ಯವಾದಗಳು ಅಕ್ಕವ್ರೇ

P N Basavanna
ಸಾಮಾಜಿಕ ಶುರು ಮಾಡಿ ಅದರಲ್ಲಿ ನಿಗೂಢ ಮತ್ತು ಪತ್ತೇದಾರಿಕೆಯನ್ನು ಸೇರಿಸುವುದು ಅನ್ಯಾಯ ಮತ್ತು ಮೋಸ.
ಲತಕ್ಕ ನೀವು ಮೂರು ನಾಲ್ಕು ದಿನ ರಜಾ ತೆಗೆದುಕೊಂಡಿದ್ದರಲ್ಲ ಅಲ್ಲಿ ಬಾಕಿ ಉಳಿದಿರುವ ಎಲ್ಲ ಕಂತುಗಳನ್ನು ಇಂದೇ ಹಾಕಿ...
ಕಥೆ ಮತ್ತು ಬರಹ ಎರಡೂ ಬಹಳ ಚೆನ್ನಾಗಿವೆ.

Lalitha Virupakshaiah
ಮೇಡಂ ನಮಸ್ತೆ.ಓದಿ ಏನು ಹೇಳುವುದೋ ತಿಳಿಯದಾಗಿದೆ.ಯಾವ ಪದಗಳಿಂದ ಮೆಚ್ಚುಗೆ ವ್ಯಕ್ತ ಪಡಿಸುವುದು ಮೇಡಂ.ಸುಂದರವಾದ ಹಳ್ಳಿಯ ಚಿತ್ರಣ. ಪ್ರತಿಯೊಬ್ಬರಲ್ಲೂ ತುಂಬಿರುವ ಪ್ರೀತಿ,ಗೌರವ.ಇಂತಹ ಕೂಡು ಕುಟುಂಬಗಳ ಕಲ್ಪನೆಯನ್ನು ಕಥೆಯ ರೂಪದಲ್ಲಾದರೂ ಓದಿ ಸಂತೋಷಪಡೋಣ.ಧನ್ಯವಾದಗಳು ಮೇಡಂ

Sowbhagya Rampura
ತೋಟಗಾರಿಕೆ, ವ್ಯವಸಾಯದ ಬಗ್ಗೆ ಇಷ್ಟೊಂದು ಮಾಹಿತಿ .... ಸಂಸಾರದ ಸಿಕ್ಕುಗಳನ್ನು ಬಿಡಿಸುವಲ್ಲಿ ಮನೆಯ ಹೆಂಗಸರ ಜಾಣ್ಮೆ, ಕುಶಲತೆ, ಸೂಕ್ಷತೆ ಇವುಗಳನ್ನು ಚನ್ನಾಗಿ ನಿರೂಪಿಸಿ, ಸುಖಾಂತ್ಯಗೊಳಿಸಿರುವಿರಿ.....ಮತ್ತೊಮ್ಮೆ ಓದಬೇಕಿದೆ..ಶೀರ್ಷಿಕೆಗೆ ಅನ್ವರ್ಥವಾಗಿದೆ. ನಿಮ್ಮೊಳಗಿನ ಪ್ರತಿಭಾನ್ವಿತ ಕಾದಂಬರಿಗಾರ್ತಿಯನ್ನು ಪರಿಚಯಿಸಿದ್ದಕ್ಕೆ ಧನ್ಯಾವಾದಗಳು ಲತಕ್ಕ..

Vani Upadhaya

ಏನು ಹೇಳಲಿ? ಏನಂತ ಪ್ರತಿಕ್ರಿಯಿಸಲಿ? ಅಂತಾನೇ ಗೊತ್ತಾಗ್ತಿಲ್ಲ ಅಕ್ಕಾ. ಇಷ್ಟು ಒಳ್ಳೆಯ ಕಥೆಗೆ ನಾನು ಯಾವ ರೀತಿ ಪ್ರತಿಕ್ರಿಯೆ ಕೊಟ್ಟರೂ ಕಡಿಮೆನೇ? ಆದರೂ ನನ್ನ ಮನದಾಳದ ಮಾತನ್ನು ಹೇಳ್ತೀನಿ. ನನಗಿದರಲ್ಲಿ ಬಹಳ ಇಷ್ಟವಾದ ಪಾತ್ರ , ನಮ್ಮ ಕಥಾನಾಯಕಿ ಮಾಧವಿ. ಅವಳ ಸಹನೆ, ತಾಳ್ಮೆ,ಮೆಚ್ಚಲೇಬೇಕು. ಯಾರಿಗೂ ಮನಸ್ಸಿಗೆ ನೋವಾಗದ್ದಾಗೆ, ಎಲ್ಲ ಸಮಸ್ಯೆಗಳನ್ನು ನಾಜೂಕಾಗಿ ನಿಭಾಯಿಸಿದ ರೀತಿ ನೋಡಿ ನಿಜಕ್ಕೂ ಕಣ್ಣು ತುಂಬಿ ಬಂತು.
ಇಂತಹ ಒಳ್ಳೆಯ ಕೌಟುಂಬಿಕ, ಪತ್ತೇದಾರಿ, ಹಳ್ಳಿಯ ವಾತಾವರಣ ನೆನಪಿಸುವ ಕಾದಂಬರಿ ಕೊಟ್ಟಿದ್ದಕ್ಕೆ ತುಂಬಾನೇ ಧನ್ಯವಾದಗಳು.
ಈ ಕಥೆಯನ್ನು ನಾವೆಲ್ ಮಾಡಿ ಪ್ರಿಂಟ್ ಮಾಡ್ಸಿದ್ರೆ ಚೆನ್ನಾಗಿರುತ್ತೆ. ಅಂತ ನನ್ನ ಅನಿಸಿಕೆ.

Vijet Nag

ವ್ಹಾ ತುಂಬಾ ಕುತೂಹಲಕಾರಿಯಾಗಿದೆ. ಆದರೂ ರಜನಿ ಅಥವಾ ಅನಂತು ಇವರಿಬ್ಬರಲ್ಲಿ ಯಾರೋ ಒಬ್ಬರು ಪೆದ್ದರು . ಅಂತಹ ಕಳ್ಳ ಲೆಕ್ಕ ಬರೆದ ರಜನಿ..ಗಂಡನಿಗೆ ಗೊತ್ತಿರೋ ಜಾಗದಲ್ಲಿ ಇಡೋದಂದರೆ ! ಅಥವಾ.. ಕಪಾಟನಲ್ಲಿ ಆಳಿನ ಲೆಕ್ಕದ ಮೇಲೆ ಮಾತ್ರ ಕಣ್ಣಾಡಿಸಿ , ಉಳಿದ ಪುಸ್ತಕಗಳ ಗೊಡವೆಗೆ ಹೋಗದೇ ಇರೋದಂದರೇ ! ಅಥವಾ ಯಾರೋ ಮಾಧವ ಮತ್ತವನ ಹೆಂಡತಿ ಮಾಧವಿಯ (ಆಹಾ..ಸ್ತ್ರೀ ಲಿಂಗ ಪುಲ್ಲಿಂಗದ ಹೆಸರೆರಡು ಒಂದೇ..,) ದಿಕ್ಕು ತಪ್ಪಸೋಕೆ ಅಂತಾನೇ ಸುಳ್ಳು ಲೆಕ್ಕ ಬರೆದು ಅವಳಿಗ್ ಕಾಣೋ ತರ ಇಟ್ಟಿರಬಹುದು ... ಒಟ್ಟಾರೆಯಾಗಿ.. ಬಹಳ ಚನ್ನಾಗಿದೆ . ಕುತೂಹಲಕಾರಿಯಾಗಿದೆ.. ಇವತ್ತಿನ ಸಂಚಿಕೆಗಾಗಿ ಕಾಯುತ್ತೇನೆ .

Shyla Jaya

ಮ್ಯಾಡಮ್ ನಮಸ್ಕಾರ.
'ಜೀವನ ಜೋಕಾಲಿ ' ಕಾದಂಬರಿ ತುಂಬಾ ಚೆನ್ನಾಗಿ ಮೂಡಿ ಬರ್ತಾ ಇದೆ.ಪ್ರತಿ ಭಾಗಕ್ಕೂ ಒಂದೊಂದು ತಿರುವು ಕೊಟ್ಟು ಮಾರನೇ ದಿನದ ಕಥೆಗಾಗಿ ಕಾಯುವಂತೆ ಕುತೂಹಲ ಹುಟ್ಟಿಸುತ್ತಿರಿ... ಕೃತಿಯಲ್ಲಿನ ಭಾಷೆ...ಸಣ್ಣ ಸಣ್ಣ ವಿವರಗಳು, ಮನುಜ ಪ್ರೀತಿ ಎಲ್ಲವೂ ಖುಷಿ ಕೊಡುತ್ತದೆ.ಪ್ರಾಸ್ತಾವಿಕವಾಗಿ ವರ್ತಮಾನದ ತರುಣಜನಾಂಗದ ಬಗ್ಗೆಯೂ ಬರೆದು ಕೃತಿಯ ಮೌಲ್ಯವನ್ನು ಹೆಚ್ಚಿಸಿದ್ದಿರಿ...ಓದ್ತಾ ಓದ್ತಾ ಹಿರಿಯ ಕಾದಂಬರಿಗಾರ್ತಿಯರಾದ ತ್ರಿವೇಣಿ ,ವಾಣಿ ಮತ್ತು ಎಮ್.ಕೆ.ಇಂದಿರಾರ ಕಾದಂಬರಿಗಳನ್ನು ನೆನಪು ಮಾಡಿಕೊಟ್ಟಿರಿ. ಮನೆವಾರ್ತೆ ಮತ್ತು ಕಥಾಗುಚ್ಛದ ವಾರ್ತೆಯನ್ನೆಲ್ಲಾ ನಿಭಾಯಿಸಿಕೊಂಡು ,ಈ ಹೊತ್ತಿನ ದಿನಗಳಲ್ಲಿ ......ಧ್ಯಾನಸ್ಥ ಸ್ಥಿತಿಯಲ್ಲಿ.....
ಸುದೀರ್ಘವಾಗಿ ಬರೆಯುವುದೇನು ಸಾಮಾನ್ಯ ಸಂಗತಿಯಲ್ಲ.. ಹ್ಯಾಟ್ಸ್ ಆಫ್ ಮ್ಯಾಡಮ್

Kamalakshi Cr

ನಿನ್ನೆಯ ಕಾರ್ಯಕ್ರಮ ಜೊತೆಗೆ ಮನೆ ತುಂಬ ನೆಂಟರು.. ಓದಲಾಗದೆ ಪರಿತಪಿಸಿದೆ..

ಹದಿನೆಂಟು ಅಧ್ಯಾಯ... ಅದ್ಭುತವಾದ ನಿರೂಪಣೆ ಮೇಡಂ.
ಕೊನೆ ಕೊನೆಯ ಭಾಗಗಳಂತೂ ಸಮಸ್ಯೆಗಳನ್ನು ಹೀಗೂ ಸುಖಾಂತವಾಗಿಸಬಹುದೇ ಎನಿಸುವಷ್ಟು ಸೊಗಸಾಗಿಸಿದ್ದವು.
ಮಹಾಭಾರತದ ಹದಿನೆಂಟು ಅಧ್ಯಾಯಗಳಲ್ಲಿ ಸಾವು, ನೋವು, ತಂತ್ರ ನಿಮ್ಮ ಹದಿನೆಂಟು ಅಧ್ಯಾಯಗಳಲ್ಲಿ ಮೊದಮೊದಲು ಕಂಡ ಸಿಕ್ಕುಗಳನ್ನು ತಂತ್ರಿಕವಾಗಿ ಬಗೆಹರಿಸಿಬಿಟ್ಟರಿ...ಕಥೆಗೆ ಬೇಕಾದ ಉಪ್ಪು ,ಖಾರ, ಹುಳಿ, ಸಿಹಿ, ಒಗರು ಜೊತೆಗೆ ಸಸ್ಪೆನ್ಸ್, ರೋಚಕತೆಯನ್ನು ಬೆರೆಸಿ ನವರಸಗಳನ್ನು ಬೆರೆಸಿ ಸ್ವಾದಿಷ್ಟ ಭೂರಿ ಭೋಜನವನ್ನೇ ಉಣಬಡಿಸಿದಿರಿ..
ನಿಮ್ಮೊಳಗಿನ ಕಥೆಗಾರರಿಗೆ ಸಲಾಂ.
ಪ್ರತಿ ಮನೆಗೊಬ್ಬ ಮಾಧವಿಯಂತಹ ಕುಲವಧು ಮಾಧವನಂತಹ ಮಗನಿರಬೇಕು.
ಅಭಿನಂದನೆಗಳು ಮೇಡಂ..
ಆಗಾಗ್ಗೆ ಇಂತಹ ಕಥೆಗಳನ್ನು ನಮಗಾಗಿ ಬರೆಯುತ್ತಿರಿ ಮೇಡಂ.

Prriyanka S. Rajaput Hajeri

ಮಸ್ತ ಮಸ್ತ ಮಸ್ತ ಮೇಡಮ್ ತ್ರೀವೇಣಿಯವರು, ಅಶ್ವಿನಿಯವರ, ಸಾಯಿಸುತೆಯವರ, ಉಷಾನವರತ್ನರಾಮರ ಕಾದಂಬರಿ ಓದಿದಾಗ ಆಗೊ ಖುಷಿ ಇವಾಗೂ ಆಯ್ತು ನಿಮ್ಮ ಬರವಣಿಗೆ ಶೈಲಿ ಭಾರಿ ಅದ ಮೇಡಮ್

Jyothi V Shetty

ಜೀವನ ಜೋಕಾಲಿಯನ್ನು ಕಾದಂಬರಿಯನ್ನಾಗಿ ಪುಸ್ತಕ ರೂಪದಲ್ಲಿ ನೋಡಲು ಕಾತರಲಾಗಿದ್ದೇನೆ